वास्तुरहस्य

॥ विवेक मतम् ॥

(विज्ञानाधिष्ठित, योगशास्त्रानुदर्शी, ज्योतिषशास्त्र प्रणित, वास्तुविषयांतर्गत लेखन)

लेखक

डॉ. नरेंद्र हरी सहस्त्रबुद्धे

(वास्तुविद्या वाचस्पती)

एम्.ई. (आय. आय. एस्. सी.) एफ्.आय.व्ही., पीएच्.डी.

डॉ. रवींद्र महात्मे

बी.टेक., एम.टेक., पीएच.डी.

मेहता पब्लिशिंग हाऊस

VASTURAHASYA by DR. NARENDRA SAHASTRABUDHE, DR. RAVINDRA MAHATME

वास्तुरहस्य

© डॉ. नरेंद्र हरी सहस्त्रबुद्धे व डॉ. रवींद्र महात्मे

प्रकाशक   :   सुनील अनिल मेहता, मेहता पब्लिशिंग हाऊस,
               १९४१ सदाशिव पेठ, माडीवाले कॉलनी, पुणे – ४११०३०.

प्रकाशनकाल: सप्टेंबर, २००३ / एप्रिल, २००४ / एप्रिल, २००५ /
               सप्टेंबर, २००६ / एप्रिल, २००८ / नोव्हेंबर, २००९ /
               मार्च, २०१२ / फेब्रुवारी, २०१४ / नोव्हेंबर, २०१६ /
               पुनर्मुद्रण : जानेवारी, २०१७

मुखपृष्ठ   :   निर्मिती, कोल्हापूर.

P Book ISBN 9788177664225

E Books available on : play.google.com/store/books
                       m.dailyhunt.in/Ebooks/marathi
                       www.amazon.in

आनंदमानंदकरं प्रसन्नं
ज्ञानस्वरूपं निजबोधरूपं।।
योगींद्रमीड्यं भवरोगवैद्यम्
श्रीसद्गुरुम् नित्यमहम् स्मरामि।।

परमसद्गुरू श्री उपासनी महाराज, साकोरी
यांच्या चरणकमली अर्पण

।। श्रेयनामावली ।।

गुरुवर्य मग्गीरवार, ज्योतिर्विद मुधोळकर,
संत श्री. मल्हारीबाबा, येसुआजी खाडिलकर,
कै. गोडबोले अप्पा,
संत श्री. योगिनीताई ताडे,
संत श्री. श्रीपादसाहेब मिटकर,
शास्त्रज्ञ रघुनाथ शुक्ल,
डॉ. रवींद्र दामले

वरील व्यक्तींशी वेळोवेळी झालेल्या चर्चेचा बहुमोल सहभाग
या पुस्तकाच्या लेखनात समाविष्ट झाला आहे.
त्यांचा बहुमोल वेळ व प्रज्ञेचे या पुस्तकरूपाने प्रत्यंतर आणण्याचा
मी एक प्रयत्न केला आहे एवढेच !

-नरेंद्र हरी सहस्त्रबुद्धे

डॉ. नरेंद्र हरी सहस्रबुद्धे

- विद्येचे माहेरघर अशा पुण्यात नूतन मराठी विद्यालयात शिक्षण
- कॉलेज ऑफ इंजिनिअरिंग (COEP), पुणे येथे उच्च श्रेणीत अभियांत्रिकी पदवी
- बंगळूरच्या विश्वविख्यात इंडियन इन्स्टिटट्यूट ऑफ सायन्सेसमधून उच्च श्रेणीत पदव्युत्तर अभियांत्रिकी स्नातकत्व
- इंडियन नॅशनल सायन्स ॲकॅडमी, नवी दिल्ली येथे राष्ट्रीय पुरातन यावर प्रबंध वाचन, आसाम सोसायटीत ब्रह्मपुत्रेच्या पूर समस्येवर प्रबंध वाचन
- गेली वीस वर्षे महाराष्ट्रभर वेगवेगळ्या ट्रस्ट, शैक्षणिक संस्थांवर अभियांत्रिकी सल्लागार

डॉ. रविंद्र महात्मे

- इंडियन इन्स्टिटट्यूट ऑफ टेक्नॉलॉजी, मुंबई येथून स्नातकत्व.
- इंडियन इन्स्टिटट्यूट ऑफ सायन्स येथून पदव्युत्तर अभियांत्रिकी स्नातकव्य.
- आर अँड टी इंजिनिअर म्हणून दोन ठिकाणचा अनुभव घेतल्यानंतर नुकतेच 'इलेक्ट्रिकल एनर्जी मॉनिटरींग' या क्षेत्रातील निर्मिती आणि माहिती तंत्रज्ञान या संदर्भात काम. याबरोबरीनेच अत्याधुनिक लेसर, प्लाजमा आणि न्युक्लिअर सायन्सचाही अभ्यास

।। अनुक्रमणिका ।।

१. प्रस्तावना .... १ ते ५

२. विषय प्रवेश .... ६ ते १३

३. द्वादश-स्थाने .... १४ ते २१
वास्तुक्षेत्र आकार आणि ज्योतिषशास्त्र
वाढीव कोपरा असलेली वास्तू १६
कट कोपरा असलेली वास्तू १८

४. शब्दार्थ, संकल्पना आणि उपचार .... २२ ते ३४
पूर्व बंद असणे किंवा जड असणे २२
पश्चिम हलकी असणे वा प्रवाही असणे २५
उत्तर बंद असणे वा जड असणे २९
दक्षिण हलकी असणे वा प्रवाही असणे ३१

५. अवकहडाचक्र .... ३५ ते ३८
नक्षत्र आणि आराध्यवृक्ष ३६

६. वास्तुदोष आणि रंगशास्त्र .... ३९ ते ४२
रंगपद्धती ४०

७. रत्नाध्याय .... ४३ ते ५५
मुहुर्त ४५
धार्मिक विधी ४७
विषम आकाराच्या घरांसाठी रत्नाध्याय ५५

८. धातू-अध्याय .... ५६ ते ५९

९. मंत्र-बीज पिरॅमिड .... ६० ते ६४

१०. नगररचना आणि ज्योतिषविचार .... ६५ ते ६८

११. वास्तुयंत्रे . ... ६९ ते ७४
पूर्वयंत्र ६९
दक्षिण भौमयंत्र ७०
पश्चिमयंत्र ७१
उत्तरयंत्र ७२

ईशान्यपात्र ७३

१२. साध्य आणि सिद्धता .... ७५ ते ७७

१३. शास्त्र, निदान आणि उदाहरणे .... ७८ ते १११

१४. भारतीय ज्योतिष परिषदेतर्फे सर्वश्रेष्ठ पुरस्कार लेख ११२ ते १२५
    एक सफदरजंग व इंदिरा गांधी ११२
    भारताची गत ५० वर्षे व आगामी ५० वर्षे १२१

१५. पारंपारिक वास्तू-सूत्रे .... १२६ ते १४०
    षडवर्गबल साधन १३०
    विहिरी, जलकूप १३२
    प्रवेशद्वाराचे नियम १३५
    त्रिशाला - द्विशाला १३८

१६. चलित ग्रह-वास्तुपद्धती .... १४१ ते १५३

१७. वास्तुशास्त्र सर्वांसाठी .... १५४ ते १६०
    विद्यार्थ्यांसाठी १५५
    उपवर मुलींसाठी १५५
    महिलांसाठी १५६
    कर्त्या पुरुषांसाठी १५७
    वृद्धांसाठी १५७
    अष्टदिग्बंधन १५७

१८. सारांश .... १६१ ते १६४
    संदर्भसूची १६५

|| वास्तुरहस्य ||

प्रस्तावना

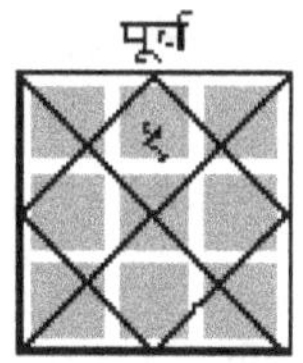

या विषयाची सुरुवात माझ्या मनात अनेक निरीक्षणांमुळे झाली. जसजसे निरीक्षण वाढत गेले तसतसे या विषयावर लिहिणे आवश्यक आहे असे वाटू लागले. चायनीज फेंगशुई शास्त्रात आठमुखी आठ दिशांना जोडलेला पाकुआ मांडतात. हाच पाकुआ घरावर, हातावर, शरीरावरही मांडून ज्योतिष सांगण्याची एक परंपरा आहे. या प्रकारे आपल्या वास्तुशास्त्रात मात्र दिशांचा पंचमहाभूतात्मक संबंध अधिक मानल्यामुळे त्याची नैसर्गिक कुंडलीच्या बारा घरांशी जुळणी केली गेली नसावी; मात्र याच पद्धतीने घराच्या नकाशावर ही कुंडली आखल्यास त्या घरातील राहणाऱ्या लोकांचे अचूक फलित लक्षात आल्यानंतर जाणीवपूर्वक जेव्हा हा अभ्यास वाढविला तेव्हा अनेक रहस्ये उलगडली. फेंगशुईप्रमाणेच घराच्या नकाशावर वा प्लॉटच्या नकाशावर जर ही नैसर्गिक कुंडली आखली तर ग्रह, राशी, नक्षत्र, पंचमहाभूते, दिशा व ऊर्जाप्रवाह यांची नवीन गणिते सापडतात व त्यातूनच उपायांचे विविध संदर्भही खुले होतात. म्हणून हा पुस्तकप्रपंच मांडला आहे. यातील काही उदाहरणांच्या माध्यमातून जेव्हा आपण शोध घेऊ तेव्हा या उपाययोजनांचे महत्त्व अधिकच जाणवते. वास्तुशास्त्रातील उपाय-अध्यायाचा विकास जाणीवपूर्वक ग्रह, राशी, नक्षत्रांच्या माध्यमातून केल्यास जीवनातील त्रुटी, होणारे आघात व त्यांचा काळसंदर्भ अचूक वर्तविता येतो. वास्तुशास्त्रातील वास्तुपुरुष मंडळ, द्विऊर्जाप्रवाह पद्धती, रत्नाध्याय, मुहूर्त-मापन, वृक्ष-योजना, रंगपद्धती व पंचमहाभूतात्मक आविष्कार यात सापडणारा ग्रह-राशी-दिशांचा संबंध अगदी रहस्यमय आहे. सर्व वास्तुशास्त्र 'अकाल मृत्युहरण' या एकमेव सुखोद्देशाभोवती फेर धरून लिहिले आहे. त्या दृष्टीने ज्योतिषशास्त्रात वर्तविलेल्या परिणामांची तीव्रता कमी करण्याचे वास्तुशास्त्र हे एकमेव साधन आहे, असे म्हटल्यास वावगे होणार नाही.

वास्तू, योग, ज्योतिष, संगीत व आयुर्वेद ही पाचही दर्शनशास्त्राची उपांगे असून, त्यांचा उद्देश एक प्रकारे प्रारब्धावर मात करून, निसर्ग संकेतावर विजय मिळवून, प्राणिमात्रास सुख, निरामयता व कल्याण प्राप्त करणे आहे. **बुद्धीच्या सावित्री स्वरूपाच्या ज्योतिर्मय प्रकाशात प्रारब्धात गुरफटलेल्या सत्यवानाचा मृत्यू टाळून त्याला संजीवनी, अक्षयत्व व निरामयता प्राप्तविणे या 'धियोऽयोनः प्रचोदयात्' जाणिवेतून या सर्व शास्त्रांची निर्मिती ऋषिमुनींनी केली आहे.**

नेणिवेच्या आकाशात लपून राहिलेल्या भाग्यकल्पाची रहस्ये जाणिवेच्या पृथ्वितत्त्वात खेचण्याची विद्या म्हणजे ही सर्व शास्त्रे होत. कंपने, लहरी, ध्वनी व प्रकाश या चार आयामांची व्यापक स्वरूपातील योजना म्हणजेच ही दर्शनशास्त्राची पाच उपांगे होत.

स्थैर्य, क्षेम, आयु, मांगल्य व कल्याण या पंचपरमेष्ठीची प्राप्ती म्हणजे या पाच उपांगांचा वरदहस्त होय. व्यक्तीच्या आधिभौतिक सुखाभोवतीच पिंगा घालत बसलेल्या आजच्या वैज्ञानिकांना ही शास्त्राची कोडी उलगडण्यासाठी अनेक जन्म घेणे आवश्यक आहे किंवा संशोधनाची बाह्यांगी दिशा बदलून अंतरंगीचे संशोधन करणे आवश्यक आहे. **या सर्व शास्त्रांचा योगसंबंध माणसाच्या मन, चित्त, बुद्धी व अहंकार या अंतःकरण चतुष्ट यास जोडलेला असल्याने विज्ञानाच्या मर्यादित घटकातच मॅच संपवून शास्त्रे हरल्याची घोषणा करणारे वैज्ञानिक फारच खुजे आणि बालिश वाटतात.**

'ते ज्ञान हृदयी प्रतिष्ठे आणि शांतीचा अंकुर फुटे' समजण्यासाठी बुद्धी आणि मन या जीवनवीणेच्या दोन अंगांना जोडणारी प्राणतत्त्वाची तार झंकारणे आवश्यक आहे. **'मनासी टाकिले मागे । गतीसी तुळणा नसे'** अशा पवनपुत्राची ऊर्जा समजण्यासाठी आधी वास्तुशास्त्रातील वायव्येच्या 'पवन' या देवतेचे संदर्भ समजणे आवश्यक आहे. फेंगशुईतील फेंग समजण्यासाठी प्राची = ची = चिती - ज्योती समजणे आवश्यक आहे.

आपल्या सर्व शास्त्रांमध्ये हे सर्व सहज समजण्यासाठी विविध उपमा, प्रतिमा व कथा यांचा उपयोग केला आहे. त्यातील अतिशयोक्ती वाटणारी वर्णने काही काळ दूर ठेवून खोल निरीक्षण केल्यास सर्व गोष्टी नीट लक्षात येतात. **'यद् पिण्डे तद् ब्रह्माण्डे'** यासारखी अनेक सूत्रे या शास्त्रांचा अभ्यास करण्यासाठी मैलाचे दगडच आहेत किंवा आकाश निरीक्षणात उपयोगी पडणाऱ्या ध्रुव ताऱ्याप्रमाणे यथायोग्य दिग्दर्शन करणारी अशी ही सूत्रे आहेत.

पंचमहाभूते, पंचज्ञानेंद्रिये, पंचकर्मेंद्रिये, पंचपरमेष्ठी, पंचारती यांना जोडणारे गुप्त धागे समजल्याशिवाय शास्त्रांची चिकित्सा करणे हे मंदमतीचे लक्षण आहे.

बारा राशी, बारा ऊर्जा, सूर्याची बारा नावे, योगशास्त्रातील द्वादश चक्रे, अ-आ-

इ-ई ही बाराखडी यांचा असणारा योगसंबंध जाणल्याशिवाय शास्त्रांचे आकाशात दिव्य ज्योतीचे दर्शन होणे अशक्य आहे.

अष्टदिशा, अष्टकमल, अष्टावधान, अष्टमीचा चंद्र, पाकुआची अष्ट त्रिपुटी, अष्टांग आयुर्वेद, यम नियमापासून समाधीपर्यंत पतंजलीप्रणित अष्टांगयोग, बुद्धाची अष्टसूत्री, योगशास्त्रातील अष्टसिद्धी यांचा नीट आठव झाल्याशिवाय शास्त्रे समजणे अवघड आहे. संख्या आणि त्यातून जन्मास येणारे ज्योतिष व त्यातील गूढ हाही असाच प्रकांड विषय आहे.

वास्तुमहाविज्ञान या ग्रंथातील विस्तारित वास्तुपुरुष मंडळात या वास्तुयोग ज्योतिष संबंधाची सखोल चर्चा केली आहे. *'योगिया साधली जीवनकळा'* ही स्थिती प्राप्त होण्यासाठी *'निरखित निरखित गेली येवो'* ही साधनपद्धती शास्त्रात सांगितली आहे. निरीक्षण, अनुमान, सिद्धांत आणि सिद्धी या विनायकी चतुर्थींचे आधारे *'संकष्टी पावावे'* असे व्रत शास्त्रात सांगितले आहे व त्यायोगे सुखकर्ता दु:खहर्ता गणेशाचे अधिष्ठान रचले आहे.

मोक्ष आणि आनंद या उद्देशाने पौर्वात्य शास्त्रे भारलेली आहेत. मोक्ष व आनंदाची प्राप्ती करण्यासाठी पद्धतशीर मार्गांचे अवलोकन शास्त्रांचे आधारे होते. भगवद्‌गीतेतही *'ज्ञानविज्ञान सहितं यज्ञात्वा मोक्षसे शुभात् ।'* असे नवव्या अध्यायारंभीच सांगितले आहे. ऊर्जेची, चैतन्याची आणि स्फूर्तीची विविध मार्गांनी उत्पत्ती करून जीवनाचे संजीवन करण्याची कला शास्त्रात सामावलेली आहे. *'बुद्धीचे वैभव अन्य नाही दुजे'* या ओवीतही ज्यात खंड नाही, ज्यात दुजेपण नाही अशा बुद्धीची ललिते माउलींनी गायली आहेत.

पवनाचे सांगाती मनाचे गगनात उन्नयन करणे हा योगशास्त्राचा मूळ उद्देश आहे. ऊर्जेच्या प्रकाशाच्या सांगाती प्राणशक्तीचे शुभपर्वात रूपांतर करणे हा वास्तुशास्त्राचा पाया आहे. स्वराचे सांगाती नादाची लय साधून लय पावणे ही संगीतशास्त्राची सिद्धी आहे.

व्यक्तीचे नशीब तीन प्रकारे ठरते. पहिले अनुवंशिक गुणसूत्रांनुसार त्यातील गुणावगुणांची जात त्याच्या वर्तमानकाळावर एक ठसा उमटविते व त्यातून त्याचे भविष्य ठरते, दुसरे पूर्वकर्मानुसार त्याच्या जन्मकुंडलीतील ग्रहांच्या योगावयोगांवर त्याचे विधिलिखित कोरलेले असते; तर तिसरे त्याच्या सभोवतालच्या वास्तुभवनाच्या पंचमहाभूतात्मक आविष्कारावर त्याचा जो समष्टीशी सांधा जुळतो त्यावरूनही त्याचे भाग्य जन्मास येते.

अकालमृत्युहरणं सर्व व्याधि विनाशनं
विष्णु पादोऽदकं तीर्थ जठरे धारयाम्यहम् ।।

या श्लोकाचा गर्भितार्थ फार गूढ आहे. अतिशय खोल आहे. प्रणवाच्या साडेतीन मात्रांमध्ये अकार ब्रह्मपाद आहे, ऊकार विष्णुपाद आहे तर मकार महेशपाद आहे. स्वरशास्त्रात जो योगी विष्णुपाद नाभिगत करतो, सोळा अंगुळांचा करतो, दीर्घ उज्जायी करतो म्हणजेच श्वासाला उदकतीर्थ जातीचे करतो त्याचे अकालमृत्युहरण व व्याधिविनाशन होते, असा गर्भितार्थ आहे. स्वरशास्त्रात चार अंगुळांचा श्वास अग्नितत्त्वाचा, आठ अंगुळांचा श्वास वायुतत्त्वाचा, बारा अंगुळांचा श्वास पृथ्वितत्त्वाचा तर सोळा अंगुळांचा श्वास जलतत्त्वाचा मानतात. असा दीर्घ उदकतीर्थ श्वास जो जठरात धारण करतो त्यास वरील सिद्धी प्राप्त होते, असा शास्त्रसंमत सिद्धांत आहे. त्याचप्रमाणे वास्तुशास्त्रातही ऊर्जेचे मंडळाकार प्रणवाकार संस्करण पंचमहाभूतांच्या माध्यमातून ज्या घरात होते तेथे तेथे अकालमृत्युहरण व व्याधिविनाशन होते, असा सिद्धांत आहे. या उदकतीर्थ जातीचे ऊर्जेवर मंडलाकार संस्करण होण्यासाठी वास्तुनाभीचे स्थान ईशान्येस जलतत्त्वास एक अधिक चौकोन देऊन केले आहे. अग्नी, वायू, पृथ्वी या तीनही तत्त्वांना आग्नेय, वायव्य व नैर्ऋत्येस एक कमी चौकोन देऊन स्थापिले आहे. अशा प्रकारे वास्तूत नाभीची धारणा होताच ऊर्जेत आप-जलतत्त्वाचे दिव्य संस्करण प्रकट होते व हा ऊर्जेचा प्रणव, ऊर्जेचा ओंकार जीवसंजीवक प्रगुणाने स्थैर्य, क्षेम, मांगल्य, आयु व कल्याण या पंचपरमेष्ठीची प्राप्ती करून देतो. अर्थात, ऊर्जेचे श्रेष्ठ संस्करण अंतःकरण चतुष्ट यावर करणारे शास्त्र म्हणजे योगशास्त्र होय. ऊर्जेचे श्रेष्ठ संस्करण वास्तुभवनावर करणारे शास्त्र म्हणजेच वास्तुशास्त्र होय. चायनीज वास्तुशास्त्रात फेंग-शुई म्हणजेच 'शुईतत्त्वाचा फेंग' किंवा 'जलतत्त्वाचा प्राण' किंवा 'आपतत्त्वाचा स्वर' असे अधिक समर्पक नामकरण केले आहे.

ज्या प्रकारच्या आकारात चिती म्हणजे प्राणशक्ती सामावली जाते, त्या आकारानुसार तिचा विकास दिसून येतो, म्हणजे आकार प्रकार यासही असाधारण महत्त्व आहे. म्हणूनच आपल्या योगशास्त्रात पंचमहाभूतांचे आकारही वर्णिले आहेत. पृथ्वितत्त्व चतुष्कोनात्मक, वायुतत्त्व गोलाकार, अग्नितत्त्व त्रिकोणाकृती तर जलतत्त्व अर्धचंद्राकार असे वर्णिले आहे.

'चितिरेव चेतनपदादवरूढा चेत्यसंकोचिनी चित्तम्' असे शिवसूत्र प्रसिद्ध आहे. चितीच्या संकुचित स्वरूपातून चित्त होते व चितीच्या स्वतंत्र स्वभावातून ते चित्त मुक्त होते. असा प्राण घट व आकाशसंबंध या सूत्रात वर्णिला आहे. योगशास्त्रात प्राण हा महत्त्वाचा घटक आहे तर वास्तुशास्त्रात घट म्हणजे पृथ्वितत्त्व हा महत्त्वाचा घटक आहे; परंतु दोन्हीही शास्त्रांत आकाशतत्त्वाचा श्रेष्ठ योगसंबंध

हाच मूळ धागा आहे. *'चितिः स्वतंत्रा: विश्वसिद्धिहेतुः '* सूत्रातही चितीच्या स्वतंत्र स्वभावातून विश्वात सिद्धीचे छत्र प्राप्त होते, असा संदर्भ आहे.

सप्तशती आदी पौराणिक ग्रंथांतही ऊर्जांचे संदर्भ दिशांगत देवतास्वरूप वर्णिले आहेत. *'उदीच्यां पातु कौमारी, कौमारी शिखी वाहना: '* यात उत्तरेकडून प्राप्त होणाऱ्या अनाघ्रात, अपार, एकदिश ऊर्जेचे वर्णन 'कुमारी' असे केले आहे व तिचे वाहनही अशरीरी सुखातून उत्पत्ती होणारे मयूर-वाहन सांगितले आहे. आपल्या सर्व शास्त्रांमध्ये ऊर्जा दैवते आणि प्रतीके यांचे दाखले खोल संदर्भाशी जोडलेले असून वरवर पाहणाऱ्यास ही सर्व 'हरिदासाची कथा' वाटेल!

आधिभौतिक म्हणजे विज्ञान, आधिदैविक म्हणजे ज्ञान तर आध्यात्मिक म्हणजे प्रज्ञान होय; तर विज्ञान, ज्ञान व प्रज्ञान ही तीन शास्त्रांची मूलभूत अंगे आहेत. विज्ञान हा त्यातील दहा टक्के भाग असून, उर्वरित ९०टक्के भाग ज्ञानप्रज्ञानाचा आहे. त्यामुळे केवळ वैज्ञानिक निकषांवर शास्त्राची तपासणी करणे, हा निव्वळ गाढवपणा आहे, जो आजचे अनेक प्रतिष्ठित वैज्ञानिक करीत आहेत. आपल्या परंपरागत ज्ञानाचा, कलांचा मागोवा न घेता एकप्रकारे परंपरांचे पाईकत्व नाकारत आहेत व घटनेच्या मूळ शपथेशी बेइमानी करीत आहेत. एकप्रकारे या सर्वांना संस्कृतीच्या प्रांगणातील प्रच्छन्न गुन्हेगार म्हटले तरी चालेल! झोपी गेलेल्यांना जागे करता येते; पण झोपेचे सोंग घेतलेल्यांना जागे करणे देवासही शक्य नाही!

• • •

वास्तू योग, ज्योतिष, संगीत व आयुर्वेद या दर्शनशास्त्राच्या पाच उपांगांचा मुख्य हेतू सुख, निरामयता, भद्रकल्याण व दु:खनाश असा आहे. कंपने, लहरी, ध्वनी व प्रकाश ही आविष्करणाची चार माध्यमे पाचही उपांगांचा प्राण आहे. प्रतीकात्मक संदर्भात नावे वेगळी असली तरी 'एकोऽहम् बहुस्याम्' न्यायाने आशय मात्र एका चेतनातत्त्वाशीच संबंधित आहे. तपशिलात वेगळेपण आहे; पण तत्त्वाचे सूत्र एकच आहे. माऊलींच्या 'सर्वांघटी पूर्ण एक नांदे।' तत्त्वानुसार पाचही उपांगांचा धागा एकच आहे.

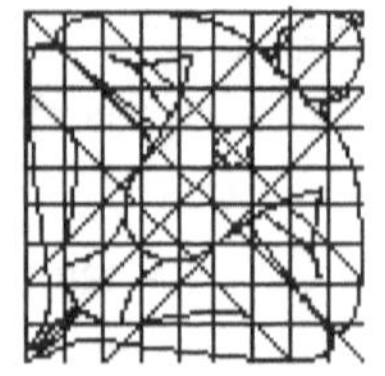

जन्मघटिकेस अनुसरून व्यक्तीची कुंडली मांडतात. पूर्व दिशेस उदित राशीनुसार त्या व्यक्तीचा दिशांशी आणि पंचमहाभूतांशी संबंध प्रस्थापित होतो. किंबहुना त्या व्यक्तीची पंचमहाभूतात्मक घटना म्हणजेच त्याची कुंडली होय! एकप्रकारे त्या व्यक्तीत असणारे पंचमहाभूतांचे बलाबल, राशी व ग्रह योजनेनुसार दिशांवार समजून येते. जिथे जिथे त्यात न्यून दिसून येते त्याचप्रमाणे त्यावर जर उपचार करता आला तर प्रारब्धगत घटनांपासून प्रारब्धगतीतील दुःखद प्रसंगांपासून आपण सुटका करून घेऊन जीवनाला नवी कलाटणी देऊ शकू ! यासच *'धियोऽयोनः प्रचोदयात्।'* अशी धारणा म्हणतात. बुद्धीने प्रारब्धगतीवर मात करण्यासाठी *'ज्ञान विज्ञान सहीतं'* अशी योजना म्हणजेच आपली पाच उपांगे होत!

ही पंचमहाभूतात्मक पुनर्आखणी करण्यासाठी त्यांचा स्वभाव आपणास माहीत असणे आवश्यक आहे. योगशास्त्रातील षण्मुखी मुद्रेतून या पंचमहाभूतांचे गुणवर्णन प्राप्त झाले आहे. पुढील कोष्टकात (आकृती क्र. २.१) त्याचा परामर्ष घेतला आहे.

।। **पंचमहाभूते व प्रगुण** ।। आकृती (२.१)

तत्त्व	रंग	आकार
जल	श्वेत	चंद्राकार
पृथ्वी	पीत	चतुष्कोनाकृती
अग्री	रक्त	त्रिकोणाकृती
वायु	नील	गोलाकार
आकाश	विचित्र	अनेक बिंदू

ऊर्जेचे मंडलाकार संवहन व जडत्वाचे प्रणवाकार आविष्करण या सूत्रांवरच जीवनाचे अक्षयत्व व चिरंजीवित्व आधारलेले आहे. वास्तुशास्त्रातील द्विऊर्जा पद्धतीचा व ऊर्जाजडत्व सिद्धांताचा गाभाच वरील दोन तत्त्वांत गुंफला असल्याने हेलिक्स, प्रणवाकार आविष्करण, सुवर्णांक, नाभी, मंडलाकार संवहन अशा बहुविध आयामांतूनच हे महाशास्त्र प्रकट होते.

ज्ञानदेवांनी योगपद्धतीचे पंचमहाभूतात्मक वर्णन करताना

पृथ्वीते आप विरवी । आपाते तेज हरवी ।
तेजातें पवनु जिरवी । हृदयामाजी ।।

अशी ओवी रचली आहे. अनेकत्वाकडून एकत्वाकडे जाण्यासाठी, मूलाधारापासून अनाहताकडे जाण्यासाठी केलेला असा हा तत्त्वसंकोच आहे. पाचही उपांगांची गती मात्र एकत्वाकडून अनेकत्वाकडे किंवा प्रकृतीकडून सृष्टीकडे वा अगम्यतेकडून गम्यतेकडे अशी असल्याने पंचमहाभूतात्मक विविध आविष्कारांस यात असाधारण महत्त्व आहे.

ज्योतिषशास्त्रानुसार राशी व ग्रह यांचेही पंचमहाभूतात्मक पृथक्करण दिलेले आहे. खालील कोष्टकात त्याचा परामर्ष घेतला आहे.

।। तत्त्व - राशी - दिशा ।।   आकृती (२.२)

राशी	नाव	तत्त्व	नैसर्गिक दिशा
१ । ५ । ९	मेष । सिंह । धनु	अग्नी	पूर्व । वायव्य । नैर्ऋत्य
२ । ६ । १०	वृषभ । कन्या । मकर	पृथ्वी	ईशान्य । वायव्य । दक्षिण
३ । ७ । ११	मिथुन । तूळ । कुंभ	वायु	ईशान्य । पश्चिम । आग्नेय
४ । ८ । १२	कर्क । वृश्चिक । मीन	जल	उत्तर । नैर्ऋत्य । आग्नेय

'विरोधभावातून विकास' अशाप्रकारे राशिचक्र मांडलेले आहे. उदा. : मेष राशीची मारक राशी वृषभ तर व्यय राशी मीन आहे. म्हणजेच अग्नितत्त्वाचे पृथ्वितत्त्व मारक तर जलतत्त्व नाशक आहे. एकाआड एक अशी तत्त्वांची मांडणी असून, १२० अंशावर समान तत्त्वोदय होताना दिसून येतो. योगशास्त्रातही नैसर्गिक चक्रांच्या पंचमहाभूतात्मक मांडणीत याचप्रमाणे विरोधीभाव दिसतो. उदा. : मूलाधार पृथ्वितत्त्वाचे, स्वाधिष्ठान जलतत्त्वाचे, मणिपूर अग्नितत्त्वाचे तर अनाहतचक्र वायुतत्त्वाचे आहे. फेंगशुई तत्त्वज्ञानातही यीनचे पोटात यँगचे बीज, तर यँगचे पोटात यीनचे बीज असल्याने प्राणशक्तीचा 'ची'चा विकास वर्णिला आहे.

आकृती (२.३)

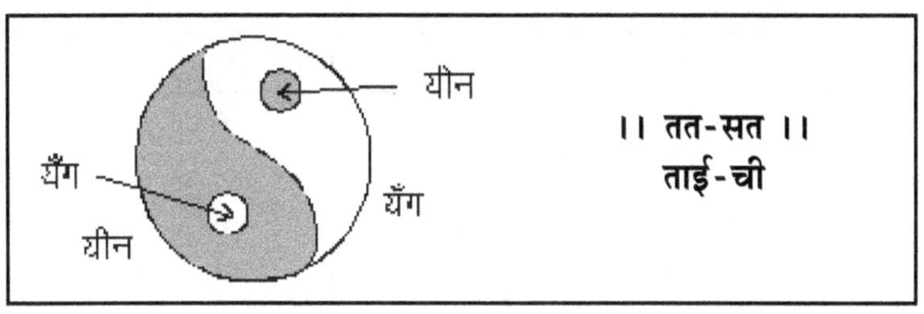

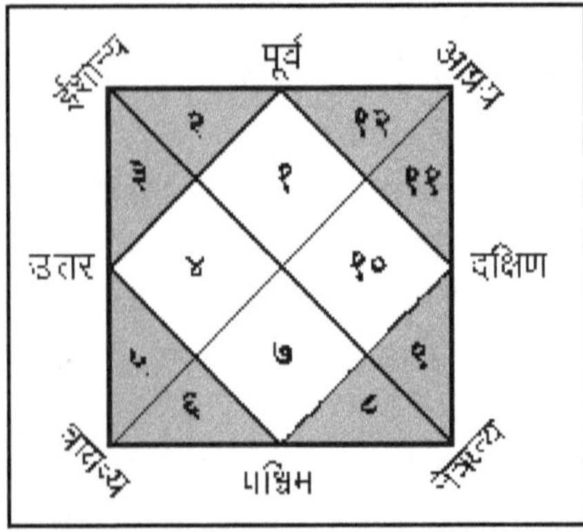

आकृती (२.४)

शेजारील नैसर्गिक कुंडलीत हे दिशावार पृथ्क्करण दिलेले आहे. सर्व माहिती नित्याचीच आहे; परंतु त्याकडे पाहण्याची नवीन कला अवगत होणे महत्त्वाचे आहे.

वास्तुशास्त्रानुसार दिशा व पंचमहाभूतांचा संबंध पुढील कोष्टकात दिला आहे.

।। उपदिशा - तत्त्व - राशी ।।   **आकृती (२.५)**

दिशा	तत्त्व	राशी	नाव
ईशान्य	जलतत्त्व	२ । ३	वृषभ । मिथुन
आग्नेय	अग्नितत्त्व	११ । १२	कुंभ । मीन
नैऋत्य	पृथ्वितत्त्व	८ । ९	वृश्चिक । धनु
वायव्य	वायुतत्त्व	५ । ६	सिंह । कन्या

येथेही जलतत्त्वाचा उदय पृथ्वी व वायू या विरोधतत्त्वातून होताना दिसतो. अग्नितत्त्वाचा उदय वायु व जलतत्त्वाच्या कुंभ व मीन राशींतून होताना दिसतो. पृथ्वितत्त्वाचा उदय जल व अग्नितत्त्वाच्या वृश्चिक व धनु राशींतून होताना दिसतो. वायुतत्त्वाचा उदय अग्नी व पृथ्वितत्त्वाच्या सिंह व कन्या राशींतून होताना दिसतो. प्रमुख दिशांत मात्र स्थिर तत्त्वोदय दिसून येतो.

।। मुख्य दिशा - राशी - तत्त्व ।।   **आकृती (२.६)**

दिशा	राशी	तत्त्व
पूर्व	मेष	अग्नी
उत्तर	कर्क	जल
पश्चिम	तूळ	वायु
दक्षिण	मकर	पृथ्वी

लग्नी असणाऱ्या मेष राशीतील शनीमुळे लग्न स्थान तर दूषित होतेच, त्याशिवाय तृतीय व दशम स्थानही दूषित होते. यात प्राणिक ऊर्जेचा संकोच होत असल्याने व्यक्तीसाठी जर आदित्य ऊर्जेची प्राप्ती होणारी वास्तुगृहरचना केल्यास या शनीचा वाईट प्रभाव निश्चितच कमी होईल. यासच प्रवाहपद्धती म्हणतात. पत्रिकेत जर चतुर्थ स्थानाची हानी होणारी ग्रहरचना असेल, तर वास्तुगृहरचनेत उत्तर दिशेची विशेष काळजी घेणे आवश्यक आहे. त्यासाठी रत्न, स्फटिक, रंग, जलतत्त्व, आरसे अशी अनेकविध पद्धतीने उत्तर दिशा वकसित करणे शक्य आहे.

'जीवोऽब्रह्मैव ना परः ।' किंवा *'यद् पिण्डे तद् ब्रह्माण्डे'* अशी व्याप्ती असल्याने वास्तू, घर, पत्रिका, प्रारब्ध एकाच सूक्ष्म धाग्याने जोडल्याचे अनेक उदाहरणांत दिसून येते. वास्तू व घर यातच फक्त बदल करणे संभवत असल्याने एकप्रकारे वास्तुशास्त्र हे एकमेव उपायशास्त्र माणसाचे हाती जीवन सुखमय करण्यासाठी आपल्या पूर्वजांनी दिलेले आहे.

|| **विस्तारित वास्तुपुरुष मंडळ**।।   आकृती क्र. (२.७)

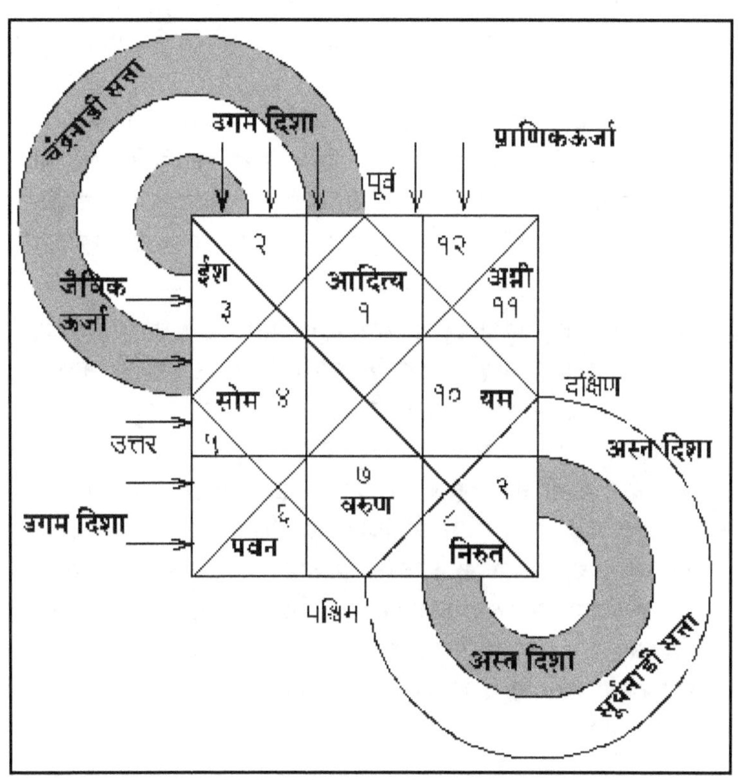

वास्तुशास्त्रातही उपदिशांमध्ये जैविक व प्राणिक अशा दोन्ही प्रवाहांचा प्रभाव दिसत असल्याने उपदिशांना अनन्यसाधारण महत्त्व आहे.

याबाबत इंग्लिश पद्धतीत उपदिशांना NE उत्तर-पूर्व, SE दक्षिण-पूर्व, NW उत्तर-पश्चिम; तर SW दक्षिण-पश्चिम असे समर्पक म्हटले आहे. नावावरूनच त्यात असणाऱ्या दोन प्रवाहांची खात्री आपणास पटते. तर आपल्या पद्धतीत मात्र नावावरून त्या प्रभागात होणारा तत्त्वोदय सांगितला आहे. एक प्रकारे प्राणिक ऊर्जेचा, आदित्य शक्तीचा लय करणारी, संकोच करणारी, शनीचे प्राबल्य दाखविणारी तूळ राशी पश्चिमेत आहे; तर जैविक ऊर्जेचे संपूर्ण विसर्जन करणारी, पृथ्वितत्त्वाची, शनीचे स्वगृह असणारी, भूमिपुत्र मंगळाचे उच्च प्राबल्य दाखविणारी मकर राशी दक्षिण दिशेत नैसर्गिक कुंडलीत प्रविष्ट आहे !

वरील सर्व विवेचनाचा आकृती क्र. २.७ मध्ये परामर्ष घेतला असून, त्यास विस्तारित वास्तुपुरुष मंडळ म्हणता येईल.

या सर्व विवेचनातून या पुस्तकात पुढे दिलेल्या रत्नाध्यायादी प्रकरणांचे रहस्य समजणार आहे. उपदिशांमध्ये दोन तत्त्वांचा सहभाग असून, प्रमुख दिशांमध्ये मात्र एकच प्रमुख तत्त्व आहे. त्यामुळे उपदिशा या अधिक संवेदनशील प्रभाग म्हणून वास्तुशास्त्रात मानल्या जातात.

वास्तुशास्त्रानुसार उत्तर व पूर्व या ऊर्जेच्या उगम दिशा असून, योगशास्त्रानुसार या दिशांवर चंद्र-ईडानाडीची सत्ता आहे. या नाडीच्या प्रवाहांमुळे स्थैर्य, क्षेम, मांगल्य, कल्याण व आयु या पंचपरमेष्टीची प्राप्ती होते, म्हणजेच उत्तर व पूर्वेच्या उगमशील स्पंदनांतून जीवनात योगक्षेम होतो. पूर्वेत प्राणिक ऊर्जेचा तर उत्तरेत

'यद् पिण्डे तद् ब्रह्माण्डे' या सूत्रानुसार भारतीय शास्त्रात सृष्टीचे व्यक्तीत प्रतिबिंब पाहून व्यक्तिविकासाचे दालन उभारलेले आहे. सृष्टीतील २७ मूलतत्त्वांत अवकाशातील २७ नक्षत्रांचे गुण शोधून सांख्यशास्त्र रचले गेले. काळपुरुषाच्या बारा राशींचेच प्रतिबिंब मूल कंद नाभी ते सहस्रार या बारा चक्रांत माणसाच्या शरीरात स्थापले आहे. उत्तर पूर्वेस चंद्रप्रवाह तर दक्षिण पश्चिमेस सूर्यप्रवाह या स्वरूपात वास्तुशास्त्रात हे स्वरूप सामावले आहे. वरील बहुव्यापक सर्वसमावेशक सूत्राच्या अध्ययनातून दर्शनशास्त्राच्या पाच उपांगांचा विस्तार झाला आहे. सृष्टीच्या सूक्ष्म स्वभावाचे व स्थूल आविष्काराचे लघुस्वरूप व्यक्तीत व व्यक्तीभोवती निर्माण करणारे वास्तुशास्त्र हे दिव्य रसायन आहे.

जैविक ऊर्जेचा उगम आहे. ज्योतिषशास्त्रातही पूर्वेस रवीचे उच्चस्थान तर उत्तरेस चंद्राचे स्वगृह आहे. म्हणजेच आत्मा व मन यांना सांधणाऱ्या या दोन देव दिशा आहेत. वास्तुशास्त्रानुसार पूर्वेस आदित्य तर उत्तरेस सोमदेवतेचे आधिष्ठान असून, ज्ञान व सद्भावना यांचेच द्योतक या देवता आहेत. सर्वसाधारणपणे ज्याच्या पत्रिकेत रवी किंवा लग्नेश दूषित असतो त्याच्या घरातही पूर्वेसच दोष सापडतो. ज्याच्या पत्रिकेत चतुर्थ स्थान बिघडलेले असते त्याच्या घरातही उत्तरेत दोष दिसून येतो. उदाहरणार्थ, ज्याच्या लग्नी वा चतुर्थात शनी असतो तो शनी संकोचकारक असल्याने उत्तर व पूर्व दिशेस व्याधी निर्माण करतो. बऱ्याच वेळा पूर्व व पश्चिम तसेच उत्तर व दक्षिण या उगम व अस्त अशा प्रवाह गुणांवरून ठरल्याने पश्चिमेतील अधिक दोष पूर्वेच्या गुणात दोष निर्माण करताना दिसून येतात. जन्मपत्रिकेतही १८० अंशावर असणाऱ्या परिस्थितीवरून त्या स्थानाचे महत्त्व वर्णन केले जाते. स्व-स्थानापासून सातव्या स्थानी प्रत्येक ग्रह निर्बली असतो; कारण त्याच्या उगमापासून तो अस्त प्रभागात पडल्याने निर्बली ठरतो. वास्तुशास्त्रात या प्रवाह पद्धतीचे असाधारण महत्त्व आहे. पूर्वेकडून पश्चिमेकडे प्रवाहित होणारी प्राणिक ऊर्जा पूर्व वा पश्चिम कोणत्याही दिशेतील दोषामुळे खंडित होऊ शकते. उत्तरेकडून दक्षिणेकडे प्रवाहित होणारी जैविक ऊर्जा उत्तरेबरोबरच दक्षिण दिशेतील दोषांमुळेही खंडित होऊ शकते. त्यामुळेच दिशांचा विचार करताना वास्तुशास्त्रात द्वंद्व अत्यंत महत्त्वाचे आहे. ज्याप्रमाणे ज्योतिषशास्त्रात १८० अंशावर सर्व ग्रह पूर्ण दृष्टीने पाहतात त्याप्रमाणेच वास्तुशास्त्रातही ही प्रवाहपद्धती महत्त्वाची आहे.

एकप्रकारे पाहता अनुवंशिक गुणसूत्रे व पूर्वकर्मसंस्कार या दोन्हीही गोष्टींचे माणसास स्वातंत्र्य नाही; परंतु आपल्या सभोवतालच्या वातावरणात आपल्या बुद्धी, प्रज्ञेच्या जोरावर, संकल्पाच्या ठामपणावर आणि श्रद्धेच्या सत्त्वावर वास्तुभवन शास्त्रानुसार श्रेष्ठ संस्कार करून, समष्टीशी ईश्वरीय नाते जोडून 'स्व'चा भाग्योदय, जिवाचा शिवाशी संबंध आणि मनाचा गगनाशी योग घडवू शकतो. तीन पर्यायांपैकी माणसाच्या हातात असणारा, भाग्य पालटवू शकणारा असा एकमेव मार्ग म्हणजे वास्तुशास्त्र म्हटल्यास अतिशयोक्ती होणार नाही.

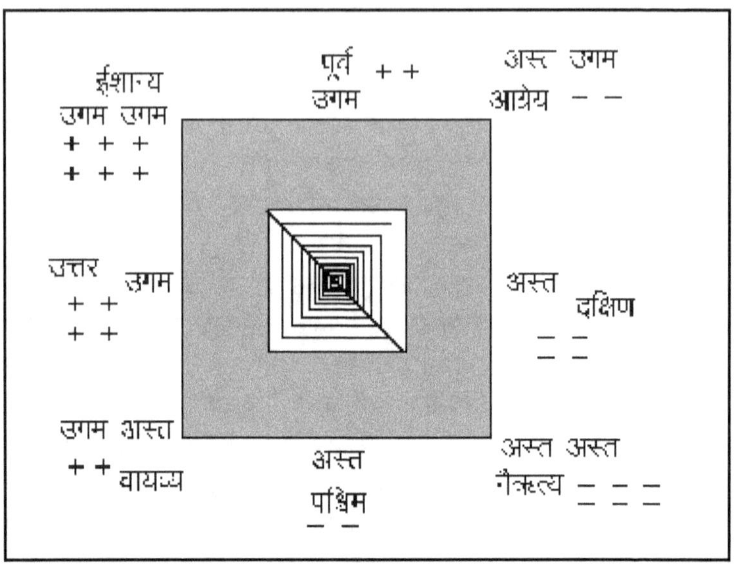

उत्तरेची ऊर्जा एकदिश आहे. उत्तर ऊर्जेची उगम दिशा आहे, अशा दोन गुणांमुळे उत्तर दिशेस +४ गुण दिले आहेत; तर पूर्वेस ऊर्जा बहुदिश सूर्याप्रमाणे आहे; पण पूर्व ही ऊर्जेची उगम दिशा आहे. या एकमात्र गुणामुळे पूर्व दिशेस +२ गुण दिले आहेत.

१८० अंशावर निर्बल किंवा अस्त दिशा असल्याने पश्चिम (-२) तर दक्षिण (-४) गुण दाखविले आहेत. ईशान्य दिशेत उत्तर + पूर्व म्हणजे (+६) गुण तर नैऋत्येत १८० अंशावर (-६) गुण दाखविले आहेत. आग्नेय दिशेत पूर्व + दक्षिण = (-२) गुण तर वायव्येत उत्तर + पश्चिम = (+२) गुण दिसून येतात.

ज्योतिषशास्त्रात सूर्यप्रवाहास अनुसरून ज्यास उदित प्रभाग म्हणतात त्यालाच चंद्रनाडी प्रवाहानुसार अनुदित प्रभाग म्हणतात, तर ज्योतिषात ज्यास आपण अनुदित प्रभाग म्हणतो त्यास वास्तुशास्त्रात चंद्रप्रवाहामुळे उदित प्रभाग म्हणतात.

ज्योतिषशास्त्रानुसार पश्चिम व दक्षिण क्षितिजावर मंदगती ग्रह असता पूर्व व उत्तर क्षितिजावर असणाऱ्या जलदगती ग्रहाची पौर्णिमा होते. याच सिद्धांतानुसार पश्चिम व दक्षिण प्रभागात जडत्व असता उत्तर व पूर्व प्रवाहांना प्राबल्य प्राप्त होते व उत्तर-पूर्वेच्या स्नेहमय चंद्रप्रवाहांमुळे त्या वास्तूत स्थैर्य, क्षेम, आयु, मांगल्य व कल्याण यांची प्राप्ती होते. ऊर्जेचा जिथे जिथे ऋणप्रभाग आहे तिथे तिथे जडत्वाची मात्रा उपयोगात आणून, धन ऊर्जेस एकप्रकारे प्राबल्य प्राप्त करून देणारी अशी

वास्तुविद्या आहे. यीन आणि यँग समान ऋण व धन ऊर्जांनी बद्ध असेच वास्तुक्षेत्र असते. त्यातील धन ऊर्जांची बेरीज व ऋण ऊर्जांना वजा करणे म्हणजेच वास्तुशास्त्र होय. त्यामुळेच रत्नाध्यायादी प्रकरणांमध्ये शनी, राहू, केतूच्या रत्नांचा वापर दक्षिण - पश्चिम प्रभागात करून ऋण ऊर्जांना नियमित केले जाते; तर बुध, मंगळ, चंद्राची रत्ने उत्तर - पूर्व प्रभागाला अधिक संप्रेरित करण्यासाठी उपयोगात आणली जातात.

• • •

योगशास्त्रात प्राण आणि अपान, वास्तुशास्त्रात सोम व यम, ज्योतिष-शास्त्रात योग व वियोग, संगीतशास्त्रात स्वर आणि ताल; तर आयुर्वेदात शीत व उष्ण असा सर्व द्विऊर्जापद्धतीचाच खेळ आहे. शिव आणि शक्तीचीच विविधांगी रूपे व नामे प्रतीकात्मक आविष्कारात वेगळी दिसतात; पण तशी नसतात.

द्वादश स्थाने

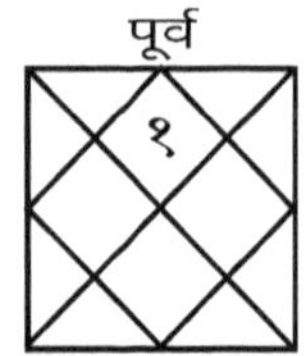

आपल्या सभोवतालच्या अंतरिक्षाचे समान बारा भाग पाडल्यास प्रत्येक भाग ३० अंशाचा होतो. हेच ते पत्रिकेतील एक स्थान होय. सूर्याची बारा नावे, ऊर्जेचे एकूण बारा प्रकार आणि पत्रिकेतही बाराच घरे असतात. प्रत्येक ३० अंशाच्या कोनातून येणाऱ्या ऊर्जेची एक विशेष खासीयत आहे. व्यक्तीशी एक विशेष नाते आहे. प्रत्येक कोनातून काय प्राप्त होणार आहे हेही ठरलेले आहे. (आकृती क्र. ३.१ पाहा). प्रत्येक व्यक्तीच्या कुंडलीत त्या कोनातून ते किती, कसे व कधी प्राप्त होणार याचे गणित मांडणारे शास्त्र म्हणजे ज्योतिषशास्त्र होय. तर या प्राप्तीत येणारे अडथळे दूर करून त्या शुभफळाची हमखास प्राप्ती करून देणारे शास्त्र म्हणजे वास्तुशास्त्र होय ! एकप्रकारे ही दोन्हीही शास्त्रे परस्परपूरक आहेत. ज्योतिषशास्त्राचे ज्ञान हे वसिष्ठ गोत्राचे आहे तर वास्तुशास्त्राचे ज्ञान हे *'धियोऽयोनः प्रचोदयात् ।'* ही गर्जना करणाऱ्या प्रतिसृष्टी निर्माण करणाऱ्या विश्वामित्र गोत्राचे ज्ञान आहे. एकप्रकारे पाहता ज्योतिष हे ज्ञान आहे तर त्या ज्ञानास प्रवाही करणारे प्रज्ञान - योजना म्हणजे वास्तुशास्त्र होय!

व्यक्तीच्या कुंडलीत जर लग्नी जलराशी असेल तर सर्वसाधारणपणे पूर्वप्रवाह बरे असतात. जर या जलराशीत रवी, चंद्र, शुक्र वा गुरू असतील तर त्या व्यक्तीच्या वास्तूत निश्चितच पूर्व प्रभागात श्रेष्ठ उच्च गुण दिसून येतात. याउलट जर चतुर्थात पृथ्वी राशी असेल आणि शनी वा राहूसमान आकुंचक स्फोटक ग्रह चतुर्थात असेल तर त्या व्यक्तीच्या वास्तूत उत्तर प्रभागात महादोष दिसून येतात. षष्ठ स्थानात राहू-मंगळासमान जलराशीत युती असेल तर हमखास वास्तूत वायव्य दोष, वायव्य वाढीव अशी परिस्थिती दिसून येते. सर्वसाधारणपणे जर कालसर्पयोग कुंडलीत असेल तर नैर्ऋत्येस विहीर, नैर्ऋत्य कट, वास्तुभवनाचे अक्ष फिरलेले असणे असे महादोष दिसून येतात.

> दक्षिण, नैर्ऋत्य, पश्चिम या दिशांचे गटात पर्वतराई असता असा प्रभाग ईशान्य या देवदिशेस सामोरा जातो. तर आग्नेय, दक्षिण, नैर्ऋत्य दिशांना डोंगर असता असा प्रभाग सोम या देवतेचा प्रसाद पावतो आणि दक्षिण, पश्चिम, उत्तर प्रभागात डोंगर असता असा प्रभाग आदित्य शक्ती प्राप्त करतो. चारही दिशांना डोंगर असता कुंभ होऊन मध्य प्रभागात शांती व चैतन्यामुळे अशी जागा मंदिर, आश्रमास चांगली असते.

'यद् पिण्डे, तद् ब्रह्माण्डे' या न्यायाने पत्रिकेतील दिशास्वरूप वास्तुभवनातही त्याच पद्धतीने प्रत्ययास येताना दिसते. सप्तमात शनी असता 'उदरात शनी' या

न्यायाने पश्चिमेचा संकोच, पश्चिमेस जडत्व असा शुभसंकेत दिसून येतो. चंद्र बिघडलेला असता चंद्र हा नैसर्गिक उत्तर दिशेचे नेतृत्व करीत असल्याने उत्तर दिशेत बऱ्याचदा दोष दिसून येतो.

एकूण पत्रिकेवरून आपण त्या व्यक्तीच्या वास्तूतील काही महादोष तर निश्चितच सांगू शकतो; परंतु त्यासाठी वास्तुशास्त्राची एक विशेष शब्दार्थ संकल्पना पूर्ण समजणे आवश्यक आहे.

वास्तुक्षेत्र आकार आणि ज्योतिषशास्त्र :

वास्तुपुरुषावर आखलेल्या कुंडलीनुसार वास्तूला जेव्हा एखाद्या कोपऱ्याला कट्स किंवा एखादा कोपरा वाढीव असा असेल तर त्या कोपऱ्याच्या कारकत्वाप्रमाणे त्या वास्तूपासून मिळणारे फायदे किंवा तोटे खाली सांगितल्याप्रमाणे अनुभवास येतील.

वाढीव कोपरा असलेली वास्तू :

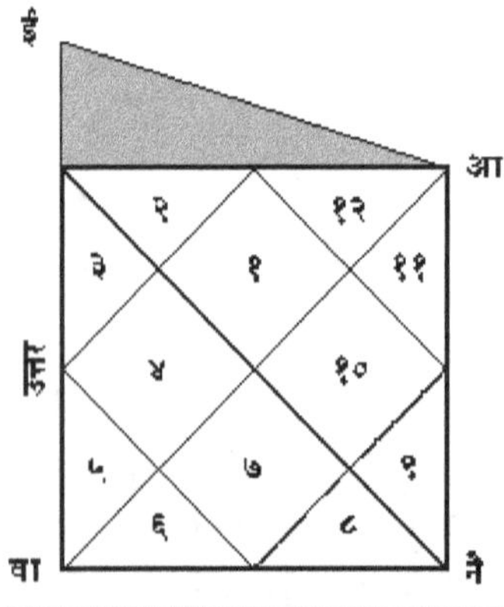

या ठिकाणी धन स्थान व लग्न स्थानाची वृद्धी झाल्यामुळे या बाबतीत आर्थिक स्थिती उत्तम राहील. आरोग्य लाभेल. धनसंचय होईल. कुटुंबसुख उत्तम मिळेल.

भाग्यकल्प : आकाशतत्त्व घटनासिद्ध आहे. घटनांची बीजे नैसर्गिक ऊर्जा प्रवाहांसह वाहतात. नैसर्गिक ऊर्जाप्रवाह दोन आहेत. एक उत्तरेकडून दक्षिणेकडून वाहणारी जैविक ऊर्जा तर दुसरी सूर्यासह वाहणारी प्राणिक ऊर्जा होय. ज्या व्यक्तीस हे दोन ऊर्जाप्रवाह कुठल्याही अडथळ्याशिवाय, घर्षणाशिवाय, विरोधाशिवाय प्राप्त होतात त्याचे जीवनात घटनांची बीजे रुजतात, फुलतात व फळतात. यासच 'भाग्यकल्प' म्हणतात. थोडक्यात, नैसर्गिक ऊर्जाप्रवाह संशुद्ध व प्रस्फुरित करणारी नियमावली म्हणजेच वास्तुशास्त्र होय !

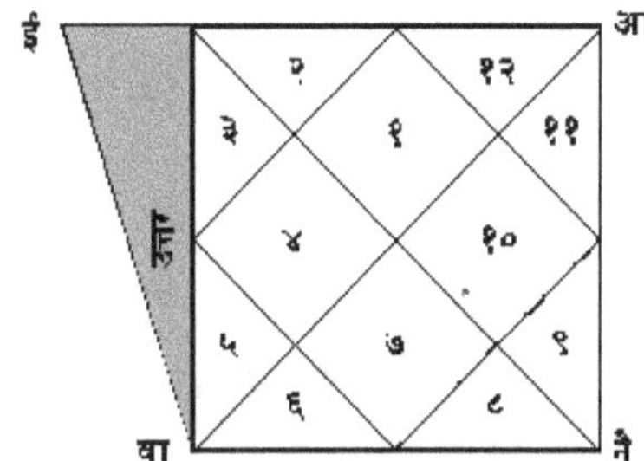

येथे धन स्थानात, तृतीय स्थानात, चतुर्थ व पंचम स्थानाची वृद्धी झाल्यामुळे या बाबतीत आर्थिक स्थिती उत्तम राहील. भावंडांचे सौख्य लाभेल. संततिसौख्य व वाहनसौख्य चांगले लाभेल.

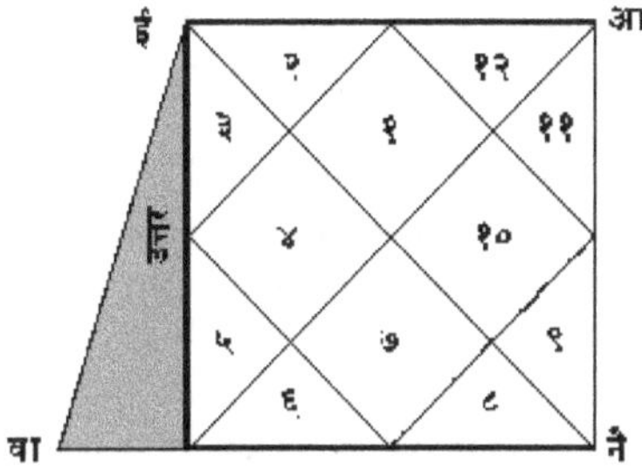

या ठिकाणी षष्ठ स्थान या अशुभ स्थानाची व पंचम स्थानाची वृद्धी झाल्यामुळे आरोग्याच्या तक्रारी राहतील. शत्रूपासून तसेच नोकरांकडून नुकसान होईल. प्रत्येक कामात अडथळे निर्माण होतील. संततिसौख्य, वाहनसौख्य बरे राहील.

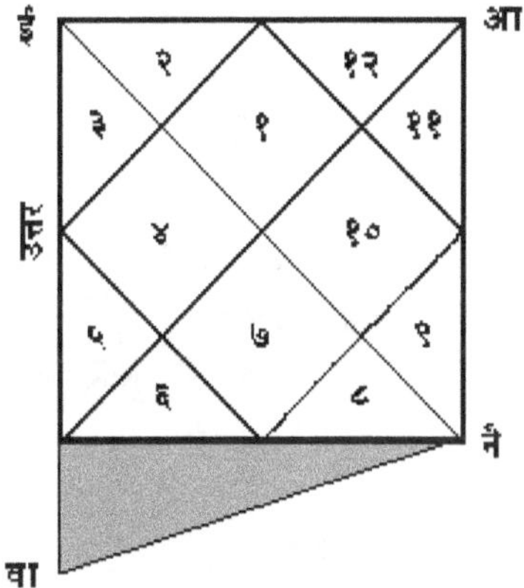

षष्ठ, सप्तम व अष्टम स्थानाची वृद्धी झाल्यामुळे आरोग्याच्या तक्रारी राहतील. नोकरी व शत्रूपासून अपघात होतील. गुप्तधन मिळेल.

दक्षिणेच्या भिंतीस लागून दगडी चौरंगावर उत्तरेस उघडणारी तिजोरी ठेवावी. त्यावर तांब्याचे भौमयंत्र लावावे. तिजोरीवर आदिलक्ष्मीचे प्रतीक असा दगडी हत्ती चांदीचे दागिने, पिवळी झूल व सोंडेत कमळ अशा मुद्रेचा ठेवावा.

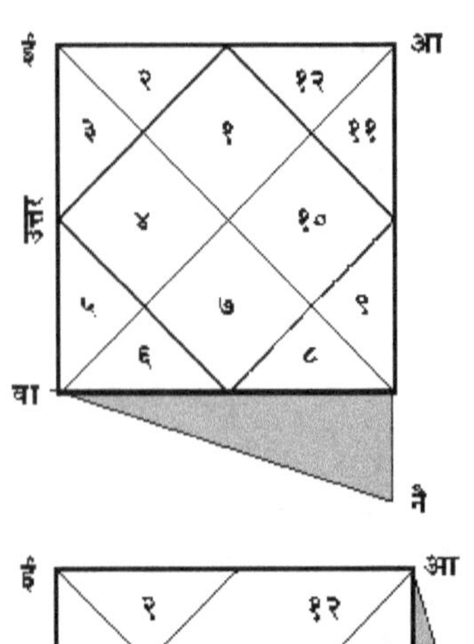

या ठिकाणी
सप्तम आणि
अष्टम स्थानाची
वृद्धी झाल्यामुळे
पत्नीसुख, कोर्ट कज्जे,
मृत्युस्थानास अनुलक्षून
दोष दिसतील.

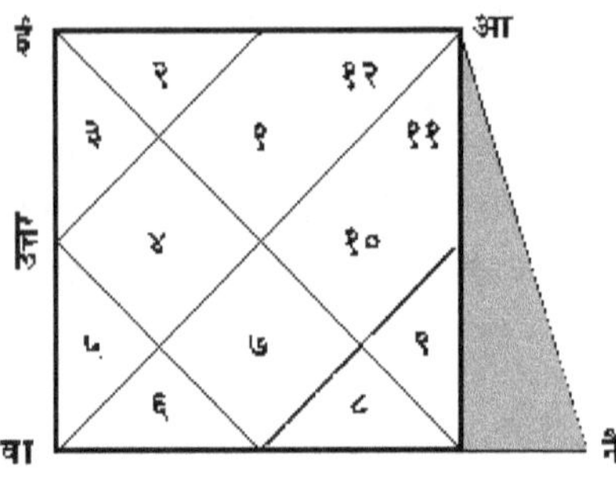

या ठिकाणी
नवम आणि
दशम स्थानाची
वृद्धी झाल्याने
या स्थानांना
अनुलक्षून विपरीत
परिणाम दिसतील.

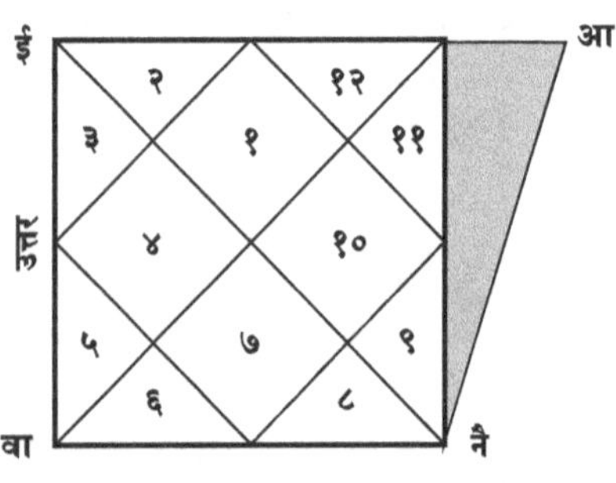

या ठिकाणी
दशम आणि
एकादश स्थानाची
वृद्धी झाल्याने
या स्थान कारकत्वानुसार कटकटी
निर्माण होतील.

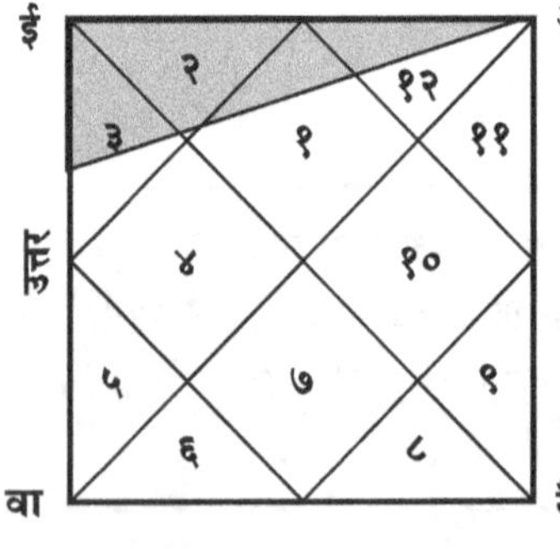

ईशान्य कट

या ठिकाणी व्यय आणि प्रथम स्थानाची हानी झाल्याने त्यानुसार त्रास होईल. या ठिकाणी धन स्थानाची हानी झाल्यामुळे या बाबतीत आर्थिक ओढाताण राहील. कौटुंबिक प्रश्न निर्माण होतील. आरोग्याच्या तक्रारी राहतील.

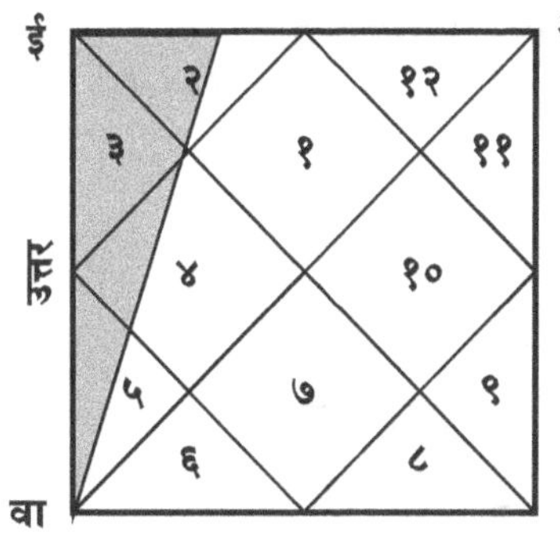

या ठिकाणी धन स्थान, तृतीय, चतुर्थ व पंचम स्थानाची हानी झाल्यामुळे आर्थिक नुकसान होईल.

भावंडांशी पटणार नाही. वाहन व घरापासून क्लेश निर्माण होतील.

मातृसौख्य कमी, संततिसौख्याबाबत चिंता राहील.

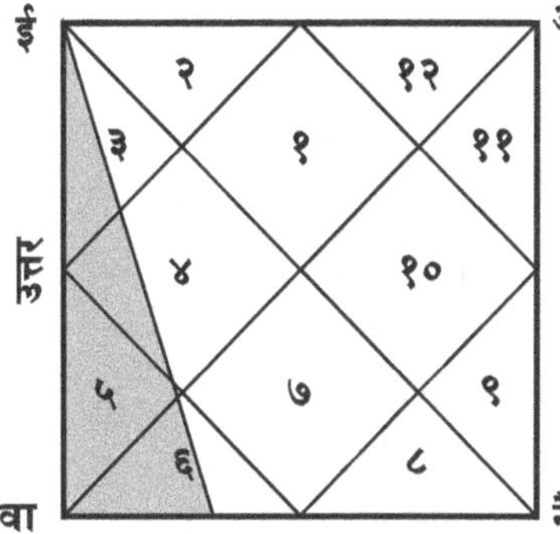

वायव्य कट -

या ठिकाणी तृतीय व पंचम स्थानाची हानी झाल्यामुळे संततिसौख्य व वाहनसौख्याची हानी भावंडांकडून होईल. आरोग्य उत्तम राहील. मानसिक असमाधान राहील.

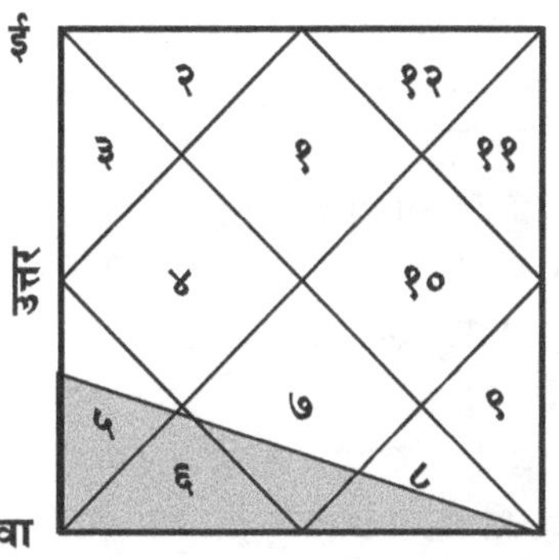

नैर्ऋत्य कट –

षष्ठ, सप्तम व अष्टम स्थानाची हानी झाल्यामुळे कोर्टकचेरीमध्ये अपयश मिळेल.

वैवाहिक सौख्यात अडचण राहील. संततिसौख्याची हानी होईल.

दुर्गायंत्र, श्रीयंत्र, शिवयंत्राची योजना : जाड काचेवर कोरून घरात लावावी. प्रकाशावर या दिव्य रचनेचा संस्कार होऊन वातावरणात शुभलहरींचा संचार क्षेम-सुख देतो. सर्व यंत्रे मंडलाकार संरचनेमुळे प्रकाशावर प्रणवाचा संस्कार करून वातावरणातील दोष कमी करतात.

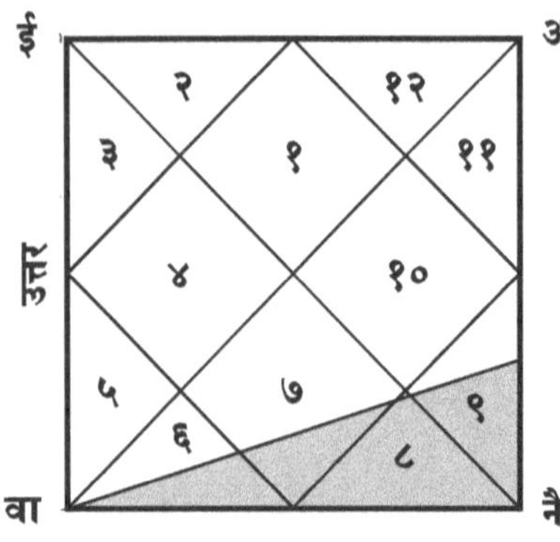

नैर्ऋत्य कट -
सप्तम व अष्टम स्थानाची
हानी झाल्याने
त्यानुसार
कारकत्व व
परिणाम
दिसून येतील.

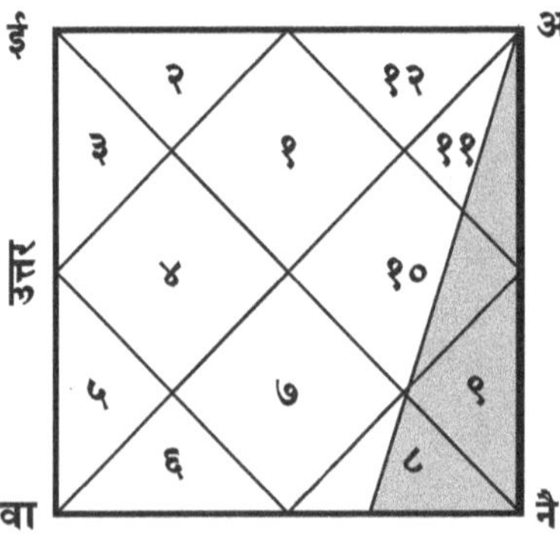

नैर्ऋत्य कट –
नवम व दशम स्थानाची
हानी झाल्याने
त्यानुसार
कारकत्व व
परिणाम
दिसून येतील.

ईशान्य : उत्तर व पूर्व या दोन्ही उगम दिशांच्या ऊर्जेचा संगम या दिशेत आहे. पूर्वेस आदित्य विष्णुस्वरूप तर उत्तरेस लक्ष्मी कुबेरस्वरूप आहे. एकप्रकारे शिव-शक्ती संगमाचे जैविक व प्राणिक ऊर्जेच्या संगमाचे तीर्थस्थान या दिशेस आहे. वास्तुपुरुष मंडलात या दिशेस 'ईश' देवतेचे अधिष्ठान आहे. जलतत्व स्फटिक, मोती, आरसा, संगमरवर, कमीतकमी वजन, श्वेतवर्ण, देवघर, शिवाचे स्थान, ऊर्जेची प्रमुख उगम दिशा, शिवशक्ती समागम, बुद्धी, पावित्र्य, संकल्प, प्रार्थना, साधना, सुगंध, चंदन, आकाशतत्व, प्रकाशतत्व अशा बहुविध दृष्टीने या दिशेस सर्वश्रेष्ठत्व आणि सम्राज्ञीस्वरूप आहे. उत्तरेस उत्तर आहे तर त्या उत्तराची पूर्ती व प्रसाद ईशान्य दिशेत आहे. स्थैर्य, क्षेम, आयु, मांगल्य व कल्याण या पंचपरमेष्ठीची प्राप्ती ईशान्य प्रसादात आहे.

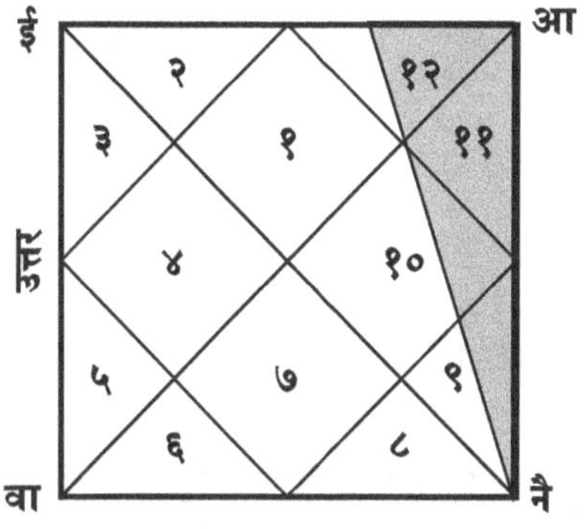

आग्नेय कट -
दशम आणि
एकादश स्थानाची
हानी झाल्याने
त्यानुसार
परिणाम
भोगावे लागतील.

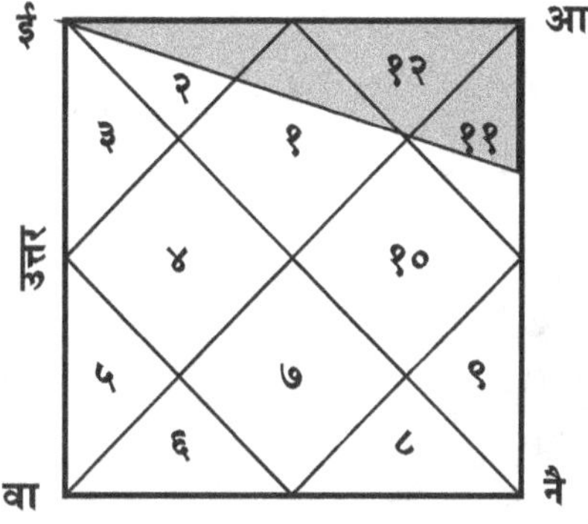

आग्नेय कट -
व्यय आणि
लग्न स्थानाची
हानी झाल्याने
त्यानुसार
परिणाम
भोगावे लागतील.

• • • •

दिक्काळ : या जोडशब्दात दिशेच्या अंगाने वास्तुशास्त्राचा विस्तार झाला आहे तर काळाच्या अंगाने ज्योतिषशास्त्राचा विस्तार झाला आहे. प्रतिपदा ते पंचमी हा पाच तिथींचा काळ त्यांच्या गुणावगुणानुसार नंदा, भद्रा, जया, रिक्ता व पूर्णा या पाच नावांनी पूर्ण होतो व काळाचे एक चक्र पूर्ण होते. तर नंदा=आग्नेय, भद्रा=नैर्ऋत्य, जया=वायव्य, रिक्ता=ईशान्य अशा चतुष्कोनाकृती पृथ्वितत्त्वाचे आविष्कारात वास्तुब्रह्मात पूर्णेचे आकाशतत्त्व आपोआपच नांदते. दिशांना ऊर्जेच्या माध्यमातून देवतानिधान जोडले आहे. तर काळास घटनांच्या प्रवाहातून मुहूर्तविधान जोडले आहे. जीवनाचे एक मंडल पूर्णेचे चैतन्य भोगण्यासाठी दिक्काळ या संज्ञेच्या नियमाने बांधणे आवश्यक आहे. दिक्काळ या जोडसंज्ञेवरच वास्तु-ज्योतिष या विषयाची मुहूर्तमेढ स्थापण्याचा या पुस्तकात प्रयत्न केला आहे.

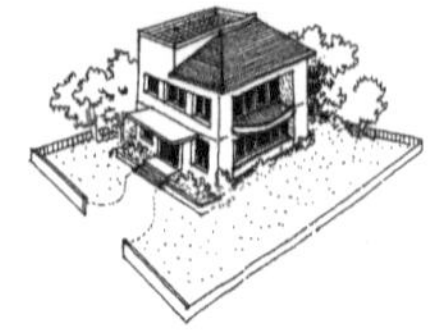

शब्दार्थ, संकल्पना
आणि उपचार

४.१ पूर्व बंद असणे किंवा पूर्व जड असणे :

पूर्वेस टेकडी असता, पूर्व बंद असता, पूर्व भागात जिना वा टॉयलेट असता, पूर्वेस कमी मोकळी जागा असून पश्चिमेस अधिक मोठे अंगण असता, अशा सर्व परिस्थितीत पूर्व बंद असणे किंवा पूर्व जड असणे असे म्हणतात.

जमिनीचा उतार पश्चिमेस असणे　　　　　**आकृती क्र. (४.१)**

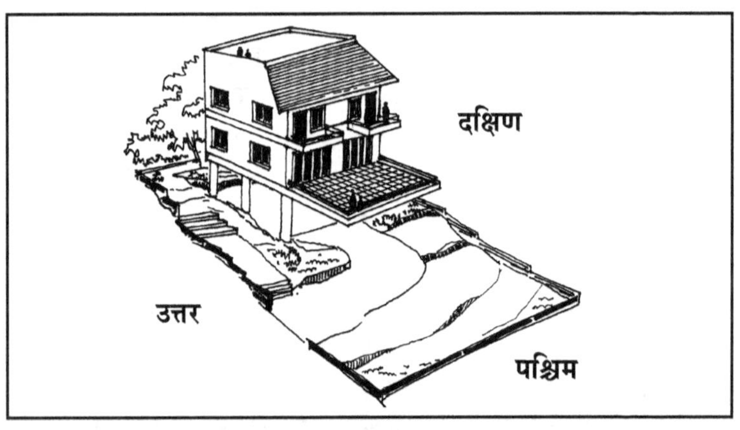

घर पूर्वखंडात असणे　　　　　**आकृती क्र. (४.२)**

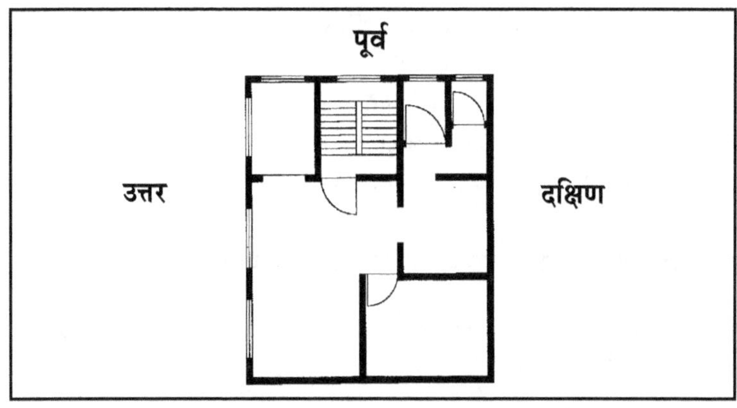

आकृती क्र. ४.१, ४.२ आणि ४.३मधील तीनही प्रकारांत असणाऱ्या परिस्थितीत 'पूर्व जड असणे' ही परिभाषा वापरता येईल. अशा स्थितीत बहुधा लग्नी नीच शनी, चतुर्थात शनी व लग्नी राहू, लग्नेश व्ययस्थानी असणे, लग्नेशावर दोन पापग्रहांची दृष्टी असणे, लग्नेश बिघडणे, रवी बिघडणे अशी विविध प्रकारची स्थिती पत्रिकेत पाहायला मिळते. अशा वेळी त्या व्यक्तीस आदित्य प्रवाह प्राप्त करून देण्यासाठी विविध उपाययोजना अमलात आणणे आवश्यक असते. अशा वेळी उत्तर-पूर्व प्रवाहांना प्रभावशाली करण्यासाठी गुरू, रवी वा चंद्र या ग्रहांची उपासना करावी. त्यांची रत्ने विविध प्रकारे उपयोगात आणावी. वरील रवी, चंद्र, गुरू ग्रहांची यंत्रे उत्तर - पूर्व भिंतीवर लावावीत. त्या व्यक्तीस चांदीच्या भांड्यात सुवर्ण उकळून एक चतुर्थांश करून अंशपोटी पिण्यास सांगावे. सूर्यास अर्घ्यदान, सौरसूक्ताचे पठण, आदित्य हृदयाचे वाचन हे उपायही उपयोगी पडतील. पूर्व दिशेस असणाऱ्या वटवृक्षाचे महत्त्व असाधारण असल्याने पूर्व दिशेस वटवृक्षाचे बोनसाय ठेवावे. उत्तर व पूर्व दिशा प्रवाही करण्यासाठी या प्रभागात श्वेत संगमरवराची फरशी बसवावी व त्याखाली १०/१५ ग्रॅम चांदी सोमवारी सकाळी ६ ते ७ या वेळात पुरावी. पूर्व प्रभागात रवीचे माणिक रत्न व मंगळाचे पोवळे जमिनीखाली पुरावे. जमिनीखाली पूर्व प्रभागात ताम्रधातूची धारणा आदित्य प्रवाहांना चालना देते. पूर्व प्रभागात स्फटिक, कारंजे, आरसे, चकचकीत रंगसंगती, झुंबर, लाकडाचे पॅनेलिंग करूनही पूर्व प्रवाही करणे सहजशक्य आहे. पूर्व प्रभागात लाकडाच्या पवन-निनादिका (wind chymes) बसवाव्यात. योगोपचाराने मन, चित्त, बुद्धीच्या अंतरअवकाशात पूर्वआदित्य प्रवाह प्राप्त होतात. ग्रहाचे रत्नधातू वापरून व्यक्तीच्या तेजोवलयात चैतन्य प्रवाही होते, तर बाह्यभवनातील रत्ने, आरसे, स्फटिक, झुंबरे आदी उपाय- योजनांमुळे त्या योगमय ऊर्जेचा क्षेम होतो. त्या योगमय ऊर्जेस अक्षयत्व प्राप्त होते.

पूर्व बंद असणे म्हणजे लग्नेश किंवा लग्न स्थान बिघडणे. या न्यायाने व्यक्तीच्या प्रथम 'तनु' स्थानावर विपरीत परिणाम दिसून येतात. त्या व्यक्तीची महत्त्वाकांक्षा, तेज, स्फूर्ती, चैतन्य, स्वभाव, बुद्धी यातच क्षती होत असल्याने वास्तुभवनातील वरील उपायांपासून, योगमार्गातील वरील उपचारांतून त्या व्यक्तीस एक वेगळे सौरआकाश प्राप्त होते व त्यापासून त्याच्या जीवनात एका अर्थाने भाग्यकल्पच होतो.

पूर्व बंद असता साधारणपणे पुढीलप्रमाणे ग्रहरचना दिसून येते.

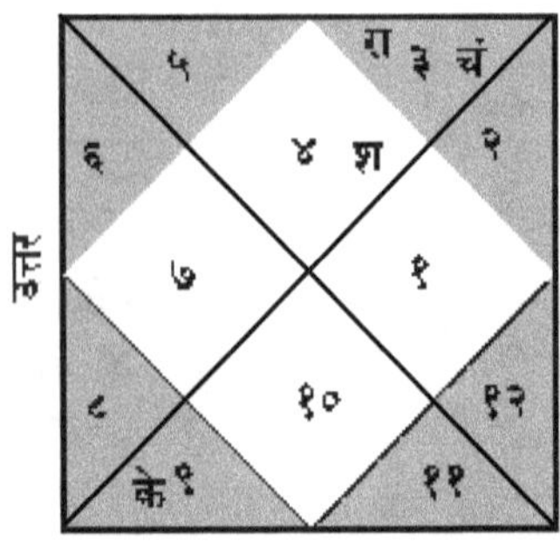

पत्रिकेप्रमाणे लग्नी सप्तमेश, अष्टमेश शनी व लग्नेश चंद्र व्ययात राहून युक्त आहे. कर्क राशी जलततत्त्वाची असली तरी तिचा अष्टमेश शनीने पूर्ण संकोच झालेला आहे. तर लग्नेश व्ययात राहून पूर्ण बिघडलेला आहे.

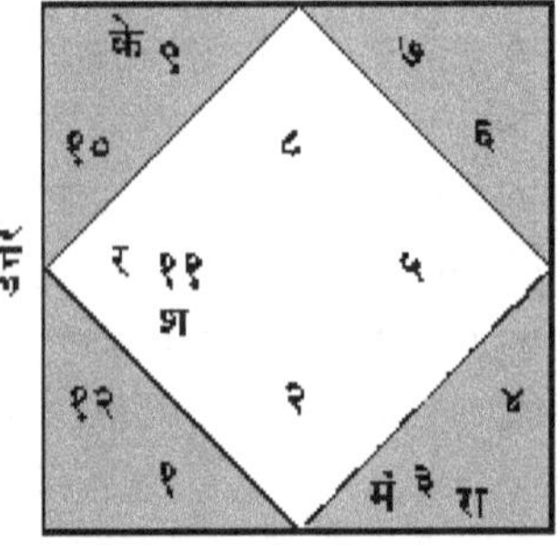

पत्रिकेप्रमाणे लग्नेश मंगळ अष्टमात बुधाच्या राशीत राहून युक्त असल्याने बिघडला आहे. पूर्वेचा आदित्यकारक रवीही शनीने बिघडला आहे व निर्बली आहे.

पूर्वा : 'प्राच्यै दिशे इंद्राय नमः ।' असे सूत्र आहे. प्राची म्हणजे पूर्वा! ज्या दिशेतून चिती प्रसवते ती पूर्वा ! धर्मशास्त्रात येथे इंद्रदेवता, वास्तुशास्त्रात आदित्य देवता, ज्योतिषशास्त्रात मंगळाचे महत्त्व तर ऐन्द्री गजसमारूढ सूत्रानुसार गजाचे महत्त्व पूर्वेस आहे. फेंगशुईतील निसर्गचक्राचा प्रारंभच पूर्वेस असून तेथे वृक्षास महत्त्व दिले आहे. ब्राह्ममुहुर्तात रवीचे आदित्य स्वरूप असताना तो पूर्वेच्या अंगणात असतो. सूर्याचे सर्वश्रेष्ठ शक्तिमय स्वरूप पूर्व दिशेतच दिसून येते. स्वभाव व्यक्तिमत्त्व, बुद्धिमत्ता, संस्कार, धर्मशीलता, नवउपक्रम या साऱ्यांची मालकी या दिशेकडे आहे.

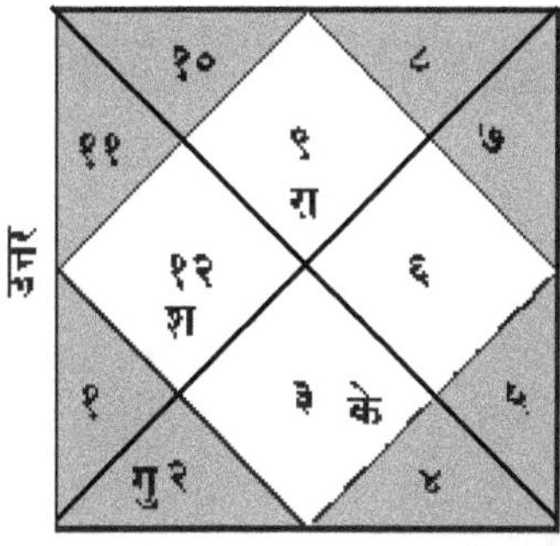

पत्रिकेप्रमाणे पाहता लग्नी बिघडलेला राहूच पूर्वदोषास पुरेसा आहे. बऱ्याच कुंडल्यात हा राहू पूर्व प्रभागात कत्तलखाना, रासायनिक प्रदूषण वा मोठा ट्रॉन्सफॉर्मर असे दोष निर्माण करतो. लग्नेश गुरू षष्ठात शुक्राच्या व पृथ्वीतत्त्वाच्या राशीत जखडला गेला आहे.

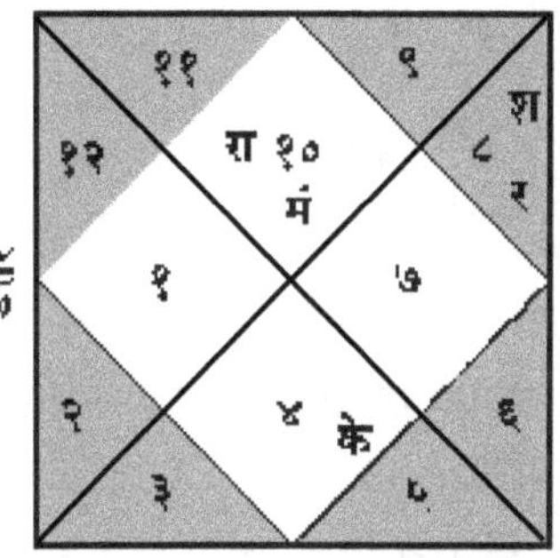

पत्रिकेप्रमाणे पाहता लग्नेश शनी वृश्चिकेत रवीयुक्त हीन स्थितीत आहे तर लग्नी मकरेतील राहू-मंगळ युती बोलकी आहे. त्यावर शनीची तिसरी दृष्टी पूर्व कारकत्वात अधिक हानी निर्माण करते.

४.२ पश्चिम हलकी असणे वा पश्चिम प्रवाही असणे :

छपराचा उतार पश्चिमेस असता, पश्चिमेस बाल्कनी असता, पश्चिमेस विहीर, बोअरिंग, अंडरग्राऊंड वॉटर-टँक असता, पश्चिमेचे अंगण मोठे असता, पश्चिमेस मोकळा प्लॉट असता, पश्चिम उतारावर घर असता, अशा परिस्थितीत पश्चिम हलकी आहे वा पश्चिम प्रवाही आहे असे म्हटले जाते.

घरात कुठल्याही दिशेस मुख करून उभे राहिल्यास डावी बाजू चंद्र नाडी तर उजवी बाजू सूर्यनाडी होय. म्हणजेच डावीकडे जलतत्त्व तर उजवीकडे अग्नितत्त्व होय. या व्यक्तीच्या संदर्भाचाच विकास वास्तुशास्त्रात घटबिंब सिद्धांतानुसार केला आहे. म्हणून कोणत्याही घरात उजवीकडे स्वयंपाकघर तर डावीकडे मोरी व सांडपाणी याची जागा निश्चित केली आहे. वरील नाडीसिद्धांतास अनुसरून या अग्नी व पाणी यांच्या जागा वास्तुशास्त्रात श्रेष्ठ गुण प्राप्त करून देतात. जन्मपत्रिकेतही उजवा दक्षिण उदित गोलार्ध तर डावा उत्तर अनुदित गोलार्ध आहे व उत्तर दिशेत चंद्राची जलतत्त्वाची कर्क रास आहे.

आकृती क्र. ४.४ मध्ये दाखविलेल्या तीनही प्रकारांत असणाऱ्या परिस्थितीत पश्चिम प्रवाही असणे अशी परिभाषा वापरता येईल.

ज्योतिषशास्त्रात पश्चिमेस शनीचे प्राबल्य मानले असून, 'उदरात शनी'असणे भाग्याचे मानले आहे. पश्चिम क्षितिजावर शनीसारखा मंदगती ग्रह असता पूर्व क्षितिजावर सर्व ऊर्जांना तो पौर्णिमेसमान श्रेष्ठ विकसन देतो. या पौर्णिमा पद्धतीच्या निकषाप्रमाणेच वास्तुशास्त्रातही 'पश्चिमेचा संकोच' एकप्रकारे 'पूर्वेचा विकास' करतो अशीच संकल्पना आहे.

साधारणपणे सप्तम स्थानात जलराशीचा रवी, वायुराशीचा राहू असता पश्चिम प्रसवशील प्रवाही असते. सप्तमेश मंगळ जलराशीत शनीने वा राहूने युक्त असताही

पश्चिमेस विहीर असता पुष्कराजासह नऊ सुपाऱ्या, एक नारळ, सप्तपत्री, पाच प्रकारची फुले, पाच प्रकारची फळे, नऊ प्रकारची धान्ये, पंचधातू, हळकुंड विहिरीत सोडावे. बांबूच्या पिरॅमिडसमान टोपीवर ब्राँझ धातूचा पिरॅमिड बसवावा. विहीर व घर यामध्ये १० किलो ब्राँझ धातू बुधवारी सकाळी ६ ते ७ वेळात पुरावा. विहीर व घर यामध्ये ताम्र स्वस्तिकासह मंत्रार्चित करून तीन नीलम, २ फूट अंतरावर पुरावेत. विहीर व घर यामध्ये पिंपळ, ख्रिसमस, बदाम अशी झाडे लावून विहिरीचा वास्तूशी असणारा संबंध तोडावा. विहीर व घर यामध्ये दगडाचे कंपाऊंड घालावे.

हा दोष दिसून येतो. अशी विविध प्रकारची स्थिती पत्रिकेत दिसून येते. अशा प्रकारे पश्चिम प्रवाही असता त्या व्यक्तीच्या एकूणच जीवनात एकप्रकारे नैराश्य वा विफलता दिसून येते. कौटुंबिक सुखात पत्नीच्या बदफैली अरेरावी गुणांनी हानी होते. अशा वेळी त्या व्यक्तीच्या लग्नी जर रवी, मंगळ वा शनी, राहू असतील तर ही घटस्फोटाची ग्वाही समजण्यास हरकत नाही. लग्नी शुक्र, गुरू, चंद्र सुस्थितीत असल्यास मात्र या अवघड परिस्थितीतही एखाद्या कुशल नावाड्याप्रमाणे त्या व्यक्ती संसारनाव पैलतीरास नेताना दिसतात. सप्तम हे दशमाचे दशम स्थान असल्याने भागीदारांकडून कोर्टकज्जा, नुकसान अशा प्रकारचीही फळे पश्चिमप्रवाही असताना दिसून येतात.

अशा प्रकारच्या गृहवास्तू रचनेत पश्चिमेस शनीचे कारकत्वाचा शिसे धातू पाच-सात किलो शनिवारी सकाळी ६ ते ७ वेळेमध्ये पश्चिमेस पुरावा. पश्चिमेच्या बाल्कनीत शनीचे नीलम रत्न समंत्र फरशीखाली स्वस्तिकासह पुरवे. पश्चिम खिडक्यांच्या काचा निळ्या कराव्यात. पश्चिम प्रभागात नीलहंडी लावावी. पश्चिम बाल्कनीस व खिडकीच्या छज्जास पिरॅमिड करावेत. पश्चिम प्रभागातील विहिरीत, गुरूचे पुष्कराज रत्न समंत्र स्वस्तिकासह उर्ध्व गुरुत्व गुणासाठी सोडावे. त्या विहिरीवर बांबू वा सुरूच्या लाकडाचा पिरॅमिड बसवावा. स्थिर नक्षत्रावर अशा विहिरीत पुरुषसूक्ताचा संस्कार करून त्यात पंचधातू नारळ, नऊ सुपाऱ्या, सप्तपत्री, पाच फळे, पाच फुले, पंचामृत, पुष्कराज, ताम्र स्वस्तिक, पिंपळाच्या मुळ्या पाण्यात सोडून त्यावर लाकडाचा पिरॅमिड बसवावा. अशा पिरॅमिडला वरच्या टोकास ब्रॉन्झ धातूची टोपी बसवावी. पश्चिम प्रवाही असता त्या व्यक्तीच्या एकूण व्यक्तिमत्त्वात एकप्रकारे बेछूटपणा असल्याने जीवनात शिस्त व सद्वर्तन नसते. अशा व्यक्तींनी रोज सकाळ-संध्याकाळी विरोध श्वसनाचा उपचार पाच-पाच मिनिटे करावा. विरोध श्वसन म्हणजे नैसर्गिक श्वसनाविरुद्धची क्रिया होय. यात सहेतुक श्वास घेताना उदर आत ओढणे व श्वास सोडताना उदर फुगविणे अशी क्रिया अंतर्भूत आहे. यात नाभिचक्र कार्यान्वित होत असल्याने व्यक्तीस त्वरित सुपरिणाम

पश्चिम : आग्नेयेस सुरू झालेला अस्त प्रभाग पश्चिम दिशेत संपतो. येथून पुढे चंद्रनाडीची सत्ता सुरू होते. वास्तुपुरुष मंडलात वरुणदेवता, ज्योतिषशास्त्रात शुक्राचे स्वगृह आणि शनीची प्रकर्ष दिशा तर रवीची ही अस्त दिशा आहे. योग्य पश्चिम प्रगुणामुळे पूर्वेच्या प्राणिक ऊर्जेचा विकास होतो. नीलस्फटिक नीलवर्णमात्रा नीलमरत्न या दिशेस भावते. या प्रभागावरूनच पार्टनर-पतिसुख पाहिले जाते. रवीच्या तप्त ऊर्जेने वास्तूचे गणित बिघडवू शकणारी अशी ही एक महत्त्वाची दिशा आहे. अस्तगुणाचा राजा 'शनी' दक्षिणेत राहतो आणि पश्चिमेत राज्य करतो.

दिसून येतील. आरंभी तज्ज्ञ व्यक्तीकडून हा प्राणायाम शिकावा किंवा भ्रूमध्यात 'ऐं' या विद्यातत्त्वाचा सूक्ष्म मूक वाचेने दीर्घ आघात करून ध्यान करावे.

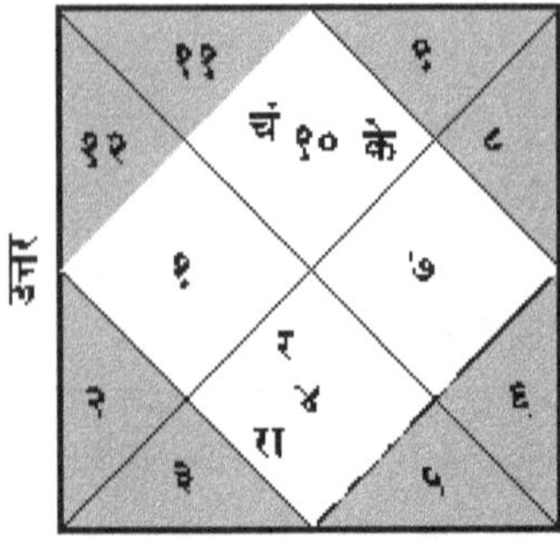

पत्रिकेप्रमाणे सप्तमात कर्क या जलराशीत रवी राहूयुक्त असून, सप्तमेश म्हणजेच पश्चिमेश चंद्र मकर या चरराशीत केतूमुळे बिघडला आहे. सप्तमातील कर्क या जल व प्रवाही राशीत बिघडलेला रवी पश्चिमेत दोष दाखवितो.

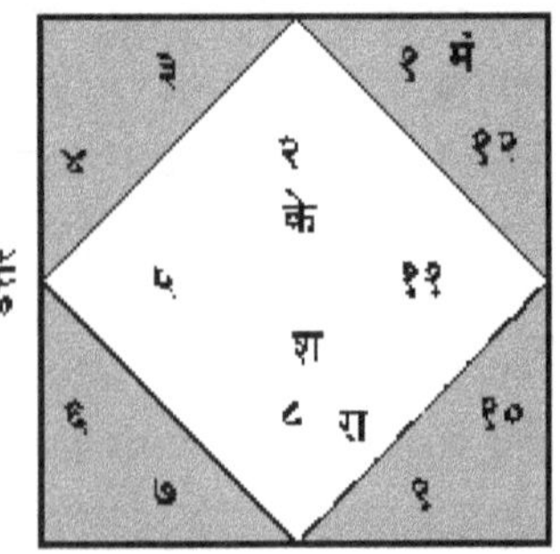

पत्रिकेप्रमाणे सप्तमातील वृश्चिक जलराशीत शनी शत्रुगृही राहूसह असल्याने पश्चिमदोष दाखवितो. सप्तमेश म्हणजेच पश्चिमेश व्ययस्थानी मंगळही स्वगृही प्रभावी असून, अष्टम दृष्टीने सप्तम स्थान अधिक बिघडवितो. सप्तमेश व्ययात असणे हाही महादोषच दाखवितो.

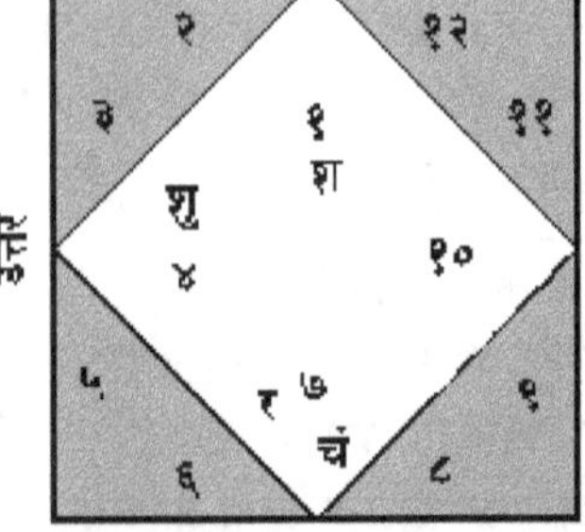

पत्रिकेप्रमाणे सप्तमात तुळेचा रवी नीच राशीत चंद्रयुक्त असून, पश्चिमेच्या अस्त गुणांचा नाश करतो. लग्नी असणाऱ्या शनीमुळे तो बिघडला असून, सप्तमेश म्हणजेच पश्चिमेश शुक्र चतुर्थात चंद्राच्या प्रवाहशील कर्क राशीत पश्चिमेला वृद्धी दाखवितो.

आकाश आणि पृथ्वितत्त्वाच्या सर्वश्रेष्ठ मिलाफाचे नियम म्हणजेच वास्तुशास्त्र होय ! आग्नेयेची नंदा, नैर्ऋत्येची भद्रा, वायव्येची जया आणि ईशान्येची रिक्ता जेव्हा मंडलाकार फेर धरते तेव्हा वास्तुब्रह्मात आकाश-तत्त्वाच्या पूर्णेचा आपोआपच वास होतो.

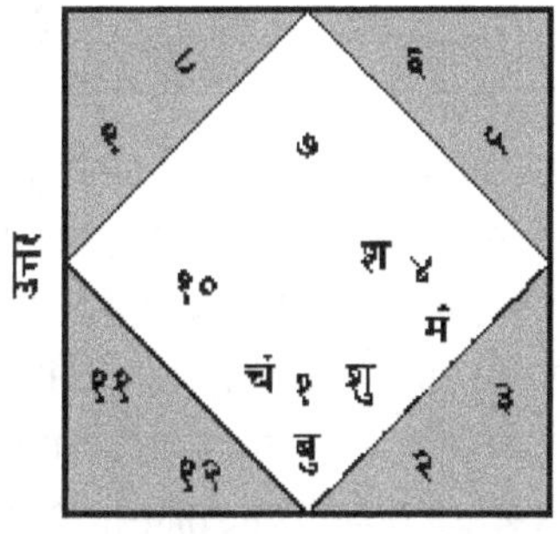

पत्रिकेप्रमाणे सप्तमेश मंगळ दशमात चंद्राच्या चर व जल अशा कर्क राशीत शनीने बिघडला असून, सप्तमस्थानातील मेषेचा शुक्र-बुधयुक्त चंद्र पश्चिम दिशा वास्तुगृहात प्रवाही करतो.

सर्वसाधारणपणे वर दाखविल्याप्रमाणे चारही प्रकारची ग्रहस्थिती पत्रिकेत असता पश्चिमदोष त्या व्यक्तीच्या वास्तुगृहात दिसून येतात. वर सांगितलेल्या विविध उपायांच्या माध्यमातून त्या व्यक्तीच्या मन, चित्त, बुद्धीस नैसर्गिक शिस्त आणून, वास्तुगृहातील उपचार पद्धतीचे साहाय्याने या योगयुक्त शिस्तीचा क्षेम करून, त्या व्यक्तीच्या जीवनात भाग्यकल्प घडविणे शक्य आहे.

४.३ उत्तर बंद वा जड असणे :

पूर्व बंद प्रमाणेच उत्तर बंद व जड प्रकारात दोषांची पुनरावृत्ती दिसून येते. उत्तरेत जिना वा टॉयलेट असणे, घर उत्तर खंडात असणे, उत्तरेस खिडकी नसणे, उत्तरेस टेकडी असणे अशा बहुविध प्रकारे उत्तर जड व बंद असणे असे वर्णन करता येईल. साधारणपणे ३५ ते ४५ हे वय स्त्रियांसाठी ऋतुपर्वात बदल व जीवनात मानसिक संघर्ष दाखविते. अशा काळात अशा स्त्रियांना दक्षिण-विसंगत नाडीस पूरकत्व देणारा भस्त्रिकासमान प्राणायाम केल्यास त्यापासून कोठल्याही शारीरिक, मानसिक हानीशिवाय उत्तर बंद व जड याचे दुष्परिणाम न होता जीवन सुसह्य होईल. पुन्हा एकदा उत्तर प्रवाही होण्यासाठी उत्तर प्रभागात विहीर, बोअरिंग, खोल खड्डा, जलपुष्कर्णी घेणे इष्ट होईल. उत्तर प्रभागात चकचकीत रंग, आरसे, स्फटिक, झुंबर यांचा उपयोग करून उत्तर प्रवाही करता येईल. उत्तरेस श्वेत संगमरवराची फरशी बसवून त्याखाली मोती, चांदी पुरल्यासही चंद्र प्रवाहांना प्राबल्य येईल. उत्तरेस देवदार लाकडाचे पॅनेलिंग करून जैविक ऊर्जेस चेतना देता येईल. नीच चंद्र, चंद्र पापकर्तरीत, चतुर्थात शनी, चतुर्थेश शनी राहूयुक्त, चतुर्थावर पापग्रहदृष्टी अशा विविध प्रकारे पत्रिकेच्या माध्यमातून वास्तुगृहातील उत्तर बंद व जड ओळखता येते. उत्तर बंद असणाऱ्या घरात पहिल्यापासूनच बुद्धध्यान पद्धती - विपश्यना - याचा सराव ठेवल्यास त्यापासून मन-चित्त-बुद्धी एकत्व साधून दुष्परिणाम कमी होतील.

सर्वसाधारणपणे पूर्व बंद व जड यातीलच वर्णन उत्तर बंद व जड प्रकारात येत असल्याने आकृती व पत्रिका यांची पुनरावृत्ती टाळली आहे.

उत्तर दिशा ही ऊर्जेची प्रमुख उगम दिशा असल्याने उत्तरेतील दोषांनी अपरिमित हानी होते. उत्तरेकडून प्रवाहित होणारी जैविक ऊर्जा अखंड, अपार व एकदिश असल्याने या दिशेस देव-दिशा म्हटले तरी चालेल. या दिशेस वास्तुपुरुष मंडळात सोम ही शीतलत्वाची देवता आहे. जीवन फळणे-फुलणे या गोष्टी या दिशेशी जोडलेल्या असून, पत्रिकेतही हे सुख स्थान चंद्रनिदर्शक आहे. चंद्र मनाचा कारक असून, *'मन करा रे प्रसन्न, सर्व सिद्धीचे कारण'* या तुकोबांच्या उक्तीनुसार उत्तर प्रवाहांपासून सर्व सिद्धींची, मनास प्रसन्नतेची प्राप्ती होत असल्याने अनन्यसाधारण महत्त्व या दिशेस आहे. गुरूच्या प्रसरणशील व चंद्राच्या शीतलत्व गुणांना वाव देणारी ही दिशा असल्याने या प्रभागात चंद्र-निदर्शक मोती, चांदी व गुरूनिदर्शक झिंक हा धातू थोड्या प्रमाणात पुरवा. घरामध्ये या बाजूस थोडे खालील पातळीत ठेवावे. खिडक्यांना मार्बलचे चंद्राकार कट्टे खालच्या बाजूस करावे. ही दिशा जलतत्त्व दाखविते. जलाच्या 'आपोऽज्योति रसोऽमृतं' अशा सर्व गुणांनी परिपूर्ण भरलेली ही दिशा सर्व दिशांची राणी, माता उच्चगुणसमुदायी म्हटल्यास अतिशयोक्ती होणार नाही. सर्व साधना, अभ्यास, सौदे, महत्त्वाचे निर्णय उत्तरेस मुख करून घ्यावेत. त्यापासून त्या निर्णयांना स्थैर्य, क्षेम, आयु, मांगल्य व कल्याणाची प्राप्ती होताना दिसेल.

उत्तर : जैविक ऊर्जेची उगम दिशा, सर्व सिद्धीची कारक दिशा, कुबेराचे स्थान, जीवनाचे शितलत्व वरदणारी सोमदेवता, गुरु बृहस्पती ग्रहाची प्रबळ प्रकर्ष दिशा, चंद्राचे मनाचे स्वगृह, सर्वधर्म योगशास्त्रात प्रभावशाली असणाऱ्या जलतत्त्वाची दिशा - अशा अनेकविध दृष्टीने उत्तरेचे महत्त्व असाधारण आहे. 'उदीच्यां पातु कौमारी, कौमारी शिखिवाहना ।' असे सूत्र आहे. अनाघ्रात संशुद्ध गंगेसम पवित्र, सावित्रीसम पराक्रमी, सत्यवती अशा कन्याकुमारी ऊर्जेची उत्तर दिशा जननी आहे. मयूर ह्या अशरीरी प्रजननातून उत्पत्ती होणाऱ्या पवित्र वाहनावर ती आरूढ आहे. पुष्कराज, स्फटिक, मोती, चांदी, आरसे, प्लक्षवृक्ष, जल अशी विविध प्रवाही माध्यमे याच ऊर्जेचे संवहन करतात. वास्तुशास्त्रात सर्व समस्यांचे उत्तर या दिशेकडून प्राप्त होते असे म्हटले तरी चालेल.

आग्नेय : या दिशा प्रभागात अग्निस्वरूपात सूर्य असतो. 'अग्नीपासून ऊब का अग्नीपासून राख' अशा दुहेरी भूमिकेत या प्रभागात सूर्याचे स्वरूप आहे. आग्नेय प्रभाग म्हणजे पूर्वेचा शेवट आणि दक्षिणेचा प्रारंभ होय. या प्रभागावर शुक्राची सत्ता आहे, मंगळाचे बळ आहे आणि रवीचा उद्रेक आहे. श्रेष्ठ वास्तुशास्त्री या दिशेचा कलात्मक उपयोग करून भवनास तेज व ओज देऊ शकतो; अन्यथा भवनाची, ईशाची, व्यक्तीची राख होण्यासही या अग्निस्वरूपामुळे वेळ लागत नाही. म्हणूनच निसर्ग कुंडलीत येथे लाभ आणि व्यय अशी दुहेरी गुणांची स्थाने आहेत.

४.४ दक्षिण प्रवाही वा हलकी असणे :

दक्षिण दिशा सूर्यनाडीची निदर्शक असून, नैसर्गिक कुंडलीत ही दिशा पितादर्शक आहे. घरातील कर्त्या पुरुषाचे जीवन या दिशेवर, त्यातील गुण-दोषांवर अवलंबून आहे. दक्षिणेकडून उत्तरेकडे जेव्हा ऊर्जा प्रवाही होते तेव्हा ती नैसर्गिक जैविक ऊर्जाप्रवाहास बाधा निर्माण करते. दोन ऊर्जा विरुद्ध उभ्या ठाकण्यामुळे दोन्ही ऊर्जांचा ऱ्हास होतो व ऊर्जेचे मंडलाकार संवहन न होता घरात यमाचे अधिराज्य निर्माण होते व त्याचा प्रथम परिणाम घरातील कर्त्या पुरुषावर होतो. वातावरणातील दूषित सूर्यनाडी, कर्त्या पुरुषाच्या कुंडलीतील अष्टमेशांची महादशा आणि वास्तूत बिघडलेली दक्षिण दिशा यांचा एकत्रित पडताळा हमखास पाहायला मिळतो. अशा वेळी बुद्धीच्या योगमय संकल्पाचे आधारे वास्तू व घरात काही सूचक बदल केल्यास

दक्षिण : 'दक्षिणेऽवतु वाराही, वाराही महिषासना ।' असे सूत्र आहे. जीवनाचा न्याय, जीवनाचा धर्म यमसत्तेकडे आहे. यम हा रवीचा पुत्र - त्याचे वास्तुपुरुष मंडलात दक्षिणेस स्थान आहे; तर शनी हाही रवीचा पुत्र. त्याचे ज्योतिषशास्त्रात स्वगृह मकरेत दक्षिणेत आहे. दुपारी १२ ते २ या वेळात रवीचे अतितप्त किरणोत्सारी रूप याच प्रभागात यममय असते. जैविक ऊर्जेची ही अस्तदिशा आहे. वास्तुशास्त्रात ज्याने दक्षिण जिंकली त्याला जीवन प्राप्त असे म्हणतात. दक्षिण हा पृथ्वितत्त्वाचा प्रभाग, शनीचे माहेर, तर मंगळाचे प्रकर्ष स्थान आहे. मंगळाच्या गुणाचा पण कापणे, तोडणे, गुणाचा केतू व त्याचे रत्न वैडुर्य या प्रभागात वापरतात किंवा शनीच्या संकोच गुणास अनुसरून नीलम रत्नही वापरतात.

निश्चितच 'वेळ आली होती, पण काळ आला नव्हता' अशी प्रचिती येऊन कर्त्या पुरुषाचे रक्षण होते. त्यामुळेच वास्तुशास्त्रास अनन्यसाधारण महत्त्व आहे.

जेव्हा वास्तुशास्त्रानुसार चंद्रनाडीचे प्रवाहात प्राबल्य व सूर्यनाडीचे प्रवाहास बंधन येते तेव्हा नैसर्गिकपणे त्या घरात राहणाऱ्या व्यक्तींच्या जीवनात श्वासाचे, स्वराचे आणि प्राणाचे उत्तम नियमन होते व या श्वास-प्राण-स्वर नियमनाचे फलित म्हणजेच *'अकाल मृत्युहरणं सर्वव्याधिविनाशनं'* असे अनुभवास येते.

छपराचा उतार दक्षिणेस असणे, दक्षिणेस विहीर असणे, बोअरिंग असणे, अंडरग्राऊंड वॉटरटँक असणे, दक्षिणेस मोकळा प्लॉट असणे, दक्षिण उतारावर घर असणे, दक्षिणेस पत्र्याची शेड असणे, अशा प्रकारच्या परिस्थितीस दक्षिण हलकी व प्रवाही असणे असे म्हणता येईल.

दशमात शनी, चतुर्थात वा सप्तमात मंगळ, दशमात मंगळ व चतुर्थ वा लग्री शनी, दशमात चंद्र-राहू युती वा मंगळ-राहू युती असणे अशा प्रकारच्या ग्रहयोगात वास्तुगृहात वरील प्रकारे दक्षिण हलकी व प्रवाही असे दोष दिसून येतात. अशा प्रकारची ग्रहस्थिती पत्रिकेत व गृहस्थिती प्रत्यक्षात असल्यास तत्काळ वास्तुगृहामध्ये फेरफार करणे आवश्यक आहे. हे फेरफार करण्याआधी घरातील कर्त्या पुरुषास एक

तुळशीपत्र : वास्तुशास्त्राचे महत्त्व 'तुळशीपत्रा' इतकेच आहे ! भगवान् श्रीकृष्णाला तोलायला भारंभार सुवर्ण जसे कामी आले नाही; पण एका तुळशीच्या दिक्षेने पारडे झुकले - त्या जातीचे वास्तुशास्त्र आहे !

धर्म, कर्म, दैव, प्रारब्ध, तर्क, बुद्धी, प्रयत्न जेव्हा थकतात तेव्हा तुलसीदलाप्रमाणेच आपल्या पुण्य व पवित्र अस्तित्वाने घटना घटविण्याचे कार्य वास्तुशास्त्र करते. परमेश्वरी संकेतास तोलून मानवी ईच्छेस ईप्सित दान प्राप्त करवून देणारे वास्तुशास्त्र संसारी वा संत, राज्यकर्ता वा ऋषी, आजारी, रोगट वा पहिलवान, दरिद्री वा श्रीमंत, स्त्री वा पुरुष अशा प्रत्येकास त्यांच्या ईप्सित ध्येयाप्रत मुक्कामास नेणारे महारसायन आहे ! बुडणाऱ्या व्यक्तीच्या नाकाचे वर पाणी जाऊ न देण्याची खबरदारी हे शास्त्र घेईल ! पंतप्रधानकीच्या उमेदवारी झगड्यात या शास्त्राचा उपयोग करून घेणाराच जिंकेल! मंदीच्या वावटळीत वृक्ष नाही तर लव्हाळी तरण्याची किमया हे शास्त्र करेल ! बारावीच्या असुरी कॉंपिटिशनमध्ये या शास्त्रानुगत लाभ उठविणाराच पुढे सरकेल! इतके या शास्त्राचे महत्त्व आहे.

ऊर्जाकवच स्वरूपात आठ व बारामुखी संमंत्रित रुद्राक्ष अनुक्रमे डाव्या व उजव्या दंडात धारण करण्यास सांगावे. आठमुखी रुद्राक्ष चांदीत तर बारामुखी रुद्राक्ष सोन्यात धारण करावा किंवा आठमुखी रुद्राक्ष पांढरा धागा व बारामुखी रुद्राक्ष लाल धागा वापरून दंडात धारण करावेत. दक्षिण बाल्कनी, दक्षिण टेरेस, दक्षिणेचे अंगणात प्रमाणानुसार दोन-तीन किलो शिसे शनिवारी सकाळी सहा ते सात या वेळात पुरावे. दक्षिण बाल्कनीत, दक्षिण टेरेसवर, दक्षिण अंगणात केतूच्या कापणे-तोडणे गुणाचा वैदुर्य व स्वस्तिक यांची जमिनीखाली धारणा करावी. दक्षिणेकडील खिडक्यांना पिवळी काच वापरून प्रकाशाच्या प्रवाहावर पृथ्वितत्त्वाचे बंधन आणावे. दक्षिण प्रभागात एखादे औदुंबराचे झाड लावून त्यास ओटा बांधावा. त्या ओट्यास पिवळी फरशी लावावी. दक्षिणेची विहीर, बोअरिंग, अंडरग्राऊंड वॉटर टँक, स्थिर नक्षत्रावर बुजवून टाकावेत. बुजवताना मागे सांगितल्याप्रमाणेच विधी करावा. दक्षिणेतील दोष प्रलयंकारी परिणामाचे असल्याने त्या दोषावर सुदर्शनक्रिया समान उपचार केल्यास पंचकोषांचे उत्तम नियमन होते, किंबहुना दक्षिण दोष असणाऱ्या वास्तूत राहणाऱ्यांना सुदर्शनक्रिया सक्तीने शिकायला लावावी.

ईशान्य दिशेतील दोष उत्तर दिशेप्रमाणेच समजून त्यावर समान उपचार पद्धती उपयोगात आणावी. नैर्ऋत्य दिशेतील दोष, दक्षिण दिशेप्रमाणेच समजून समान उपचार पद्धती करावी. वायव्य दिशेतील दोषावर पिरॅमिड्स, पवनसंवादिका, निळ्या काचा, राहूचे गोमेद व शनीचे नीलमरत्न आदी प्रकारे उपाययोजना करावी.

आग्नेय दिशेतील दोष हे मात्र शुक्रतत्त्वातील व अग्नितत्त्वातील दोष असल्याने त्याचा विपरीत परिणाम संतती, निपुत्रिकत्व, हिंसा, आग यांच्याशी संबंधित असल्याने अधिक गंभीरपणे उपचार करावेत. आग्नेय प्रभागात अग्नी सुप्त स्वरूपात असून, वेगवेगळ्या माध्यमातून प्रकट होऊ न देणे महत्त्वाचे आहे. म्हणून आग्नेय दिशेस लाल फुलाचे झाड नसावे, आग्नेय दिशेस लाल रंगसंगती नसावी. आग्नेय दिशेस विहीर, बोअरिंग, अंडरग्राऊंड टँक असता ते मागे सांगितल्याप्रमाणेच विधिपूर्वक स्थिर नक्षत्रावर बंद करावेत किंवा भरून टाकावेत.

उपदिशांमध्ये वाढीव प्रभाग किंवा कट प्रभाग असणे हा महत्त्वाचा दोष बहुधा दिसून येतो. अशा वेळी या उपदिशांचा व पंचमहाभूतांचा योगसंबंध विचारात घेणे महत्त्वाचे आहे. उदाहरणार्थ, वायव्य वाढीव असता त्या प्रभागात पृथ्वितत्त्वाचा पिवळा रंग अधिकाधिक उपयोगात आणावा. त्या प्रभागात शनीचे नीलमरत्न वाढीव भागात पुरून वाढीव प्रभागाचा संकोच करावा. आग्नेय वाढीव असता अशा वाढीव प्रभागात अग्निसंकोच करण्यासाठी श्वेतवर्णाची मात्रा उपयोगात आणावी किंवा जलतत्त्वनिदर्शक मोती हे रत्न वाढीव भागात पुरावे. एखादे छोटे जलकुंडही वाढीव आग्नेय प्रभागात करण्यास हरकत नाही. वाढीव नैर्ऋत्य प्रभागात गुरूचे पुष्कराज

रत्न पुरावे. पीतवर्णाची मात्रा उपयोगात आणावी. औंदुंबर, ख्रिसमस वा बदामाची झाडे लावावीत.

• • •

भाग्यकल्पाचे चार मार्ग

- उत्तर दिशेत खिडकी, काचेच्या विटा, स्फटिक झुंबर, प्रकाश, श्वेत संगमरवर, जमिनीखाली चांदी व मोती पुरणे, बोअरिंग व प्लक्ष वृक्षाची योजना करा.
- दक्षिण दिशेत पिवळी हंडी, पिवळा रंग, पिवळी फरशी, औंदुंबर, जमिनीखाली शिसे पुरणे, पिरॅमिडल छप्पर, भौमयंत्र, दगड उपयोगात आणावे.
- पूर्व दिशेत खिडक्या, प्रकाश, लाकडाचे पॅनेलिंग, जमिनीखाली पोवळे व तांबे पुरणे, मार्बल, स्फटिक उपयोगात आणावे.
- पश्चिम दिशेत नील स्फटिक, नीलहंडी जमिनीखाली नीलम व ब्राँझ धातू, पिरॅमिड पिंपळाचे बोनसाय, निळ्या काचा उपयोगात आणाव्यात.

भाग्यकल्पाचे चार आयाम

- ईशान्य दिशेत आरसा, स्फटिक, पाणी, चांदी, कारंजे, झुंबर, मार्बलचा उपयोग करा.
- नैर्ऋत्य दिशेत दगड, मूर्ती, पिवळा रंग, पिरॅमिड, मनीप्लँटची कुंडी, हत्यार ठेवा.
- आग्नेय दिशेत अग्नी, चांदी, पांढरा रंग, पिरॅमिड, स्वयंपाकघर, हिरवीगार झाडे ठेवा.
- वायव्य दिशेत घंटा, चाईम, निळा रंग, लाकडाचे पॅनेलिंग, चांदी, नील स्फटिक ठेवा.

अवकहडाचक्र

वास्तुशास्त्रात सर्वांत महत्त्वाचे स्थान भूमीला आहे. भूमीचा विचार करताना भूमीवरील वनस्पतींच्या स्पंदनशीलतेचा व गुणात्मक कंपनांचा अभ्यास करून गुणात्मक भेद ठरविले जातात. वनस्पती सृष्टी आणि माणूस यांचा आंतरिक नातेसंबंध आपल्या संस्कृतीत दिसून येतो.

।। राशी - नक्षत्र - तत्त्व - वृक्ष ।। आकृती क्र. ५.१

मेष		वृषभ		मिथुन		कर्क	
अश्विनी	भरणी	कृत्तिका	रोहिणी	मृग	आर्द्रा	पुनर्वसु	पुष्य	आश्लेषा
कुचली	आवळी	उंबर	जांभळी	खैर	कृष्णागरु	वेळु	पिंपळ	नागचाफा
वायु	अग्नि	अग्नि	पृथ्वि	वायु	जल	वायु	अग्नि	जल

सिंह		कन्या		तुला		वृश्चिक	
मघा	पूर्वा	उत्तरा	हस्त	चित्रा	स्वाती	विशाखा	अनुराधा	ज्येष्ठा
वट	पळस	पायरी	जाई	बेल	अर्जुन	नागकेशर	नागकेशर	सांबर
अग्नि	अग्नि	वायु	वायु	वायु	अग्नि	वायु	पृथ्वी	पृथ्वी

धनु		मकर		कुंभ		मीन	
मूळ	पूर्वाषाढा	उ.षाढा	श्रवण	धनिष्ठा	श.तारका	पूर्वाभाद्र.	उत्तराभा.	रेवती
राळ	वेत	फणस	रुई	शमी	कळंब	आम्र	कडुलिंब	मोह
जल	जल	पृथ्वी	पृथ्वी	पृथ्वी	जल	अग्नि	जल	जल

ज्योतिष तत्त्वज्ञानात 'अवकहडाचक्र' या नावे एक अतिशय सुंदर व स्वास्थ्यदायी अशी ज्ञान-विज्ञान संकल्पना आहे. या चक्रात व्यक्ती, जन्मनक्षत्र आणि वृक्षांचा गूढ दैवी संबंध दिला आहे. या चक्राची कल्पना येण्यासाठी आकृती क्र. ५.१ पाहा. पंचांगातही हे चक्र दिलेले आहे. त्यात सत्तावीस नक्षत्रांना अनुसरून व बारा राशींच्या माध्यमातून नाडी, योनी, गण, आराध्यवृक्ष, तत्त्व आदी कारकत्व दिलेले आहे. या सत्तावीस नक्षत्रांतील अश्विनी, मृग, पुनर्वसु, पुष्य, हस्त, स्वाती, अनुराधा, श्रवण,

रेवती अशी नऊ नक्षत्रे देवगणाची आहेत. सर्वसाधारणपणे या देवगणाच्या माध्यमातून आराध्यवृक्ष पाहता कुचला, खैर, वेळू, पिंपळ, जाई, अर्जुन, नागकेशर, जुई आणि मोह अशी नऊ वृक्षांची मांडणी घराभोवती करण्यास हरकत नाही.

आपले जन्मनक्षत्र माहीत करून घेण्यासाठी आपली जन्मतारीख आणि जन्मवेळ माहीत असावी लागते. त्यानुसार त्या त्या नक्षत्राच्या आराध्य वृक्षाची पूजा करावी, असे शास्त्रात सांगितलेले आहे. आकृती क्र. ५.२ पाहा.

आकृती क्र. (५.२)

	नक्षत्र	आराध्यवृक्ष	शास्त्रीय नाव (Latin)
१)	अश्विनी	कुचला	स्ट्रिकनॉस नक्सव्हॉमिका
२)	भरणी	आवळा	इम्बिलका ऑफिसिनॉलिस
३)	कृत्तिका	औदुंबर	फायकस ग्लोमेराटा
४)	रोहिणी	जांभूळ	युजेनिया जांबोलाना
५)	मृग	खैर	अक्रेशिया कॅटेच्यू
६)	आर्द्रा	कृष्णागरू	ॲक्विकरिया

वृक्ष : जैविक स्पंदनाची देवघेव आणि माणसाच्या सुखदुःखाचा खरा साक्षी व साथी अशी वृक्षाची ओळख आहे. नक्षत्रानुकूल आराध्यवृक्ष हा ईश्वरीय प्रसाद म्हटले तरी चालेल. व्यक्तीची प्रकृती, गुणावदोष, दैवीकंपने या सर्वच बाबतीत आराध्यवृक्ष अतिशय स्वास्थ्यदायी आहे. चर आणि अचर अशा दोन्ही सृष्टींचे सर्वश्रेष्ठ गुणांचे मिश्रण वृक्षवल्लींमध्ये आहे. अनेक थोर सत्पुरुषांच्या जीवनात वृक्षांच्या जैविक स्पंदनाच्या सहभागाने आत्मसाक्षात्काराचे इंद्रधनुष्य उगवले आहे. मूळ, खोड, चीक, फुले, पाने, फळे, बी अशा प्रत्येक अंगाचे औषधी म्हणून असाधारण महत्त्व आहे. हवन, लेपन, स्वेदन, मर्दन, अनुपान अशा विविध प्रकारे वृक्षांचा उपयोग आहे. आराध्यवृक्षाच्या नुसत्या छायेत सुद्धा व्यक्तीस श्रेष्ठ गुणाचा अनुभव आल्याशिवाय राहत नाही. दैवत, रंग, विशिष्ट पत्री, विशिष्ट वार, तिथी आणि धातू अशी पौराणिक संगती हा एक निसर्गोपचार आहे. उदा. शंकराचा स्फटिक त्यावर बिल्वपत्र, रुद्राक्ष, शेष, नंदी, श्वेतपुष्प आणि गंधाचा त्रिपुंड - असे हिंदूसंस्कृतीचे विशेष योगदान आहे. बिल्व, रुद्राक्ष, पुष्प व गंध हे सर्व वृक्षाचेच भाग आणि शेष आहेत इतके वृक्षास महत्त्व आहे.

७)	पुनर्वसु	बांबू, वेळू	डेन्ड्रोकॅलॅमस स्ट्रिक्टस
८)	पुष्य	पिंपळ	फायकस रिलिजिओझा
९)	आश्लेषा	नागचाफा	मेसू आफेरिया
१०)	मघा	वट, वड	फायकस बेंगालेन्सिस
११)	पूर्वा	पळस	ब्युटिया मोनोस्पर्मा
१२)	उत्तरा	पायरी, पिंपरी	फायकस रुम्फाय
१३)	हस्त	जाई	जस्मिनम ऑरिक्युलॅटम
१४)	चित्रा	बेल	इगल मारमिलॉस
१५)	स्वाती	अर्जुन	टर्मिनाकीया अर्जुना
१६)	विशाखा	नागकेशर	प्लॅकुशिआ रॅमोची
१७)	अनुराधा	नागकेशर	प्लॅकुशिआ रॅमो
१८)	जेष्ठा	सांबर	बॉम्बॅक्स मलबारीका
१९)	मूळ	राळ	शेशिया रोबास्टा
२०)	पूर्वाषाढा	वेत	कॅलॅमस शेंतांग
२१)	उत्तराषाढा	फणस	आर्टोकार्पस इंटिग्रीफोलियस
२२)	श्रवण	रुई	कॅलॅट्रॉपीस जायजेशीयम
२३)	धनिष्ठा	शमी	प्रॉसोपिस स्पायसिजेरा
२४)	शततारका	कंदन	अँथोप्सिफॅल्स कदम्बा
२५)	पूर्वाभाद्रपदा	आंबा	मॅन्जीफेरा इंडिका
२६)	उत्तराभाद्रपदा	कडुनिंब	अँझाडिरेक्टा इंडिका
२७)	रेवती	मोह	मधुका लॅटिफोलिआ

काळपुरुष कुंडलीनुसार पत्रिकेचा मध्य पृथ्वी समजून सभोवार नक्षत्र, राशींची मांडणी केल्यास त्या त्या नक्षत्राच्या प्रभागानुसार आराध्य वृक्षांची लावणी करणे शक्य झाल्यास अतिशय उत्तम ! किंवा मूळ मालक व त्याच्या पत्रिकेतील बलाबलावरून जशी रत्नं व खड्यांची योजना करतात त्याच पद्धतीने मूळ पत्रिकेतील योगांवरून दिशादोष निश्चित करून, तत्त्वदोष ठरवावा व पंचतत्त्वांच्या शत्रू, मित्र कारकत्वानुसार आराध्य वृक्षांची मांडणी वास्तूभोवती करणे शक्य आहे.

वास्तू सभोवताली वृक्ष दिशांमध्येही प्रत्येक व्यक्तीच्या लग्नराशी, सूर्यराशीनुसार बदल करावे लागतील असे वाटते. कदाचित दिशांवर वास्तुदोष नक्की केल्यास त्यावरून काळपुरुष कुंडलीनुसार तत्त्वदोष ठरवून त्या तत्त्वाच्या गुणात वाढ करायची असल्यास त्या दिशेस त्या व मित्रतत्त्वांना अनुलक्षून असणाऱ्या वृक्षांची

योजना केल्यास वास्तुक्षेत्र दोषावर तो एक उत्तम उपाय ठरू शकेल, असे वाटते किंवा त्या तत्त्वाच्या गुणात घट करायची असल्यास त्या तत्त्वाच्या शत्रुत्वास अनुसरून आराध्य वृक्षाची योजना त्या दिशेस केल्यास त्या मूळतत्त्वाचे बळ निश्चितच कमी होईल.

उदाहरणार्थ,

(१) वास्तुक्षेत्रास आग्नेय कोपरा अधिक असणे :

काळपुरुष कुंडलीनुसार कुंभ व मीन राशीत दोष. या राशींना अनुसरून त्यातील जलतत्त्वाच्या नक्षत्रानुसार आराध्य वृक्षांची योजना आग्नेयेस केल्यास 'अधिक आग्नेय' या वास्तुक्षेत्र दोषाचे निवारण करणे शक्य आहे. म्हणजेच अवकहडाचक्रानुसार आग्नेय अधिक म्हणून शततारका, उत्तरा भाद्रपदा, रेवती या नक्षत्रांच्या कळंब, कडुलिंब, मोह या आराध्य वृक्षांची आग्नेयेस योजना करावी.

(२) वास्तुक्षेत्रास ईशान्य कट असणे :

काळपुरुष कुंडलीनुसार वृषभ मिथुन राशीत दोष. या राशींना अनुसरून त्यातील नक्षत्रांनुसार वृक्षांची मांडणी पूर्व व उत्तर या दिशांच्या मध्ये करून ईशान्य कट या वास्तुक्षेत्र दोषाचे अंशत: परिमार्जन करणे शक्य आहे. म्हणजेच अवकहडा चक्रानुसार ईशान्य कमी म्हणून कृत्तिका, रोहिणी, मृग, आर्द्रा, पुनर्वसु नक्षत्रांच्या औदुंबर, जांभळी, खैर, कृष्णगरू, वेळू या आराध्य वृक्षांची ईशान्येस योजना करावी.

(३) व्याघ्रमुखी वास्तुक्षेत्र :

यावरही याच मार्गे उपाय योजणे योग्य होईल. व्याघ्रमुखी वास्तुक्षेत्रामध्ये ऊर्जेचे स्तंभन छोट्या बाजूकडे होत असल्याने (नैर्ऋत्यसदृश ऊर्जास्तंभन होत असल्याने) लँडस्केपिंगमध्ये छोट्या बाजूस जडत्व-गुरुत्व आणल्यास व्याघ्रमुखाचा गतिशील समतोल होऊन, या दोषाचे भयावह परिणाम टाळता येणे शक्य आहे.

दिक्काळ : आपल्या सर्व पौर्वात्य शास्त्रात 'दिक्काळ' अशी जोडसंज्ञा धरली आहे. दिशा व काळ ही ईश्वरीय संकेताच्या एकाच नाण्यावर असणारी दुहेरी मुद्रा आहे. त्यामुळे ज्याला काळावर मात करायची आहे त्याने दिशेचे अध्ययन करणे आवश्यक आहे तर दिशेवर ज्याची सत्ता चालते त्याच्यामागे काळ चालतो असा संकेत आहे. दिशांच्या अध्ययनाचे शास्त्र म्हणजेच वास्तुशास्त्र होय. दिशांचे वर्गीकरण राशीत होते, नक्षत्रांत होते, पंचमहाभूतांत होते, ऊर्जाप्रवाहात होते. पर्यायाने या सर्वांचा सखोल आविष्कार वास्तुशास्त्रात होत असल्याने दिशेचे बीज हातात देऊन काळाचे फळ भोगायला देणारे शास्त्र म्हणजे वास्तुशास्त्र, असे म्हटले तरी चालेल!

वास्तुदोष आणि रंगशास्त्र

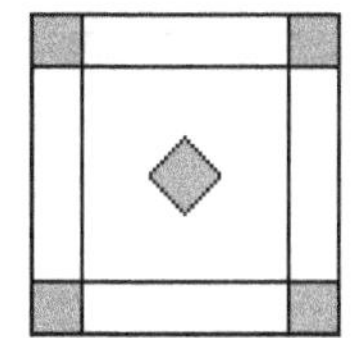

अग्री, पृथ्वी, वायू, जल आणि आकाश या पाच तत्त्वांची त्यांच्या गुणोत्कर्षावरुन रंगांची सांगड घातली आहे. त्याचप्रमाणे ज्योतिष शास्त्रात १२ राशींचीही पाच तत्त्वांशी सांगड घालून राशींची तत्त्वे निश्चित केली आहेत. पर्यायाने याच राशींच्या तत्त्वानुरूप रंगमेळ आकृती क्र. ६.१ मध्ये स्पष्ट होईल. पृथ्वी, अग्री, वायू व जल या तत्त्वांचे शत्रू, मित्र, परममित्र असे तीन भाग असून त्यावरून रंगसंगतीची ही उत्तम जोडणी होताना दिसते. आकृतीत रंगत्रिकोण पद्धतीप्रमाणे नैसर्गिक रंगसंगतीचे आलेख स्पष्ट होतील.

रंगशास्त्र हे पूर्णपणे विद्युतचुंबकीय व विद्युतरासायनिक परिणामांचा परिपाक आहे याची माहिती आकृतीवरून स्पष्ट होते. आपल्या हिंदू संस्कृतीत रंगाचे असामान्यत्व व असाधारण महत्त्व लक्षात घेऊनच देवासही बरीचशी नावे रंगाचीच आहेत. उदा. पांडुरंग, श्रीरंग, नीलकंठ, गौरी, कृष्ण, काळभैरव इत्यादी.

प्रत्येक रंग हा एक भावनेचा द्योतक असून त्यानुसार मनोवैज्ञानिकांनी काही स्थूल तर काही सूक्ष्म परिणामांची मांदियाळीच विणली आहे. रंगाचे नाते व रंगांची ओळख प्रत्यक्ष मेंदूतील विद्युतरासायनिक प्रक्रियांशी जोडलेले असल्याने वास्तुदोषातील बऱ्याचशा बाबतीत रंगशास्त्र चमत्कार घडवू शकेल.

बहुतेक वास्तुदोष हे विद्युतचुंबकीय असमतोलाचा भाग असल्याने, रंगप्रक्रियेतून सूक्ष्म प्रमाणात विद्युतचुंबकीय परिणामांचे सूक्ष्म जाळेच विणले जात असल्याने रंगांच्या अनेक विविध घटकांमधून त्या दोषांचे परिमार्जन अंशत: करणे शक्य आहे.

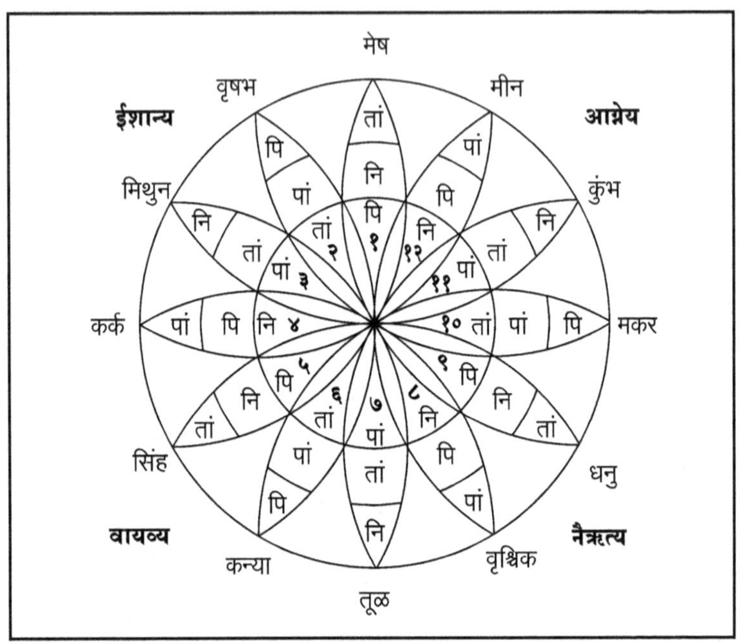

।। रंग-राशीपट ।।   आकृती क्र. (६.२)

तत्त्व	राशी	रंग	शत्रू	मित्र	परममित्र
अग्नी	मेष, सिंह, धनु	तांबडा	जल	पृथ्वी	वायु
पृथ्वी	वृषभ, कन्या, मकर	पीत	वायु	अग्नी	जल
वायू	मिथुन, तूळ, कुंभ	निळा	पृथ्वी	जल	अग्नी
जल	कर्क, वृश्चिक, मीन	श्वेत	अग्नी	वायु	पृथ्वी

रंगपद्धती :

(१) वास्तुपरीक्षा केल्यानंतर वास्तुदोष दिशावार निश्चित करावेत.

(२) दिशांवरून दूषित राशींचे निदान करावे. यासाठी काळपुरुषाची कुंडली मूलभूत मानावी.

(३) दूषित राशीवरून तत्त्वदोष ठरवावा.

(४) त्या त्या तत्त्वांचे प्राबल्य कमी अथवा अधिक करण्यासाठी शत्रू, मित्र, परम मित्र ठरवून त्याप्रमाणे रंगनिदान करावे.

उदा. (१) ईशान्येस वास्तुक्षेत्रात चढ : वृषभ, मिथुन राशीत दोष; पृथ्वी, वायुतत्त्वात दोष. पिवळ्या वा निळ्या रंगाची ईशान्येस योजना करावी.

(२) वायव्य कट वास्तू : सिंह, कन्या राशीत दोष; अग्नी, पृथ्वितत्त्वात दोष. तांबड्या व पिवळ्या रंगाची योजना वायव्येस करावी.

(३) आग्नेयेस अधिक कोन : कुंभ, मीन राशीत दोष, वायू, जलतत्त्वात दोष. निळ्या वा पांढऱ्या रंगाची योजना आग्नेयेस करावी.

या उदाहरणांवरून लक्षात येईल, की ज्या तत्त्वात दोष आहे, त्या तत्त्वावर त्या रंगाची मात्रा अधिक देऊन वा आग्नेय अधिक असता वायू, जलतत्त्वाच्या रंगांची विषमता योजून गुण व फळे यात सुधारणा करता येईल.

या दृष्टीने रंगत्रिकोणाची आकृती क्र. ६.१ आपणास निर्णय करण्यास सुलभ ठरेल. जांभळा रंग हा लघुत्तम लांबीच्या लहरींचा निदर्शक असून, गडद तांबडा रंग हा दीर्घोत्तम लांबीच्या लहरींचा निदर्शक आहे. या दोन टोकांच्या सीमांमधील सर्व रंगसंगतीचा कारकत्वानुसार उपयोग करून वास्तुदोषांवर काही प्रमाणात मात करणे निश्चितच शक्य आहे.

फॅंटम कलर इफेक्ट या तत्त्वानुसार रंगसंगतीच्या आभासात्मक कला निर्माण करून, सूक्ष्म प्रमाणात रंगांचे परिणाम दृष्टीस आणता येतील. यातूनही पृथ्वी, जल, वायू, अग्नी या तत्त्वांच्या सूक्ष्म गुणावगुणांच्या परिणामात फरक करणे आपल्या हाती आहे. या प्रकारातून रंगांचे आभासात्मक सूक्ष्म स्वरूप त्रिमितीत दिसणार असल्याने त्या त्या तत्त्वाचा एक सूक्ष्म कोषच निर्माण होऊन तत्त्वदोषावर हा उत्तम उपाय ठरू शकेल.

'विरोधातून विकास' हे फेंगशुईचे तत्त्वही रंगाविष्कारात महत्त्वाचे आहे. उदाहरणार्थ, पांढऱ्या संगमरवराच्या मध्ये छोटे पिवळे जैसलमेरचे तुकडे लावणे. यामुळे श्वेत जलतत्त्वात पीत पृथ्वितत्त्वाने गुणात्मक फरक पडतो. पिवळ्या जैसलमेरमध्ये छोटे लाल फरशीचे तुकडे बसविणे. यामुळे पीत पृथ्वितत्त्वात लाल अग्नितत्त्वाने गुणात्मक फरक पडतो. दिशांनुरूप या फरशीबरोबर धातूच्या पट्ट्या वापरून पंचतत्त्वात धातू माध्यमातून ग्रहगुणांचाही सहभाग करणे शक्य आहे.

• • •

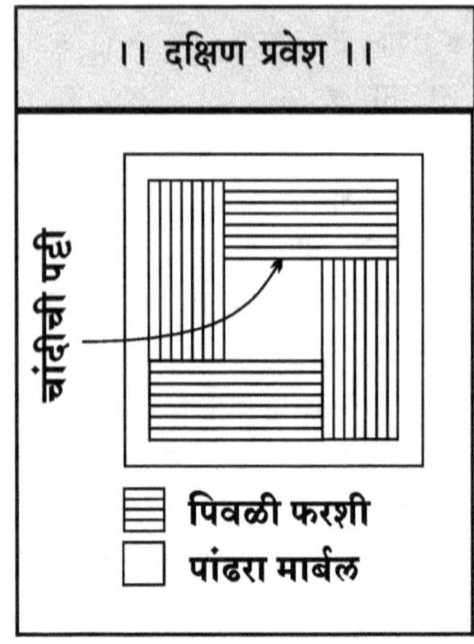

।। दक्षिण प्रवेश ।।
चांदीची पट्टी
पिवळी फरशी
पांढरा मार्बल

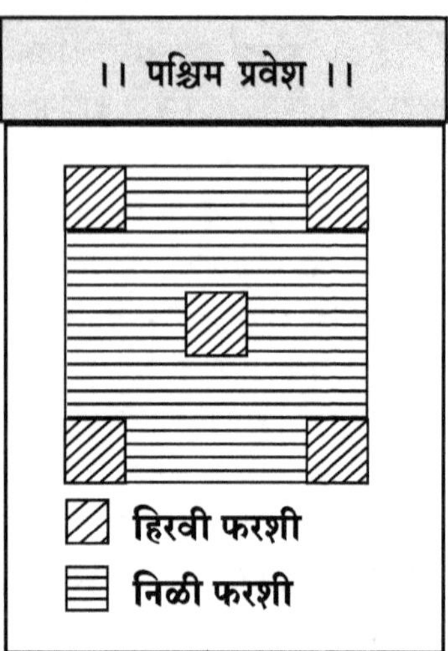

।। पश्चिम प्रवेश ।।
हिरवी फरशी
निळी फरशी

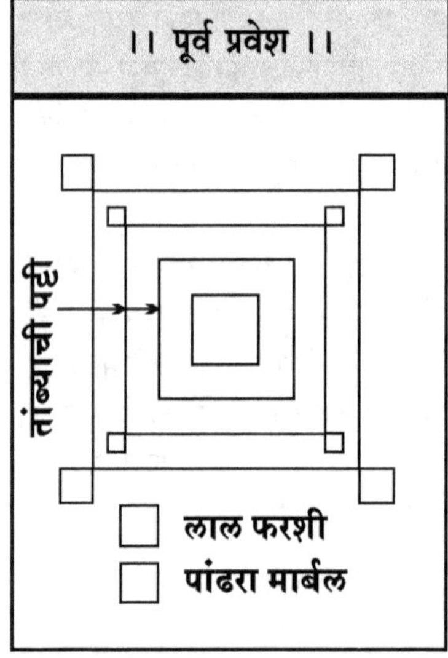

।। पूर्व प्रवेश ।।
तांब्याची पट्टी
लाल फरशी
पांढरा मार्बल

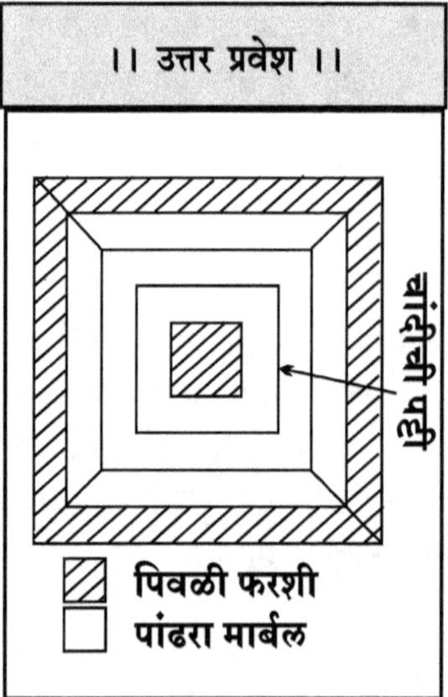

।। उत्तर प्रवेश ।।
चांदीची पट्टी
पिवळी फरशी
पांढरा मार्बल

रत्नाध्याय

रत्न हे मुळात पृथ्वीच्या पोटातून जन्मास येते. त्याचे मूलभूत वर्गीकरण पाहता काही विशिष्ट प्रकारे अणूरेणूंच्या ठेवणीमुळे त्याचा मूळ स्वभाव जो पृथ्वितत्त्व आहे तो जाऊन त्यास प्रकाशाचा विशेष दैवी आयामाचा स्पर्श होतो. निसर्गात जी गोष्ट स्वत:चा मूळ स्वभाव सोडते ती दैवी मानली जाते. लाकडाचा गुणधर्म अग्नितत्त्वाचा आहे; पण चंदनामुळे शीतलत्व येते म्हणून चंदन दैवी गुणाचे आहे. त्याचप्रमाणे आपला मूळ स्वभाव, आपले मूळ वर्गीकरण पृथ्वितत्त्व त्यागून प्रकाशाच्या माध्यमातून रत्न आकाशतत्त्वाचे सूत्रात गुंफले गेल्यामुळे त्यास दैवीगुण प्राप्त होतो. रत्नामध्ये ग्रहगत वर्गीकरण आहेच; पण पंचमहाभूतात्मकही वर्गीकरण आहे. या दोन्ही वर्गीकरणांचा श्रेष्ठ उपयोग करून वास्तुशास्त्रात रत्नाध्याय योजला आहे. मयमतम्, मानसार आदी सर्व प्रमाण ग्रंथांनी दिशांचे नियमन व दिशांचे योग्य प्रयोजन सिद्ध करण्यासाठी रत्नाध्यायाची महती गायली आहे. या संपूर्ण दिव्य विधीत ताम्रस्वस्तिकाचे योगे शुभ कंपने व लहरी, मंत्राचे योगे सिद्ध ध्वनिलहरी, मुहूर्ताचे माध्यमातून अक्षयत्व आणि प्रकाशाचे माध्यमातून क्षेम अशी योजना रचली आहे. बाकी काहीही बदल न करता ज्या लोकांनी निव्वळ रत्नाध्याय केला आहे त्यांनाही भाग्यकल्पाचा स्पर्श होतो, इतके या विधीचे महत्त्व असाधारण आहे. अष्टदिशांच्या ग्रहगत व पंचमहाभूतात्मक गुणांचा विचार करून रत्नांची जोडणी केलेली असल्यामुळे ऊर्जेच्या मंडलाकार प्रवाहास श्रेष्ठ गती या विधीतून प्राप्त होते. ऊर्जेचा मंडलाकार फेर हाच वास्तुशास्त्राचा मूळ हेतू असल्याने अतिशय सूक्ष्म सूत्राधारे रत्नाध्याय विधीतून वास्तूस अक्षयत्व प्राप्त होते.

'रत्न' हे प्रकाशाचे बीज आहे. त्यात यँग ऊर्जेचा प्रभाव आहे. व्यक्तीचे प्रकाशाशी, भवनाचे चैतन्याशी आणि मनाचे विश्वात्मक आत्म्याशी तत्काळ नाते जोडणारे हे जादुई माध्यम आहे. रत्नाची उत्पत्ती हा दुर्मिळ योग आहे. वसुधेच्या उदरात विशिष्ट क्षार, विशिष्ट योगावर जेव्हा संमिलित होतात तेव्हा त्यात प्रकाशाचे सामर्थ्य जन्म घेते. 'रत्नाध्याय' हा उपचार सूर्यमालेतील ग्रहांचा गुणविशेष वास्तुभवनास प्राप्त करून देणारा दिव्य विधी आहे. यात कंपने, लहरी, ध्वनी व प्रकाश या चारही माध्यमांचा संस्कार अंतर्भूत असल्याने एका रत्नाध्याय उपचारानेही व्यक्तीस स्थैर्य, क्षेम, आयु, मांगल्य व कल्याण या पंचपरमेष्ठीची प्राप्ती होऊ शकते.

ग्रह	रत्न	पंचमहाभूतात्मक वर्गीकरण
गुरू	पुष्कराज	पृथ्वितत्त्व/ अग्नितत्त्व
चंद्र	मोती	जलतत्त्व
मंगळ	पोवळे	अग्नितत्त्व
शनी	नीलम	पृथ्वितत्त्व
राहू	गोमेद	पृथ्वितत्त्व
केतू	वैडुर्य	पृथ्वितत्त्व
सूर्य	माणिक	आकाशतत्त्व
शुक्र	हिरा	अग्नितत्त्व
शुक्र	स्फटिक	आकाशतत्त्व
बुध	पाचू	वायुतत्त्व

रत्नाध्याय तंत्रात रत्नांची मांडणी करताना तीन सूत्रांचा विचार केला आहे. **'यद् पिण्डे तद् ब्रह्माण्डे'** या न्यायाने मध्यभागी सूर्याच्या माणिक रत्नाची स्थापना करून सौरमालेशी वास्तूचे नाते जोडले जाते. निसर्गाच्या अपार ऊर्जेशी ज्या गोष्टीची मैत्री जडते आपोआपच त्या ऊर्जेचा संजीवक संस्कार त्या वास्तूस अक्षयत्व देतो. दुसऱ्या सूत्रानुसार पंचमहाभूतात्मक संदर्भानुसार रत्नमांडणी करणे. उदाहरणार्थ, नैर्ऋत्येस पृथ्वितत्त्वास अनुसरून गुरूचे पुष्कराज रत्नाची स्थापना करणे. तिसऱ्या सूत्रानुसार दिशांच्या उपयोजकतेनुसार रत्नांची मांडणी करणे. उदा. आग्नेय दिशा अग्नितत्त्व शुक्रकारकत्व व संतती दाखवते व गुरूबलामुळे संततीप्राप्ती सहज होते. म्हणून आग्नेय दिशेसही गुरूचे पुष्कराज रत्नाची स्थापना करणे, अशी विविध विचारपद्धती लक्षात घेऊन या श्रेष्ठ रत्नाध्यायाची निर्मिती आपल्या ऋषिमुनींनी केली आहे. अशाप्रकारे उपयोजकता, पंचमहाभूतात्मक संदर्भ व ग्रहगत सौरमाला अशा विविध आयामांतून रत्नाध्यायाची मांडणी केली आहे.

प्लॉट म्हणजे बाह्यसंकाश जे समष्टीशी जोडलेले आहे व घर म्हणजे अंतरावकाश जे व्यक्तीशी जोडलेले आहे. त्यामुळे प्लॉटवर बाहेरच्या अंगणावर दिलेला रत्नाध्याय हा समष्टीच्या गुणांचा विचार करून रचला आहे, तर घरातील रत्नाध्याय हा व्यक्तीच्या गुणांचा व गरजेचा विचार करून रचला आहे. एकप्रकारे या दोन प्रणालींच्या माध्यमातून निसर्गाच्या अनंत अपार ऊर्जेस सीमित करून व्यक्तीच्या मर्यादित अस्तित्वास विकसित केलेले आहे.

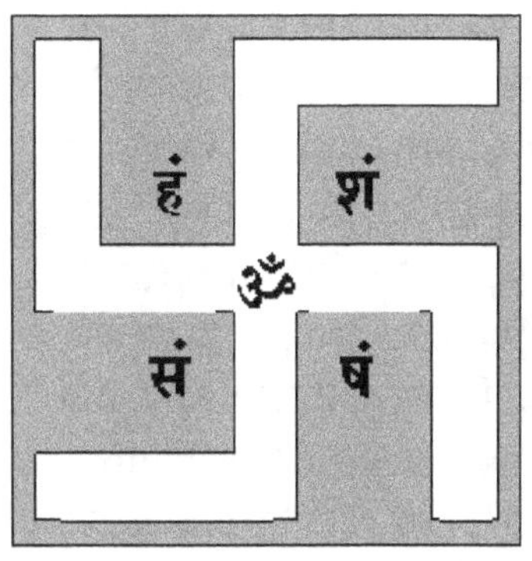

ताम्रस्वस्तिकावर 'हं सं शं षं' अशी संकल्पसिद्धीची चार बीजे मध्यभागी प्रणवाने जोडलेली आहेत. मंत्रबीजांची संकल्पना पंचमहाभूतात्मक आहे. उदाहरणार्थ, मंगळाचे 'क्रां' हे बीज जर अभ्यासले तर 'क' हा पृथ्वितत्त्वाचा निदर्शक असून, मंगळाच्या 'भूमिपुत्र' या गुणानुसार आहे; तर 'रं' हा अग्नितत्त्वाचा निदर्शक असून, मंगळाच्या मूळ अग्निगुणाचा निदर्शक आहे. त्यामुळे 'क्रां' म्हणजे मंगळ असेच नामकरण झाल्यासारखे आहे. संपूर्ण मंत्रशास्त्र अशा प्रकारे सूक्ष्म असून, त्याचा प्रभाव व संस्कार वास्तूस विशेष गुण प्राप्त करून देतो.

स्वस्तिक : प्रदक्षिणाकार प्रवाह पद्धतीचे स्वस्तिक हे बीज आहे. हं सं शं आणि षं या संकल्पसिद्धीच्या अक्षरांना मंत्रबीजाना ॐकाराने, प्रणवाने मध्यभागी बांधणारे स्वस्तिक हे ऊर्जेचे चक्र आहे. रत्नाध्याय विधीत रत्नाचे अधिष्ठान म्हणून स्वस्तिकास महत्त्व आहे. गहू वा तांदळाची स्वस्तिकाची रांगोळी चंद्रप्रवाहाला बळ देते. स्वस्तिकाचे नवीन विज्ञानानुसार एक लाख बोव्हीस एवढे ऊर्जाबल आहे. फेंगशुईतील 'ताई-ची' प्रतीक म्हणजे अर्धस्वस्तिक आहे. केवळ शक्तीचे प्रतीक म्हणून ताई-ची आहे तर शिव-शक्ती समावेशनाचे स्वस्तिक हे संपूर्ण प्रतीक आहे. वास्तुशास्त्रानुसार स्वस्तिकाकार ग्रामरचना, स्वस्तिकाकार भवन हे स्थैर्य, क्षेम, मांगल्याचे सर्वश्रेष्ठ प्रतीक आहे. चक्राकार स्वस्तिक कालीचे प्रतीक आहे तर विपरीत चक्राकार प्रतीक कलीचे प्रतीक आहे.

मुहूर्त :

आपल्या शास्त्रात दिक्काळ अशी जोडसंज्ञा वापरतात. दिशा आणि काळ ही एकमेकांशी जोडलेली अंगे आहेत. जो काळाचे प्रमाण पाळतो त्याला श्रेष्ठ दिशा प्राप्त होते तर ज्याला उत्तम काळ हवा असेल त्याने दिशेचे भान ठेवणे आवश्यक आहे. या दोन्ही प्रमाणांचे शुभकारकत्व मुहूर्त या संकल्पनेत आहे. एका विशिष्ट कालपर्वात सारी समष्टी व्यक्तीच्या पाठीशी मातेसमान उभी असते. अशा कालपर्वास शुभमुहूर्त म्हणतात.

'मुहूर्त' हे शुभघटनेचे बीज आहे. सारी सृष्टी जेव्हा काही विशेष देण्याच्या, काही सुंदर घडविण्याच्या संकल्पात असते अशा घडीला मुहूर्त म्हणतात. व्यक्तीच्या संकल्पाला पंचपरमेष्ठींचा वरदहस्त ज्या घडीला प्राप्त होतो, अशा घडीला मुहूर्त म्हणतात. श्वासावरून समष्टीचा स्वभाव जाणून मुहूर्ताचे बीज शिवस्वरोदयात वर्णिले आहे. ग्रह, नक्षत्र, तिथीवरून समष्टीची इच्छा जाणून, मुहूर्ताचे बीज ज्योतिषशास्त्रात ठरवितात. सभोवतालच्या निसर्गाच्या, घटनांच्या निरीक्षणातून मुहूर्ताचे बीज संकेतशास्त्रात ठरवितात. दिशा आणि काळ या दोन्ही माध्यमांचे यश 'मुहूर्त' या संकल्पनेत दडलेले आहे. 'यस्य सर्वेऽवशात अगात् स्मृतिपथ: कालाय तस्मै नम: ।' अशा अत्यंत शक्तिशाली काळावर मात करण्याचे सामर्थ्य काळाच्याच घडीत 'मुहूर्त' या संकल्पातून प्राप्त होते.

हस्तत्रयध्रुवमृदु धनिष्ठा द्वय पुष्यमे ।
रिक्तअर्क कृजौ त्यक्त्वा गृहं कुर्या द्विशेदपि ।।

या धर्मसिंधु ग्रंथातील प्रमाणानुसार हस्तत्रयी म्हणजेच हस्त, चित्रा, स्वाती नक्षत्रे; ध्रुव नक्षत्रे म्हणजेच रोहिणी, उत्तराफाल्गुन, उत्तराषाढा, उत्तराभाद्रपदा ही नक्षत्रे; आणि मृदु नक्षत्रे म्हणजेच मृग, चित्रा, अनुराधा, रेवती ही नक्षत्रे; शततारका, पुष्य ही नक्षत्रे; याशिवाय चतुर्थी, नवमी, चतुर्दशी व अमावास्या या चार रिक्त तिथी; तर रविवार व मंगळवार असे सर्व वरील रत्नाध्याय विधीसाठी वर्ज्य मानले आहेत. त्याचप्रमाणे कुठल्याही शुभकार्यास शुक्रास्त चालत नाही व चंद्रबळ आवश्यक आहे. त्यामुळे जातकाच्या जन्म-राशीपासून ४।८।१२ ही चंद्राची स्थिती या सत्कार्यास वर्ज्य आहे.

शिलान्यास पूजा ईशान्य दिशेच्या कोपऱ्यात करावी. त्यात फुलं, धूप, दीप, नैवेद्य, अत्तर, वस्त्र, सोने, अन्न अर्पण करून शिलान्यास करावा. आणि नंतर उर्वरित सात दिशांना घड्याळाच्या क्रमानुसार शिलान्यास करावा. याचप्रमाणे खांब व द्वार उभे करावेत व प्रत्येक वेळी फुलं, धूप, दीप अर्पण करावे. या विधीसाठी कोणती ग्रहस्थिती पूरक आहे हे 'मुहूर्तचिंतामणी' ग्रंथातील खालील चरणांतून स्पष्ट होते.

जीवार्कविच्छुक्र शनैश्चरेषु लग्नारिजा मित्र सुख त्रिगेषु ।
स्थिति: शतंस्याच्छरदां सिताकरिज्ये तनुत्र्यङ्गसुते शतं द्वे ।।

गृहारंभी जर लग्नी गुरू, सूर्य; सप्तमात बुध; चौथा शुक्र आणि तिसरा शनी असल्यास घराचे आयुष्य १०० वर्षांचे होते. आणि जर लग्नी शुक्र, तिसरा रवी, सहावा मंगळ, पाचवा गुरू असल्यास ते घर २०० वर्षे टिकते.

गृहात लक्ष्मीचा अखंड सहवास असावा म्हणूनही प्रस्तुत ग्रंथात पूरक असणारी ग्रहस्थिती दर्शविली आहे. त्यानुसार,

स्वोच्चे शुक्रे लग्नगे वा गुरौ वेश्मगतेऽथवा ।

_शनै स्वोच्चे लाभगे वा लक्ष्म्या युक्तं चिरं गृहम् ।।_

मीन लग्नात स्वउच्चीचा शुक्र किंवा चतुर्थात कर्केचा गुरू किंवा एकादशस्थानी आपल्या उच्च राशीचा तुळेचा शनी असताना गृहारंभ केल्यास अखंड लक्ष्मी नांदते.

कोणत्या ग्रहस्थितीत गृहारंभाचा विधी करू नये याची जाणीव करून देताना या ग्रंथात असे सांगितले आहे, की शुभ फल देणारा एकही ग्रह शत्रू नवांशी सप्तमात किंवा चतुर्थ स्थानी असल्यास आणि स्वामीग्रहसुद्धा निर्बली असल्यास अशा ग्रहस्थितीत प्रारंभ केलेली वास्तू एक वर्षात परस्वाधीन होते.

धार्मिक विधी :

गृहस्वामीचे व गृहाचे असे एक विशिष्ट नाते असल्याने संपूर्ण वास्तुशास्त्रात गृहस्वामीचा हात, अंगुली या परिमाणांचा उपयोग दारे, खिडक्या व घराची उंची-रुंदी-लांबी यासाठी केला जातो. कुठल्याही भवनाची निर्मिती ही त्या घरात राहणाऱ्या व्यक्तींच्या सुसह्य व सहज हालचालींना न्याय देणारी परिमाणे वापरून केली जाते. अर्वाचीन आर्किटेक्चरमध्ये ज्याला ergonomics म्हणजेच सहज हालचालींचे शास्त्र म्हणतात त्याचा सूक्ष्म विचार वास्तुशास्त्रात प्रमाण व परिमाण योजताना

मंगल कलश : कलश हा घट आणि आकाश, शब्द आणि अर्थ, आशय आणि आविष्काराचे प्रतीक आहे. अशोक वा आंब्याची पाने अक्षयत्वाचे प्रतीक आहे. मंत्रार्चित जल ऊर्जेस प्रवाही करते. कलशातील चांदीचे नाणे लक्ष्मीचे प्रतीक आहे. कलशातील सुपारी घटाकाशास गाभाऱ्याचे तेज देते. कलशावरील नारळ हा श्रीफळ म्हणजे परिपूर्णतेचे प्रतीक आहे. कलश हा नारायण तर श्रीफळ हे लक्ष्मीचे द्योतक यादृष्टीने मंगल कलश हा शिव-शक्ती समागमाचे प्रतीक आहे. समंत्र बांधलेले पांढरे, लाल व पिवळे धागे या समागमाच्या साक्षी देवतांचे द्योतक आहेत. हळदीकुंकू व चंदनाचे त्रिपुंड गुरू, रवी व चंद्र या शुभ ग्रहांचे स्पंदनशील आविष्कार होत. असा एक मंगल कलश सिंहद्वारात स्थापन करावा. फेंगशुई तत्त्वातील सर्व प्रतिकांच्या एकत्रित आविष्काराहून श्रेष्ठ आविष्कार या एकाच प्रतिकात दिसून येतो.

केलेला आहे. व्यक्ती ज्या वंशातील आहे त्या वंशाच्या उंची-जाडी-हाताची लांबी या साऱ्यांचाच विचार त्या व्यक्तीचा 'हात' हे प्रमाण गृहरेखनात धरल्याने आपोआपच होतो. त्यामुळे गृहस्वामीच्या दीडहाताएवढा खोल खड्डा प्लॉटच्या मध्यात व अष्टदिशांना घ्यावा. त्यात भाताच्या ओंब्यांचे आसन करावे. त्यावर शुभसंकेतदायी ताम्र स्वस्तिक ठेवावे. त्यावर रत्न ठेवून शुभसंकल्पाने त्या त्या ग्रहाच्या रत्नावर त्या त्या मंत्राचा १०८ वेळा अभिषेक करून मंत्रसंस्कार करून रत्न अभिमंत्रित करावे. त्यावर विविध फुले पसरून वरून खड्डा बंद करावा. त्यानंतर प्लिंथ किंवा जोत्यावर मात्र केवळ एक फरशी खाली याचप्रकारे आठ दिशा व गृहमध्यात स्वस्तिक रत्न स्थापन करावे.

गृहशुद्धी

- वास्तुभवनात अष्टगंध, दुर्वा, बेल, तुळस, अक्षदा मिश्रित जलाने आंब्याच्या पानांनी देवतांचे स्मरण करीत प्रदक्षिणा मागनि सिंचन करावे.
- वास्तुभवनात उदबत्त्या, कापूर, धूप, दीप हातात धरून देवतांचे स्मरण करीत प्रदक्षिणा मागनि चालावे.
- वास्तुभवनात हातात पंचधातूची घंटा घेऊन एका लयीत देवतांचे स्मरण करीत प्रदक्षिणा मागनि चालावे.
- ईशान्येत रुद्राक्ष, नैर्ऋत्येस स्फटिक, आग्नेयेस पोवळे व वायव्येस घोड्याचा नाल पुरावा.
- उत्तरेत हळकुंड, पूर्व दिशेत चंदन, दक्षिण दिशेत सुपारी व पश्चिम दिशेत घोड्याचा नाल पुरावा.

।। रत्नाध्याय - इमारत किंवा बंगल्यासाठी।।

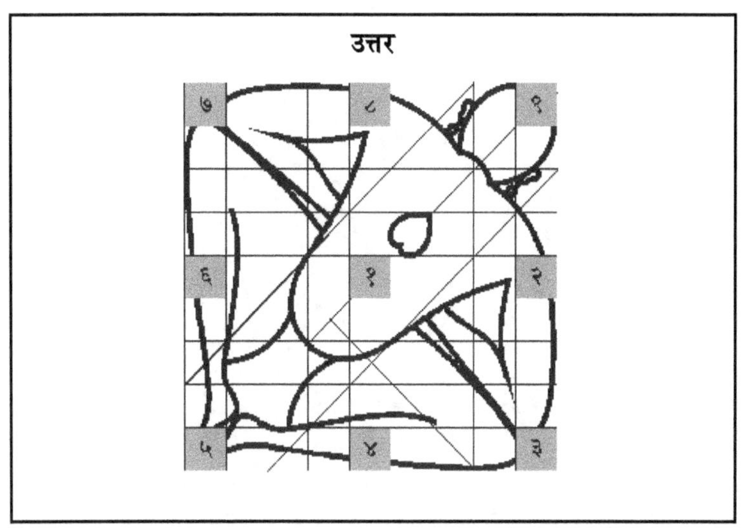

वरील आकृतीत दाखविलेल्या क्रमांकानुसार कोणती रत्ने स्थापावीत व रत्नावर ग्रहानुसार कोणता मंत्र म्हणावा यासाठी कोष्टक क्र. ७.४ पाहा.

।। ग्रह - रत्ने - मंत्र ।।   कोष्टक क्र. (७.४)

क्रमांक	ग्रह	रत्ने	मंत्र
१	माणिक	सूर्य	ॐ हां हीं हौं सः सूर्याय नमः ।
२	पोवळे	मंगळ	ॐ क्रां क्रीं क्रौं सः भौमाय नमः ।
३	पुष्कराज	गुरू	ॐ ग्रां ग्रीं ग्रौं सः गुरवे नमः ।
४	लसण्या	केतू	ॐ श्रां श्रीं श्रौं सः केतवे नमः ।
५	स्फटिक	शुक्र	ॐ द्रां द्रीं द्रौं सः शुक्राय नमः ।
६	नीलम	शनी	ॐ प्रां प्रीं प्रौं सः शनैश्चराय नमः ।
७	नीलम	शनी	ॐ प्रां प्रीं प्रौं सः शनैश्वराय नमः ।
८	पाचू	बुध	ॐ ब्रां ब्रीं ब्रौं सः बुधाय नमः ।
९	मोती	चंद्र	ॐ श्रां श्रीं श्रौं सः सोमाय नमः ।

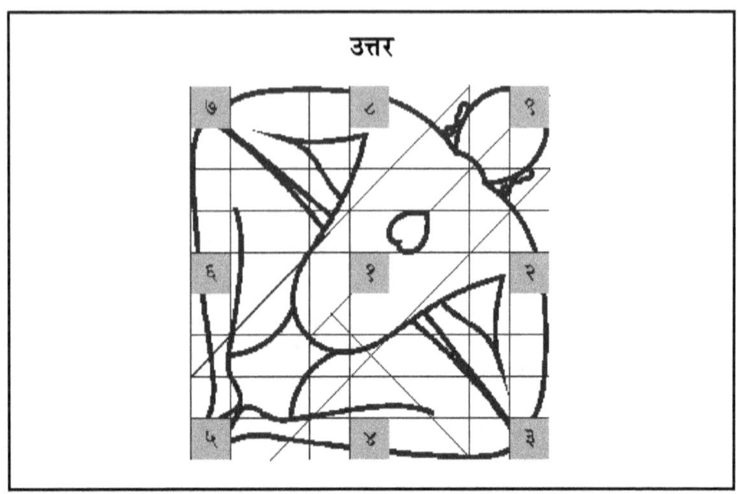

वरील आकृतीत दाखविलेल्या क्रमांकानुसार कोणती रत्ने स्थापावीत व रत्नावर ग्रहानुसार कोणता मंत्र म्हणावा यासाठी कोष्टक क्र. ७.५ पाहा.

।। ग्रह - रत्ने - मंत्र ।।   कोष्टक क्र. (७.५)

क्रमांक	ग्रह	रत्ने	मंत्र
१	माणिक	सूर्य	ॐ हां हीं हौं स: सूर्याय नम: ।
२	स्फटिक	शुक्र	ॐ द्रां द्रीं द्रौं स: शुक्राय नम: ।
३	पोवळे	मंगळ	ॐ क्रां क्रीं क्रौं स: भौमाय नम: ।
४	नीलम	शनी	ॐ प्रां प्रीं प्रौं स: शनैश्चराय नम: ।
५	पुष्कराज	गुरू	ॐ ग्रां ग्रीं ग्रौं स: गुरवे नम: ।
६	पाचू	बुध	ॐ ब्रां ब्रीं ब्रौं स: बुधाय नम: ।
७	गोमेद	राहू	ॐ भ्रां भ्रीं भ्रौं स: राहवे नम: ।
८	मोती	चंद्र	ॐ श्रां श्रीं श्रौं स: सोमाय नम: ।
९	स्फटिक	शुक्र	ॐ द्रां द्रीं द्रौं स: शुक्राय नम: ।

विषम आकाराच्या प्लॉटला किंवा विषम आकाराच्या घरांना सूक्ष्म दृष्टीने समत्व आणण्यासाठी रत्नाध्याय हा सर्वश्रेष्ठ पर्याय आहे. अनेक वास्तुशास्त्रीय धारणांना या सूक्ष्म ऊर्जापद्धतीमुळे न्याय देता येतो.

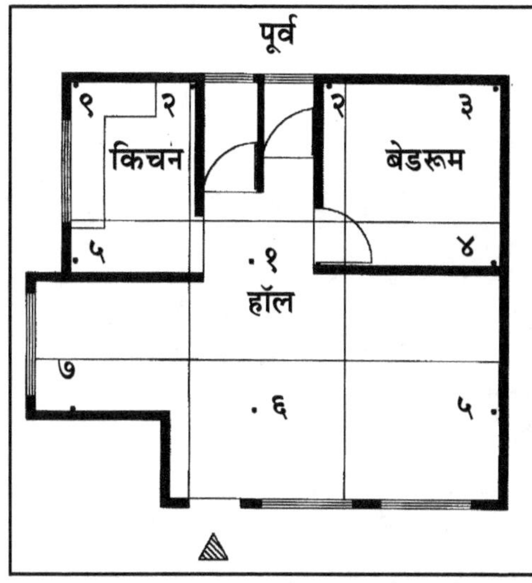

घराचा आकार विषम असता रत्नस्थापना मात्र चतुष्कोनाकृती आकृती क्र. ७.६ मध्ये दाखविलेल्या क्रमांकानुसार खालीलप्रमाणे करावी.

१ - माणिक

२ - पोवळे

३ - पुष्कराज

४ - लसण्या

५ - स्फटिक

६ - नीलम

७ - नीलम

८ - पाचू   ९ - मोती

ज्या फ्लॅटमध्ये ईशान्य वा उत्तर-पूर्व प्रभागात संडास असेल अशा वेळी उत्तर-ईशान्य पूर्वेचे स्पंदन वाढविण्यासाठी त्या भागात रत्नाध्यायाला अनुसरून दोन अधिक रत्ने वापरून वरील वास्तुदोषावर काही प्रमाणात मात करता येईल.

आकृती क्र. (७.७)

उत्तर दिशेत टॉयलेट असता तीन अधिक मोती स्थापन करावेत.

आकृती क्र. ७.७ मध्ये दाखविल्याप्रमाणे '१' क्रमांकाच्या ठिकाणी मोती स्थापावा.

नैर्ऋत्य पश्चिम-दक्षिण आणि आग्नेय प्रभागात असणाऱ्या अंडरग्राऊंड वॉटरटँक, विहिरी, बोअरिंगवर ते बुजवता येत नसल्यास रत्नाध्याय हा उत्तम पर्याय आहे. पुष्कराज हा उर्ध्वगुरुत्वाचा पृथ्वितत्त्वाचा कारक आहे. अशा दोन-तीन पुष्कराजांची स्थापना विहिरीत व विहिरीच्या आजूबाजूला केल्यास त्याचा शुभ परिणाम दिसून येईल. आकृती क्र. ७.८ पाहा. अशा विहिरींमुळे ऊर्जेच्या

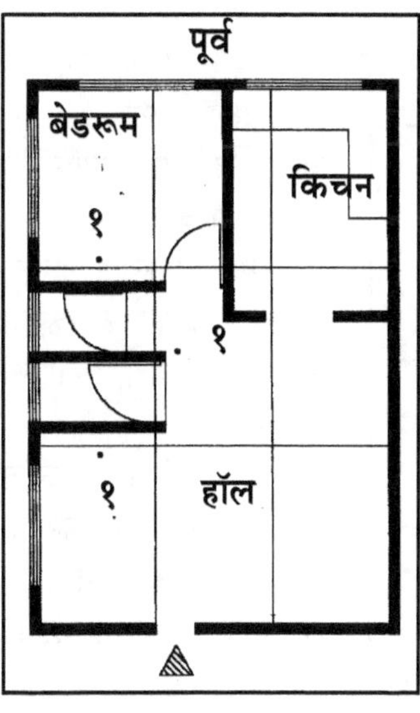

मंडलाकार प्रणवात छेद येत असल्याने या पुष्कराजाच्या माध्यमातून पुनश्च मंडलाकार संवहन होईल. अशा वेळी ही पुष्कराज स्थापना स्थिर नक्षत्रावर करावी. अशा विहिरीचे भोवती पिवळी फरशी लावावी. एखादे औदुंबराचे झाड लावावे.

आग्नेय दिशेस विहीर-दोष   **आकृती क्र. (७.८)**

वास्तुशास्त्र संकेतानुसार दक्षिण वा पश्चिमेस बाल्कनी, व्हरांडा किंवा टेरेस असा विस्तार नसावा. अशा वेळी शनीच्या आकुंचन व केतूच्या कापणे-तोडणे गुणास अनुलक्षून रत्नस्थापना केल्यास या विषम बाल्कन्यांचा दोष कमी होईल. आकृती क्र. ७.८ पाहा. पश्चिमेच्या बाल्कनीत नीलम, नैर्ऋत्येच्या बाल्कनीत पुष्कराज, दक्षिणेच्या बाल्कनीत वैडुर्य; तर आग्नेयेच्या बाल्कनीत पुन्हा पुष्कराज अशी रत्नस्थापना केल्यास विषम विस्ताराच्या दोषापासून घर मुक्त होईल.

आकृती क्र. (७.९)

आकृती क्र. ७.९ मध्ये बाल्कनी आग्नेयेस, दक्षिणेस व पश्चिम दिशेस आलेली आहे. अशा वेळेला '१', '२' आणि '३' या क्रमांकाच्या ठिकाणी अनुक्रमे खालीलप्रमाणे रत्न- स्थापना करावी लागेल.

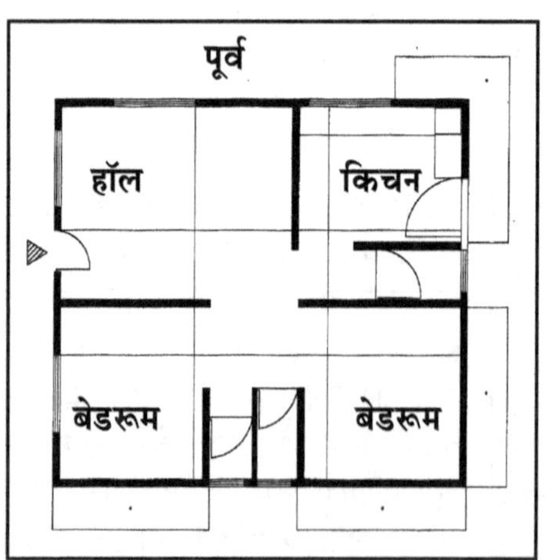

१ - आग्नेय बाल्कनीत पुष्कराज रत्नाची स्थापना करावी.

२ - दक्षिण बाल्कनीत वैडुर्य रत्नाची स्थापना करावी.

३ - पश्चिम बाल्कनीत नीलम रत्नाची स्थापना करावी.

आग्नेय-कट असलेले घर

आकृती क्र. (७.१०)

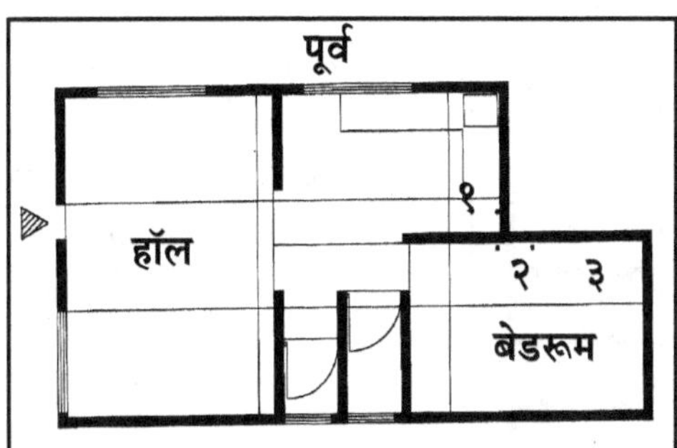

आग्नेय-कट असता आकृतीत दाखविल्याप्रमाणे क्रमांक '१' व क्र. '३' यांच्या ठिकाणी पुष्कराज रत्नाची स्थापना करावी आणि क्र. '२' च्या ठिकाणी पोवळे रत्नाची स्थापना करावी.

नैर्ऋत्य-कट असलेले घर

आकृती क्र. (७.११)

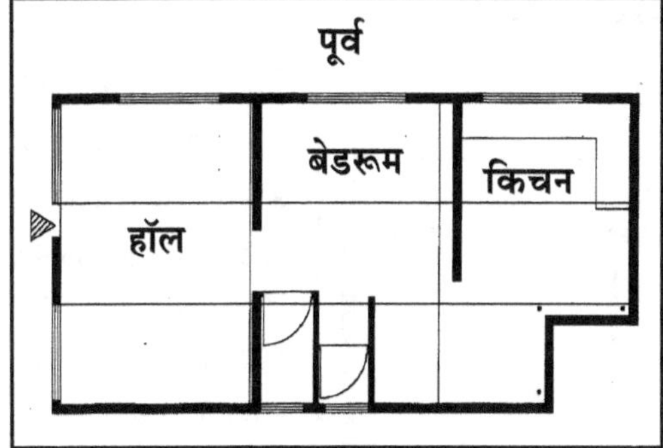

नैर्ऋत्य-कट असता क्रमांक '१' व क्र. '३' यांच्या ठिकाणी पुष्कराज रत्नाची स्थापना करावी आणि क्र. '२' च्या ठिकाणी स्फटिकाची स्थापना करावी.

नैर्ऋत्य : 'नैर्ऋत्यां खड्गधारिणी' असे सूत्र आहे. हा दैत्यांचा प्रदेश, पृथ्वितत्त्वाचा प्रभाग, पिंगळा नाडीचे प्रवेशद्वार आहे. वास्तुशास्त्रात ही दिशा सर्वांत महत्त्वाची आहे. पश्चिम व दक्षिण या प्रमुख अस्तदिशांचा संगम येथे होतो. पत्रिकेत मृत्यू व भाग्य स्थानाचे कारकत्व नैर्ऋत्येस आहे. वास्तुशास्त्रात हा प्रभाग शृंगारशाला म्हणून वापरतात. नैर्ऋत्य बिघडल्यास भवनाचा संकोच होण्यास वेळ लागत नाही, एवढे महत्त्व या दिशेस आहे. पीतवर्ण, गुरुतत्त्व, पुष्कराज आणि औदुंबर या दिशेच्या विषापासून रक्षण करू शकतात.

ईशान्य-कट असलेले घर   **आकृती क्र. (७.१२)**

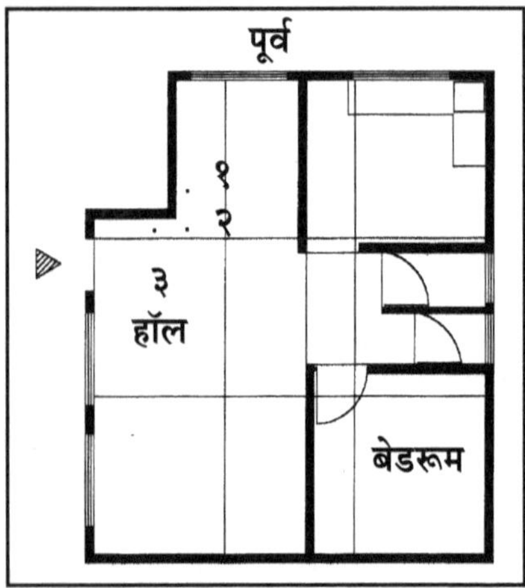

ईशान्य-कट असता आकृतीत दाखविल्याप्रमाणे क्रमांक '१', '२' आणि '३' यांच्या ठिकाणी मोती रत्नाची स्थापना करावी.

वायव्य-कट असलेले घर   **आकृती क्र. (७.१३)**

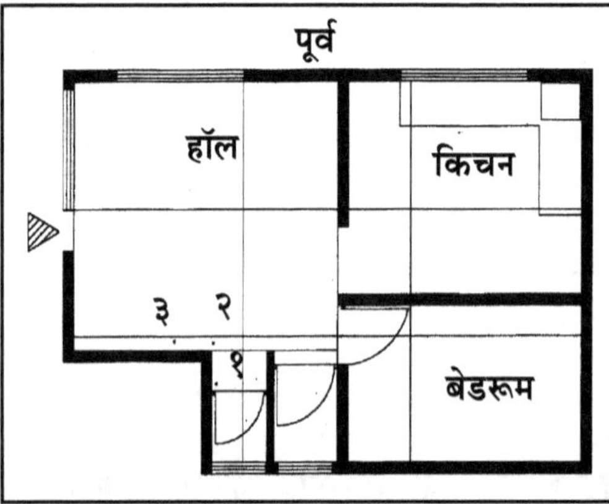

वायव्य - कट असता आवृतीत दाखविल्याप्रमाणे क्रमांक '१'व क्र. '३' यांच्या ठिकाणी मोती रत्नाची स्थापना करावी आणि क्रमांक '२' च्या ठिकाणी नीलम रत्नाची स्थापना करावी.

वायव्य : 'वायव्यां मृगवाहिनी ।' असे सूत्र आहे. वास्तुपुरुष मंडलात 'पवन' ही ऊर्जेची प्राण-स्वरस्वरूप देवता आहे. चंद्राची चंचलता, वायुतत्त्वाची बुद्धी, पवनपुत्राचे सामर्थ्य अशा बहुविध प्रकारे या दिशेची प्रतिकात्मकता आहे. नैसर्गिक कुंडलीत उपासनेचे स्थान वायव्य प्रभागात असून बुद्धिजीवी वर्गाचे देवघरही वास्तुसंकेतानुसार याच प्रभागात आहे. वायुतत्त्वास वाचा देऊन त्याचा यथार्थ जीवनदायी आविष्कार करणाऱ्या ध्वनीस या प्रभागात महत्त्व आहे म्हणून घंटा-

एखाद्या व्यक्तीस संततीसमस्या असेल तर अशा वेळी आग्नेय व नैर्ऋत्य दिशेस एकेक अधिक पुष्कराज व एकेक अधिक पोवळे व हिरा अशी अनुक्रमे स्थापना करावी. वाढीव वायव्य प्रभागात राहूचे गोमेद हे एक रत्न अधिक वापरावे. उत्तर दिशा बंद असता एकाऐवजी तीन-चार अधिक मोत्यांची स्थापना उत्तर प्रभागात करावी. आग्नेय दिशेस संडास-बाथरूम असता एकेक पोवळे अधिक स्थापन करावे.

विदिशा प्लॉट   **आकृती क्र. (७.१४)**

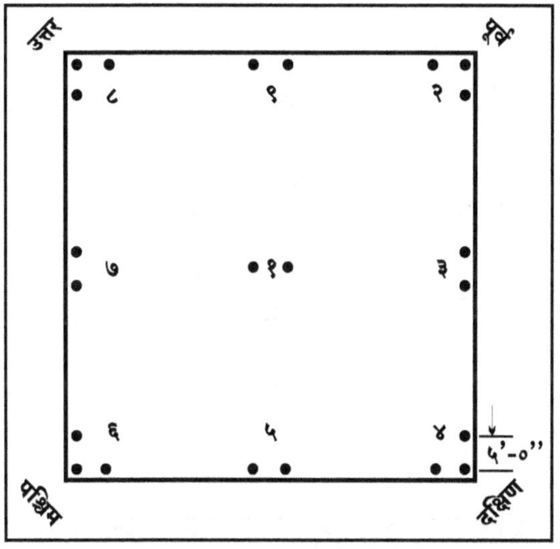

विदिशा प्लॉट असता आकृती क्र. ७.५ प्रमाणे क्रमांकानुसार रत्ने स्थापावीत. प्रमुख दिशांचे गुणप्राबल्यासाठी त्या दिशांना अनुलक्षून आकृती क्र. ७.१४ मध्ये दाखविल्याप्रमाणे अधिक रत्ने स्थापावीत.

● ● ●

धातू-अध्याय

प्रत्येक दिशेचे ऊर्जाप्रमाण आकृती क्र. २.८ मध्ये दिले आहे. जेथे ऊर्जा ऋण विषम स्वरूपाची आहे तेथे अधिक जडत्व तर जेथे ऊर्जा धन संवादी स्वरूपाची आहे तेथे अधिक लघुत्व असावे - या सिद्धांतास अनुसरून धातू-अध्यायाची मांडणी केली आहे. खालील आकृतीत ग्रह व राशींच्या ज्योतिषशास्त्रानुसार दिशा दिल्या आहेत.

।। दिशा व ग्रह ।।   **आकृती क्र. (८.१)**

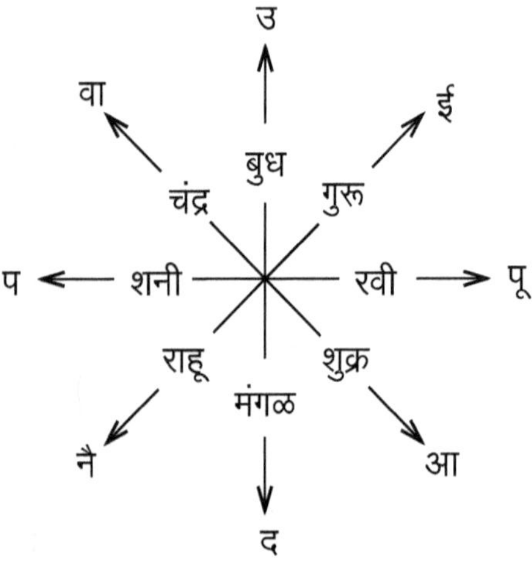

ग्रह व दिशा या वरील कोष्टकाप्रमाणे धातुयोजना न करता दिशांच्या व ग्रहांच्या गुणाचा विचार करून ही योजना केली आहे.

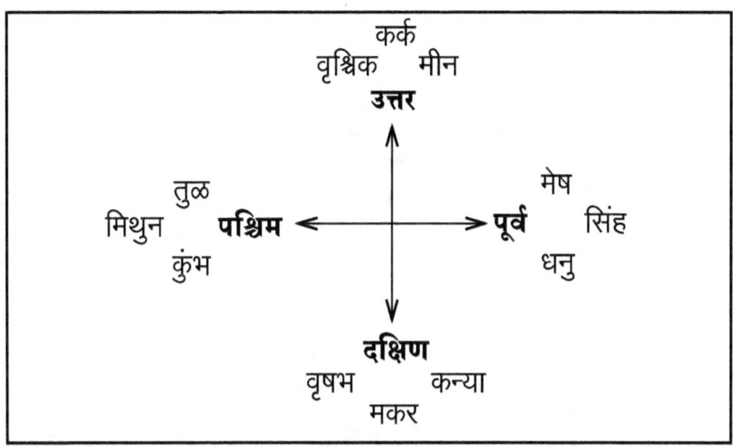

उदाहरणार्थ, उत्तर ही सर्वश्रेष्ठ उगम गुणाची दिशा आहे व गुरू ग्रह हा सर्व ग्रहांत अधिक उगमशील व शुभ मानला आहे. उत्तर दिशेवर कर्क व मीन म्हणजेच गुरूच्या उच्च व स्वगृह राशींचा अंमल आहे. वास्तुशास्त्रानुसार दक्षिण दिशेचा संकोच अत्यावश्यक आहे. त्यादृष्टीने दक्षिण दिशेस शनी हा ग्रह अधिक योग्य वाटतो. याचे प्रतिबिंब रत्नाध्यायातही दिसून येईल.

आकृती क्र. (८.३)

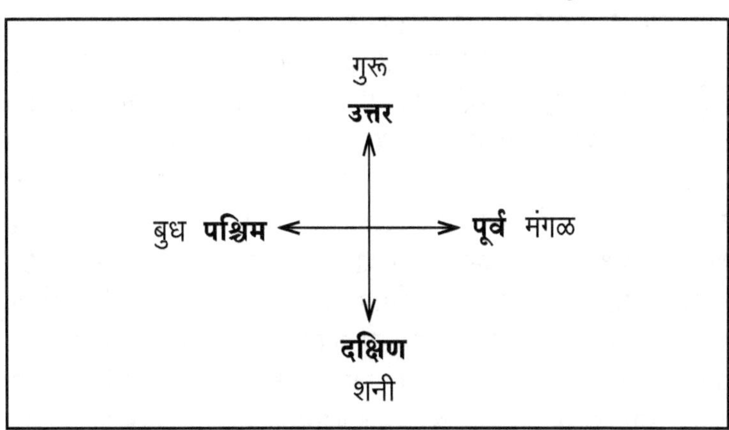

रवीचे स्थान सौरमालेत व वास्तूत मध्यभागी आहे. त्यामुळे पूर्व दिशेस मंगळाचे महत्त्व मानले आहे; तर पश्चिम दिशेस रत्नाध्यायानुसार बुधाचे महत्त्व

प्रमाण मानले आहे. आकृती क्र. ८.३ मध्ये दिशा व ग्रह यांचे सुधारित कोष्टक दिले आहे.

।। ग्रह - धातू - दिशा ।।   कोष्टक क्र. (८.४)

ग्रह	धातू	दिशा
गुरू	जस्त	उत्तर
शनी	शिसे	दक्षिण
मंगळ	तांबे	पूर्व
बुध	कांस्य	पश्चिम

आकृती क्र. ८.४ मध्ये ग्रह व त्याचा कारक धातू याचे कोष्टक दिले आहे. यानुसार उत्तरेस गुरुवारी सकाळी ६ ते ७ या वेळात गुरूच्या होऱ्यात जस्तधातूची स्थापना करावी. दक्षिणेस शनिवारी सकाळी ६ ते ७ वेळात शिसे धातूची स्थापना करावी. मंगळवारी सकाळी ६ ते ७ वेळात ताम्र धातूची पूर्वेस स्थापना करावी. बुधवारी सकाळी ६ ते ७ वेळात कांस्य धातूची पश्चिमेस स्थापना करावी. उत्तर, पूर्व, पश्चिम व दक्षिण या चार दिशांतील धातूंचे प्रमाण अनुक्रमे १ : २ : ४ : ८ असे असावे. दक्षिण-पश्चिम प्रभागात ही मात्रा वाढविल्यास 'अधिकस्य अधिकंफलं' समजावे. उदाहरणार्थ, उत्तरेस १०० ग्रॅम जस्त पुरल्यास पूर्वेस २०० ग्रॅम ताम्र वापरावे, पश्चिमेस ४०० ग्रॅम कांस्य वापरावे; तर दक्षिणेस ८०० ग्रॅम शिसे वापरावे. याचप्रमाणे घरात धातुस्थापना प्लॉटच्या निम्म्या प्रमाणात करावी.

या पद्धतीत दिशा, त्यांचा गुण, ग्रह व ऊर्जाजडत्व प्रमाण या साऱ्यांचा विचार केलेला असल्याने एक उपचार म्हणून श्रेष्ठ फलदायी सिद्ध होते. याचप्रमाणे दक्षिण पश्चिमेच्या बाल्कनी टेरेसमध्ये ५०० ग्रॅम अधिक शिसे धातूची स्थापना केल्यास दक्षिण-पश्चिम विस्ताराचे भय बाळगण्याचे कारण नाही. नित्याच्या जीवनात बऱ्याच वेळा दक्षिण-पश्चिम दिशांना घराचा विस्तार करण्याची वेळ येते. असे विस्तार हे शास्त्राविरुद्ध असल्याने अपमृत्यू, अपघात अनुभवाला येतात. तेव्हा दक्षिण पश्चिम विस्तार करताना तुलनात्मक उत्तर दिशेस म्हणजे जुन्या घरालगत दक्षिणेस शिसे या धातूची स्थापना करावी व नंतर विस्तार करावा. दक्षिण-पश्चिम दिशांना विहीर असता, विहीर व घर यांच्या बरोबर मधल्या भागात पाच-सात किलो शिसे पुरवे. यामुळे विहिरीपासून होणाऱ्या अशुभ किरणोत्सर्गापासून संरक्षण होईल. वायव्य दिशेचा गुणोत्कर्ष करण्यासाठी चांदी या धातूचा उपयोग करावा. आग्नेय दिशेचे प्रमाणीकरण करण्यासाठी चांदीचा त्रिकोणी पिरॅमिड पुरावा. याचप्रमाणे वास्तुब्रह्मात सुवर्ण पुरावे.

।। धातू-दिशा प्रमाण ।।

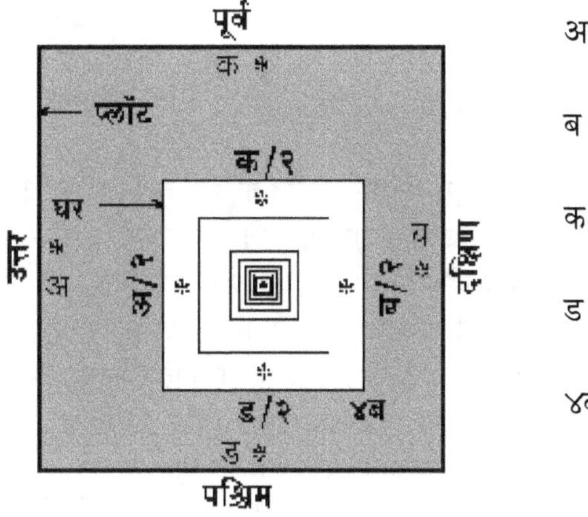

अ → १०० ग्रॅम जस्त

ब → ८०० ग्रॅम शिसे

क → २०० ग्रॅम ताम्र

ड → ४०० ग्रॅम कास्य

४ब → ३२०० ग्रॅम शिसे

• • •

- दक्षिणेस बाल्कनी, दक्षिणेस जमिनीचा उतार, दक्षिणेस छपराचा उतार, दक्षिणेस टेरेस असता नवम, दशम व एकादश स्थानासंबंधीचे फळात तीव्र दोष अनुभवास येतात.
- या दिशांतील दोष सूर्य-पिंगळा नाडीने प्रेरित असल्यामुळे क्रूर, कठीणकर्मा व तत्काळ फळ प्राप्त होते.
- विपदा, विकार, विनाश, विलाप व विषमता असे फळ प्राप्त होते.

मंत्र-बीज पिरॅमिड

उठल्याही ऊर्जेचे प्रमाणीकरण, नियमन आणि जपणूक करणे अशा त्रिविध दृष्टीने पिरॅमिड्सचे महत्त्व असाधारण आहे. दिग्बंधनासाठी जे वेगवेगळे पर्याय आपण वापरतो त्यांत मंत्र-बीज पिरॅमिड हा पर्याय अतिशय उपयुक्त आहे. आजकाल फ्लॅट संस्कृतीच्या युगात घराचे आकार विषम असतात. चुकीच्या दिशांना बाल्कनी व टेरेस येतात. नको तिथे टॉयलेट्स, नको तिथे किचन अशीच परिस्थिती सर्वत्र दिसून येते. अशा प्रकारच्या बांधकामात विषम सौरछाया, विषय चुंबकीय ऊर्जा यामुळे अधिकच हानिकारक परिणाम प्रत्ययास येतात. त्यामुळे कलियुग म्हणजे दु:ख, दारिद्रय आणि दैन्य या व्याख्येची खात्री पटू लागते. रोजच्या वर्तमानपत्रात खून, दंगे, मारामाऱ्या, अपघाती मृत्यू यामुळे रकानेच्या रकाने भरलेले आहेत. या सर्वांत चुकीचे आर्किटेक्चर असणे हाही महत्त्वाचा भाग आहे. अशा सर्व विषम परिस्थितीत पंचमहाभूतांचे नियमन हा सर्वांत महत्त्वाचा धागा आहे. त्यासाठी मंत्र-बीज पिरॅमिड्सचे दिग्बंधन उत्तम काम करताना दिसून येते.

> मंत्राः वर्णात्मकाः सर्वे, सर्वे वर्णाः शिवात्मकाः ।' 'मंत्र' हे सृष्टीचे अक्षरबीज आहे. सृष्टीच्या २७ मूलतत्त्वांचे ध्वनिस्वरूप मंत्र-बीजात सामावलेले आहे. प्रत्येक अक्षर, स्वर, व्यंजनाचा उच्चार मात्रा व आघात एका विशिष्ट आकृतीचे स्पंदन वातावरणात संप्रेरित करतो. या अव्यक्त आवृत्त्यांच्या संस्कारातून व्यक्तीभोवतीचे, वास्तुभवनाभोवतीचे ऊर्जावलय प्रभावित होते. मंत्राचे पंचमहाभूतात्मक वर्गीकरण आहे. मंत्राचे ग्रहगत वर्गीकरण आहे. मंत्राचे देवतात्मक वर्गीकरण आहे. मंत्राचे दिशांगत वर्गीकरण आहे. त्यामुळे दिशा, व्यक्ती, ग्रह, पंचमहाभूते यांना जोडणारा मंत्र हा एक दिव्य सेतू आहे. या मंत्राचे बीज जिथे रुजले तिथे संकल्पाचा वृक्ष फुलतो व फळतो. म्हणून रत्नाध्यायामधील मंत्रविधीस असाधारण महत्त्व आहे.

प्रकरण २ मधील आकृती क्र. २.१ नुसार पृथ्वितत्त्व चतुष्कोणाकृती, अगितत्त्व त्रिकोणाकृती तर वायुतत्त्व गोलाकार आविष्कृत होते, हे आपण पाहिले. पृथ्वितत्त्वाचा

बीजमंत्र '॥ गं ॥', अग्नितत्त्वाचा बीजमंत्र '॥ ऱ्हीं ॥' तर

वायुतत्त्वाचा बीजमंत्र '॥ श्रीं ॥' आहे. ताम्रधातूचे चतुष्कोनाकृती पिरॅमिड्स तळात '॥ गं ॥', त्रिकोणाकृती पिरॅमिड्सचे तळात '॥ ऱ्हीं ॥' तर गोलाकार पिरॅमिड्सचे तळात '॥ श्रीं ॥' या मंत्रबीजाचा संस्कार केलेला आहे. पाच नद्यांची वाळू पिरॅमिड्समध्ये भरून त्यास 'ऊर्जाघनत्व' दिले आहे.

आकृती क्र. (९.१)

आग्नेयेस अग्नितत्त्वास अनुसरून त्रिकोणाकृती, नैर्ऋत्येस पृथ्वितत्त्वास अनुसरून चतुष्कोनाकृती तर वायव्येस वायुतत्त्वास अनुसरून गोलाकार पिरॅमिडची स्थापना करावी. याप्रकारे प्लॉटवर, घरात व फ्लॅटमध्ये तिन्ही ठिकाणी पंचमहाभूतात्मक नियमनासाठी यांचा उपयोग उत्तम होतो. प्लॉटवर उपयोग करताना २७ इंची खोल खड्डा घ्यावा (आकृती क्र. ९.२ पाहा). त्यावर भाताची साळ पसरावी. त्यावर एक पिरॅमिड ठेवून खड्डा अर्धा भरावा. पुन्हा दुसरा पिरॅमिड ठेवून उरलेला खड्डा भरून टाकावा. त्रिकोणी पिरॅमिड पुरुषसूक्ताने अभिमंत्रित करावा. चौकोनी पिरॅमिड गणेशसूक्ताने अभिमंत्रित करावा तर गोल पिरॅमिड श्रीसूक्ताने अभिमंत्रित करावा. फ्लॅटमध्ये यांचा वापर करण्यासाठी उपदिशांमध्ये कॉर्नरला भिंतीमध्येच दोन बाजूंना दोन पिरॅमिड्सची स्थापना करावी.

आकृती क्र. (९.२)

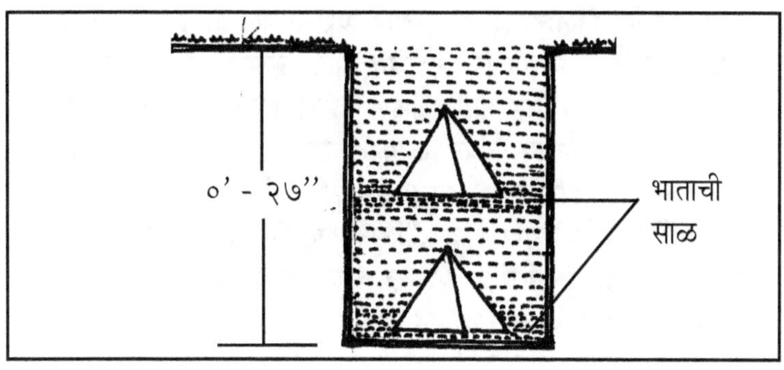

उपदिशांमध्ये दोन्ही ऊर्जाप्रवाहांचा प्रभाव असतो. त्यामुळे उपदिशा या अतिशय संवेदनाशील प्रभाग असतात. उपदिशांमध्ये पंचमहाभूतात्मक आविष्कार सामावलेला आहे. एकप्रकारे ज्या घराच्या उपदिशा योग्य व संतुलित असतात तेथे सुखशांतीची प्राप्ती होते, असे म्हटल्यास अतिशयोक्ती होणार नाही. मंत्र, बीजाक्षर, ताम्रधातू, पंचनद्यांची वाळू, पंचमहाभूतात्मक आकार या सगळ्यांचा संगम या दिग्बंधनाच्या पिरॅमिड्समध्ये सामावलेला आहे. योग्य मुहूर्त साधून अशा पिरॅमिड्सची स्थापना घरात केल्यास पंचमहाभूते व उपदिशा यांचे उत्तम संतुलन होते व ऊर्जेच्या प्रणवाकार मंडलाकार प्रवाहास पूरकता प्राप्त होते.

आकृती क्र. (९.३)

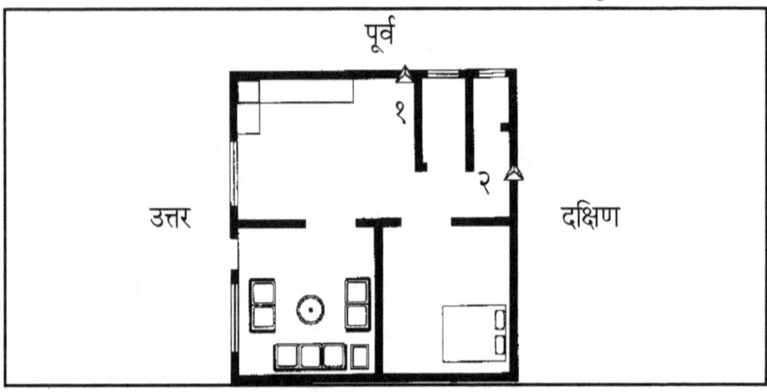

पिरॅमिड : सुवर्णांक व हेलिक्स या दोन तत्त्वांवर पिरॅमिडची बांधणी करतात. गणित शास्त्रात गोल्डन रेशो व लॉगरिदमिक हेलिक्स हा विश्वाचा पाया मानतात. या दोन तत्त्वांवरच वास्तुशास्त्रात नाभिरेखन करतात. या दोन तत्त्वांवरच श्रीयंत्रात बिंदुस्वरूप देवतेचं स्थान ठरवितात. ऊर्जेचे मंडलाकार संवहन करून तिला प्रणवाकार सृष्टीचे स्वरूपही या सुवर्णांक व हेलिक्सच्याच तत्त्वावर प्राप्त होते. सर्व प्रकारच्या ऊर्जांचे नियमन करून पंचमहाभूतांना दिशांनुरूप योग्यस्थान पिरॅमिडमुळे प्राप्त होते. पिरॅमिड हा अग्नितत्त्वाचा असल्याने श्रेष्ठ संशुद्धक आहे. ऋण ऊर्जा भक्षण करणारा असा अग्निस्वरूप पिरॅमिड आग्नेय दक्षिण नैऋत्य व पश्चिमेच्या ऋणप्रवाहांवर पिंगला प्रवाहांवर उत्तम प्रकारे नियमन करतो. एकप्रकारे ऋण ऊर्जांचा संकोच करणारा पिरॅमिड हा मूलतः ऊर्जा-विसर्जनाचे कार्य करतो म्हणून त्यात शनितत्त्वाचेही गुण आहेत. त्रिकोणाकृती पिरॅमिड अग्नितत्त्वाचा, चतुष्कोणाकृती पिरॅमिड हा पृथ्वितत्त्वाचा तर गोलाकार पिरॅमिड हा वायुतत्त्वाचा आविष्कार नियमित करतो.

आग्नेय प्रभागात जर संडास-बाथरूम असेल तर आकृती ९.३ मध्ये दाखविल्याप्रमाणे क्रमांक '१' व '२' या ठिकाणी त्रिकोणाकृती पिरॅमिड्स पुरल्यास त्यापासून अग्नितत्त्वाच्या येणाच्या विषमतेस छेद बसतो व ऊर्जेचे योग्य संवहन होते.

नैर्ऋत्य प्रभागात जर प्रवेश असेल तर अशा प्रवेशद्वाराच्या दोन्ही बाजूला आकृती ९.४ मध्ये दाखविल्याप्रमाणे क्रमांक '१' व '२' या ठिकाणी चतुष्कोनाकृती पिरॅमिड्स जमिनीत वा भिंतीत स्थापावेत. त्यापासून पृथ्वितत्त्वाची होणारी घट भरून येईल.

आकृती क्र. (९.४)

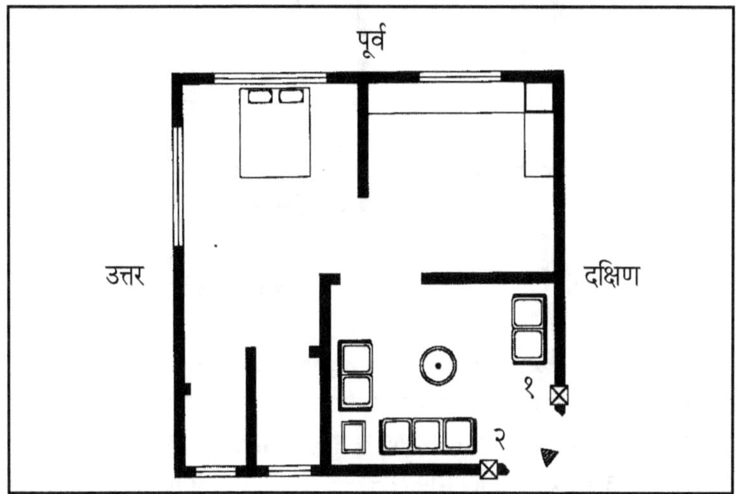

आकृती क्र. (९.५)

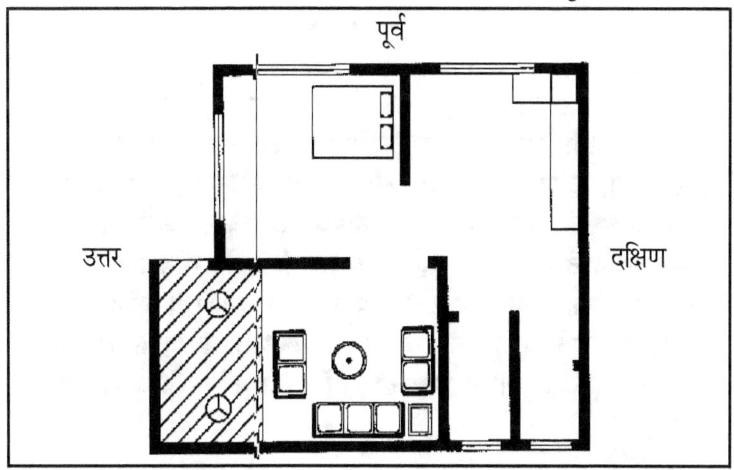

वाढीव वायव्य प्रभागात आकृती ९.५ मध्ये दाखविल्याप्रमाणे '१' व '२' या ठिकाणी गोलाकार पिरॅमिड्स पुरावेत. त्यापासून अतिरिक्त वायुतत्त्वाचे संयमित स्वरूप राहून वाढीव वायव्येपासून संरक्षण होईल !

आकृती क्र. (९.६)

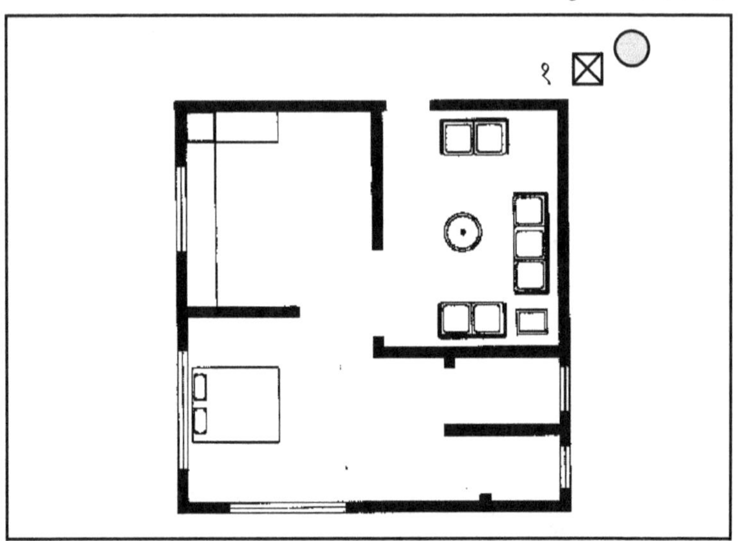

न बुजवता येणाऱ्या आग्नेय-दक्षिण व नैर्ऋत्य भागातील विहिरी व घर यांच्या मधल्या भागात चतुष्कोनाकृती पिरॅमिड्सची स्थापना करून दिग्बंधन करावे. आकृती क्र. ९.६ मध्ये दाखविल्याप्रमाणे क्रमांक '१' या ठिकाणी.

• • •

दक्षिणेच्या विहिरीत एक पुष्कराज सोडून त्यावर बांबूची पिरॅमिडसमान टोपी घालावी. त्यावर छोटा ताम्रपिरॅमिड बसवावा. शेजारी बदाम, ख्रिसमस, औदुंबराची झाडे लावून मूळ प्लॉटपासून ती विहीर अलग करावी. विहीर आणि घर यामध्ये दहा किलो शिसे शनिवारी सकाळी ६ ते ७ वेलात पुरावे. पुष्कराज विहिरीत सोडताना त्यासह नऊ सुपाऱ्या, एक नारळ, सप्तपत्री, पाच प्रकारची फुले, पाच प्रकारची फळे, नऊ प्रकारची धान्ये, पंचधातू, हळकुंड विहिरीत सोडावे. अर्थात, शक्य असल्यास विहीर बुजविणे हाच सर्वश्रेष्ठ मार्ग आहे.

नगररचना आणि ज्योतिषविचार

दिशाप्रभाग व ग्रहअंमल यांचा फार सुंदर उपयोग नगररचनेवरच्या धारणा योजताना शास्त्रकारांनी केला आहे. याबाबतीत नैसर्गिक कुंडली प्रमाण मानून त्याप्रमाणे ग्रहसत्ता उपयोगात आणली आहे.

'चातुर्वण्यं मया सृष्ट्वा गुणकर्म विभागशः' याच सूत्राचे रूपांतर वास्तुशास्त्रात करायचे झाल्यास *'दिशाप्रभाग मया कृत्वा ग्रह कर्म विभागशः ।'* असे करावे लागेल. आपल्या संस्कृतीत माणूस गुणकर्मानुसार चार प्रकारे वर्गीकृत होतो व त्याच्या दिनक्रमानुसार त्याची ऊर्जेची, आहाराची व विहाराची गरज वेगवेगळी होते. लष्करी व संरक्षक प्रकारच्या सेवा करणाऱ्या व्यक्तींचा रांगडेपणा हा गुण असून, त्यासाठी रवी वा मंगळासमान सेनापती अत्यंत महत्त्वाचा आहे. बुद्धिजीवी वर्गासाठी गुरू, चंद्र व बुध महत्त्वाचे आहेत.

कष्टकरी वर्गाचे नेतृत्व शनीकडे जाते तर कामधंदा उद्योगासाठी दशम स्थान महत्त्वाचे आहे. या साऱ्यांचा सुंदर उपयोग करून नगररचनेचे नियम बांधले गेले आहेत. पूर्व दिशेत मंगळ व रवी प्रभावी असल्याने नगररचनेत पूर्वप्रभाग हा लष्कर, पोलिस व संरक्षक दलांसाठी राखीव ठेवला आहे. उत्तर दिशेत चंद्र व गुरू प्रभावी

ब्रह्मस्थान हे आकाशतत्त्वाचे आहे. जीवनाच्या डाव्या वा उजव्या अंगाशी चंद्र वा सूर्य नाडीशी या प्रभागाचे नाते नसून, मध्यमेशी या प्रभागाचे नाते आहे. समत्व, आकाशतत्त्व या दृष्टीने ब्रह्मस्थानात मंदिर बांधतात. घरातील देवालयाची जागा ईशान्येस आहे तर स्वतंत्र मंदिर ब्रह्मस्थानात बांधतात. कळसाच्या माध्यमातून आकाशतत्त्व तर मूर्तीच्या माध्यमातून पृथ्वितत्त्व साकारते. गाभाऱ्याच्या घुमटाच्या माध्यमातून या दोन तत्त्वांचा श्रेष्ठ आविष्कार व संगम मंदिरात होतो. या ब्रह्मस्थानातच आकाश प्रकाश तत्त्वाचा माणिक धरित्रीच्या उदरात प्रकाशाचे बीज म्हणून पेरतात. आठही दिशांना अष्टग्रहीचा सौरसंदर्भ विविध रत्ने पुरून साकारतात. हा एकप्रकारे सौरमाला व वास्तू यांचा घटबिंब सिद्धांत होय. *'यद् ब्रह्मांडे तद् पिण्डे'* असा आविष्कार आहे.

असल्याने जैविक ऊर्जेंची उगम दिशा या नात्याने व जलतत्त्वांची संप्रेरक दिशा या नात्याने उत्तरेत बुद्धिजीवी वर्गाचे स्थान पक्के केले आहे. कष्टकरी वर्गास प्राणिक व जैविक ऊर्जाप्रवाहांची नितांत गरज आहे. खाणकाम, शेती, लोहारकाम, मजूरवर्ग, दिवसभर ज्या प्रदूषित परिस्थितीत काम करतो त्या पार्श्वभूमीवर पूर्व प्रभागात असणाऱ्या ब्रह्मस्थानामुळे या घरांना पश्चिम प्रभागात स्थान दिले आहे व या वर्गाची ऊर्जागरज पूर्ण केलेली आहे. दिवसरात्र लक्ष्मीशी व धनद्रव्याशी जोडलेल्या उलाढाली सहज सिद्ध होण्यासाठी उत्तरेस ब्रह्मस्थान असणारा दक्षिण प्रभाग श्रीमंत व्यापारी वर्गासाठी योजला आहे.

पूर्वेच्या आदित्य प्राणिक प्रवाहांमुळे कष्टकरी वर्गास श्रेयस्कर आरोग्य प्राप्त होते. उत्तरेच्या कुबेर जैविक प्रवाहांमुळे व्यापारीवर्गास स्थैर्य प्राप्त होते.याच प्रकारे ब्रह्मस्थानास महत्त्व देऊन तुलनात्मक वृक्षयोजना वास्तुशास्त्रात दिली आहे.

ब्रह्मस्थानाच्या उत्तरेस म्हणजेच बुद्धिजीवी वर्गाच्या दक्षिण प्रभागात औदुंबर असावा. ब्रह्मस्थानाच्या दक्षिणेस म्हणजे व्यापारी वर्गाच्या उत्तरेस प्लक्ष वृक्ष असावा. ब्रह्मस्थानच्या पूर्वेस म्हणजे लष्कर वर्गाच्या पश्चिमेस पिंपळ असावा तर कष्टकरी वर्गाच्या पूर्वेस म्हणजे ब्रह्मस्थानाच्या पश्चिमेस वटवृक्ष असावा.

ज्योतिष ज्ञानाधारे बाह्यअवकाशात सुधारणा करता येते. वास्तुज्ञानाद्वारे लगतच्या वातावरणात प्रगुण आणता येतो. तर योगशास्त्राद्वारे अंतरंग अवकाशात संशुद्धी निर्माण होते. बहिरंग, अंतरंग व वास्तू असे तिन्ही ठिकाणचे आकाशतत्त्व जेव्हा धन-कंपनांनी प्रस्फुरित होते तेव्हाच प्रारब्ध क्षय होऊन भाग्यकल्पाची क्रांती व्यक्तीच्या जीवनात घटते. ज्योतिष, योग व वास्तू असा सर्वसमावेशक व बहुव्यापक उपचार ही भाग्यकल्पाची नांदी आहे.

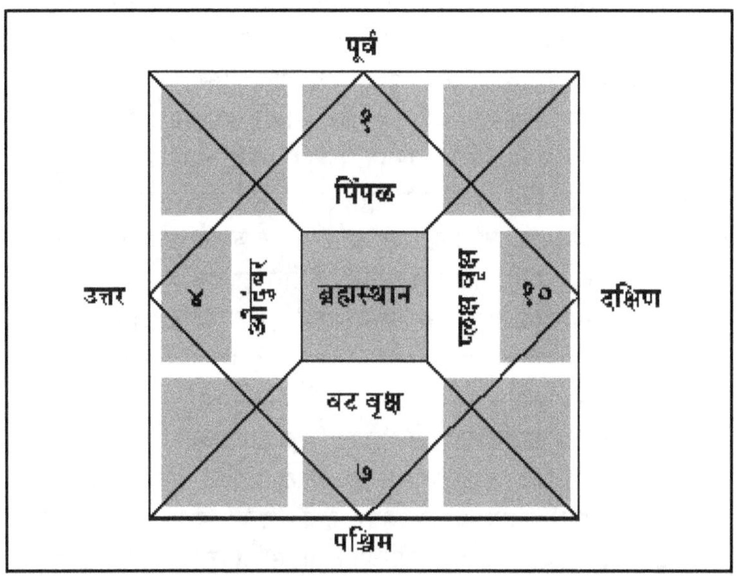

।। दिशा-वृक्ष-राशी गुण प्रभाग ।।   कोष्टक क्र. (१०.२)

तत्त्व	राशी	ग्रह	दिशा	निवासस्थाने
अग्नी	१	रवी, मंगळ प्रभाव	पूर्व	संरक्षक दले
जल	४	चंद्र, गुरू प्रभाव	उत्तर	बुद्धिजीवी वर्ग
वायू	७	शनी प्रभाव	पश्चिम	कष्टकरी वर्ग
पृथ्वी	१०	मंगळ - दशमस्थान	दक्षिण	व्यापारी वर्ग

नवीन काळास अनुसरून विचार करायचा झाल्यास ज्याच्या कुंडलीत रवी व मंगळ प्राबल्य आहे, अशा व्यक्तीस पश्चिमेस डक्ट किंवा ब्रह्मस्थान असावे. पूर्व प्रभागात घर असावे. ज्याच्या कुंडलीत चंद्र व गुरू ग्रहांचे प्राबल्य आहे त्याला दक्षिणेकडे डक्ट किंवा ब्रह्मस्थान असावे. ज्याच्या कुंडलीत कष्ट व शारीरिक श्रमाची कामे आहेत त्याला पूर्वेस डक्ट किंवा ब्रह्मस्थान असावे. कामधंदा उद्योग स्वास्थ्यासाठी उत्तरेत ब्रह्मस्थान असावे. दिशा प्रभागातील ऊर्जानिकषांप्रमाणे मन, बुद्धी व शरीरात गुणवर्धन होत असल्याने नवीन काळातही या विषयास अत्यंत महत्त्व आहे.

● ● ● ●

उद्देश : नादमय कंपनांतून शुभलहरी स्रवतात. शुभलहरींच्या मंडलाकार आवर्तनांतून स्वयंभू ध्वनीचा आविष्कार होतो. स्वयंभू ध्वनीच्या चेतोहर श्रुतींतून प्रकाशाच्या ज्योती उजळतात. असा कंपन, लहरी, ध्वनी व प्रकाशाचा खेळ म्हणजे शिव-शक्ती समागम असून, हाच वास्तुशास्त्राचा पाया आहे. या कंपन, लहरी, ध्वनी, प्रकाश माध्यमातून व्यक्तीचे निसर्गाशी संजीवक नाते होते. सूर्य खरोखर मित्र या स्वरूपात जीवनात प्रकटतो. चंद्र हा स्नेह स्वरूपात जीवनात जुळून येतो. मनास शांती, चित्तास सुख, बुद्धीस प्रत्यय व अहंकारास विश्वात्मकता प्राप्त होते, हेच वास्तुशास्त्राचे मूळ उद्दिष्ट आहे.

वास्तुशास्त्रात द्विऊर्जापद्धती, पंचमहाभूतात्मक आविष्कार आणि ग्रहगत संदर्भ असा त्रिविध पद्धतीने विचार केला जातो. तीनही पद्धतींचा यथार्थ परामर्ष जेव्हा एकच उत्तर देतो, तेव्हा मात्र त्या घटनेचा जीवनातील उद्रेक वा उत्कर्ष निश्चित होतो. अशावेळी तीनही पद्धतींना अनुलक्षून जर उपचार केला तर मात्र घटनेची तीव्रता, दुःखाचा दाह व काळाचा आघात बऱ्याच प्रमाणात कमी करणे शक्य होते. यासच 'भाग्यकल्प' म्हणतात. आपल्या लगतच्या आकाशतत्त्वातील कंपनांचा, लहरींचा, ध्वनीचा आलेख पालटवून 'निसर्गाचे एक नवीन मैत्रीपूर्ण नाते' प्रकृतीच्या अवलोकनातून निर्माण करणारे वास्तुशास्त्र हे दिव्य शास्त्र आहे. एकप्रकारे प्रतिसृष्टीचीच निर्मिती होत असल्याने विश्वामित्राच्या 'धियोऽयोनः प्रचोदयात्' या बुद्धीज तेजाशी नाते सांगणारे हे महाशास्त्र आहे.

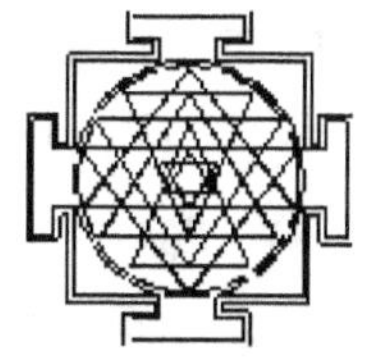

वास्तुयंत्रे

या पुस्तकात दिलेली यंत्रे ही वास्तू, ज्योतिष आणि योग अशा तीनही शास्त्रांचा समन्वय साधून रचली आहेत. प्रत्येक दिशेस अनुलक्षून असणाऱ्या ग्रहगत परिणामांनुसार धातू, रत्ने व मंत्र यांची जोडणी करून या यंत्रांची संकल्पना केली आहे.

(१) पूर्वयंत्र :

फेंगशुई पद्धतीत पूर्वेस लाकडाचे महत्त्व वर्णिले आहे. आदित्य ही देवता वास्तुपुरुष मंडळात पूर्वेशी निगडित आहे. प्राची म्हणजे 'ची' किंवा प्राणशक्तीचे प्रसरण करणारी अशी पूर्वेची महती आहे. वास्तुशास्त्रातही नैसर्गिक सेंद्रिय गुणांमुळे लाकडाचा वापर घरास श्रेष्ठत्व आणतो अशीच संकल्पना आहे. ज्योतिषशास्त्रानुसार या प्रभागात मंगळाचे स्वगृह आहे. **'प्राच्याम् रक्षतु माम् ऐन्द्री'** असे सप्तशतीत पूर्वेचे वर्णन आहे व **'ऐन्द्री गजसमारूढा'** असे पूर्वेचे वाहन गजमुख सांगितले आहे.

वरील सर्व गोष्टींचा विचार करता लाकूड, ताम्र, पोवळे, स्फटिक, गजमुख, सुवर्ण, माणिक, सूर्य, दुर्वा अशा विविध गोष्टींचा उपयोग या यंत्रनिर्मितीत होतो. जिथे जिथे पूर्व प्रवाही करावयाची असेल तिथे तिथे भिंतीवर यानुरूप रंगमांडणी केल्यास त्यापासून पूर्वप्रवाहांची प्राप्ती होईल. किंबहुना, पूर्व दिशेस लाकडाचा गणपती बसवावा. त्यास तांब्याचे दंत असावेत, सुवर्णलेपाचा मुकुट असावा. मुकुटात माणिक व मोती स्थापावेत, नेत्र पोवळ्याचे करावेत, गळ्यात स्फटिकाची माळ घालावी, सोंडेत हिरवी दुर्वांची जुडी वा हार घालावा. गणेशाचे डाव्या अंगास साजुक तुपातील

घट, आकाश आणि घटाकाश म्हणजे व्यक्ती, समष्टी व वास्तुभवन होय. घटात मन जलतत्त्वाचे, चित्त पृथ्वितत्त्वाचे, बुद्धी वायुतत्त्वाची, अहंकार अग्नितत्त्वाचा आणि आत्मा आकाशतत्त्वाचा आहे; तर घटाकाशात ईशान्येस ईशतत्त्व जलतत्त्वाचे, नैर्ऋत्येस दैत्यतत्त्व पृथ्वितत्त्वाचे, वायव्येस पवनदेवता तर आग्नेयेस अग्नी देवता अनुक्रमे वायू व अग्नितत्त्वाच्या आहेत. ब्रह्मस्थानात आकाश व पृथ्वितत्त्वाचा योगसंबंध होतो. घटाकाशाच्या म्हणजे वास्तुभवनाच्या श्रेष्ठ संस्कारात घटात गुणोत्कर्ष करणे हा वास्तुशास्त्राचा सुखोद्देश आहे.

दीपदाणी ठेवावी. गणेशाचे मागील बाजूस मोठा आरसा ठेवावा. अंगावर लाल वस्त्र पांघरावे. असे 'गजवदन' म्हणजे संपूर्ण पूर्वयंत्र म्हणावयास हरकत नाही.

(२) दक्षिण भौमयंत्र :

उच्च सौर तापामुळे दक्षिण दिशेत विद्युत चुंबकीय ऊर्जेचे अनेक विसंवादी प्रवाह प्रस्फुरित होतात. उत्तरेकडून दक्षिणेकडे वाहणारी जैविक ऊर्जा ही वास्तूचा दक्षिण प्रभाग तप्त असल्याकारणाने तिचे एकदिश प्राकृतिक अस्तित्व हरवते. प्रस्फुरित विद्युत चुंबकीय विसंवादी प्रवाहामध्ये आंतर-आण्विक कणांमुळे किरणोत्सर्ग जास्त होतो. या दिशेत वास्तूला खिडकी ठेवल्यामुळे नैसर्गिक जैविक ऊर्जेच्या विरुद्ध दिशेत प्राणिक सौर किरण प्रवाही होतात.

।। भौम यंत्र ।।   आकृती क्र. (११.१)

या सर्व प्रस्फुरित, विसंवादी, प्राणिक आणि जैविक ऊर्जेचे श्रेष्ठ विसर्जन अतिसंवाहक ताम्रधातूत होते. प्राकृतिक रूपाने या दोन्ही जैविक आणि प्राणिक

ताम्र : धातू आणि अग्नी यांचे वैर आहे परंतु ताम्र हा एकमेव धातू आहे ज्यातून अग्निबीज ध्वनित होते. म्हणूनच ताम्र हा मंगळाचा धातू ज्योतिषशास्त्रात मानला आहे. ज्या ज्या ठिकाणी निजस्वभाव सोडून वस्तू तिच्या प्राथमिक अस्तित्वास अपवाद असते त्या त्या ठिकाणी दिव्यत्व जन्मते याच पद्धतीने हिंदू पौर्वात्य धर्मशास्त्रात चंदन, कापूर, चांदी, तूप, मध आदी वस्तूंना असाधारण पवित्र मानले आहे. पूजेची उपकरणी सर्वसाधारणपणे तांब्याची असते. देवाच्या मूर्तीही तांब्याच्या असतात. धातू असूनही अग्नीशी वैर नाही किंबहुना ताम्र हे अग्निबीज आहे या प्रगुणामुळे त्यात आलेले दिव्यत्व वास्तुशास्त्रात उपयोगात आणतात. ऊर्जेचा श्रेष्ठ संवाहक व संशुद्धक म्हणून ताम्र धातूस असाधारण महत्त्व आहे. त्याच्यातील रवीमंगळाच्या गुणांमुळे पूर्व दिशेत या धातूचा उपयोग करतात.

प्रवाहांना संतुलित करण्याचे कार्य ताम्रधातूने होते.

उत्तरेकडून येणारी जैविक ऊर्जा व पूर्वेकडच्या प्राणिक ऊर्जेचा एकदिश संगम दक्षिण दिशेत ताम्र धातूची योजना केल्याने होतो. वैश्विक चक्राला वास्तूच्या छोट्या अस्तित्वशील भागात प्रवाही करण्याचे काम ताम्र धातूमुळे होते.

ज्योतिषशास्त्रानुसार दक्षिणेतील मकर या शनीच्या पृथ्वितत्त्वाच्या राशीत मंगळ प्रबळ आहे. सर्व ऊर्जांचे श्रेष्ठ विसर्जन करण्याची ताकद या देवांच्या सेनापतीत आहे. म्हणून यम या देवतेवरचा श्रेष्ठ उपाय म्हणून दक्षिण पृष्ठावर भौमयंत्राची स्थापना शुभ मांगल्य देते. संख्यात्मक कोष्टक व त्याची रचना हा एक स्वतंत्र विषय आहे. हेच भौमयंत्र जैन परंपरेत पद्मावती-यंत्र म्हणतात, फेंगशुईमध्ये लो-शू टेबल म्हणतात; तर हिंदू संस्कृतीत त्यास चिंतामणी-यंत्र म्हणतात.

(३) पश्चिमयंत्र :

पश्चिम ही प्राणिक ऊर्जेची अस्त दिशा आहे. पश्चिमेला शनीची प्रबळ दिशा म्हणूनही मानतात. नैसर्गिक कुंडलीत पश्चिमेस शनीची उच्च प्रबळ अशी तूळ राशी आहे. विवाहसौख्य, भागीदारी व्यवसाय, कोर्टकज्जे या साऱ्यांचे कारकत्व पश्चिम दिशेशी निगडित आहे. फेंगशुई पद्धतीत पश्चिमेस 'धातुकारकत्व' दिले आहे.

दोन्ही पद्धतींचा समन्वय पाहता शनीचा शिसे हा धातू पश्चिम प्रभागात वापरणे श्रेयस्कर ठरते किंवा शुक्र तूळ कारकत्वानुसार चांदीचाही उपयोग श्रेयस्कर आहे. वास्तुपुरुष मंडळात या प्रभागात वायुकारकत्व दिले आहे. त्यानुसार निळ्या रंगाचे महत्त्व या दिशा प्रभागात आहे. वायुकारकत्वानुसार घंटा किंवा पवन संवादिनीचा (Wind chymes) उपयोग या प्रभागाचा विकास करू शकतो. धातूच्या उत्पत्तीसाठी पृथ्वितत्त्वाचा संपूर्ण सहभाग महत्त्वाचा आहे. त्यानुसार थोड्या प्रमाणात पृथ्वितत्त्वाचीही मात्रा या प्रभागास हितावह ठरते. अतिरिक्त वायुतत्त्वाच्या चंचलत्वावर थोडे बंधन

शिसे : शनी व राहू गुणांचा हा धातू किरणोत्सर्गापासून संरक्षण करतो. म्हणून प्राचीन काळी बांधकामाच्या दरजा या धातूने भरत असत. उच्च जडत्व, शनीचे आकुंचनत्व, राहूचे अनुवंशी गुणाचा असा हा धातू दक्षिण दिशेस पुरल्यास आपल्या गुरुत्व-जडत्व गुणामुळे, आकुंचक गुणांमुळे उत्तरेच्या जैविक ऊर्जेस व ऊर्जेच्या मंडलाकार संवहनास प्रस्फुरित करतो. पश्चिमेच्या शनितारका यंत्रातही नीलस्फटिकासह हाच धातू वापरला आहे. जिथे जिथे संकोच व जडत्व हवे तिथे तिथे हाच धातू श्रेष्ठफलदायी ठरतो. त्वरित आणि तत्काळ फळ देणारा हा अतिशय वास्तुगुणदायी धातू आहे.

आणण्यात पृथ्वितत्त्वाचा उपयोग होतो. शनीचे रत्न 'नीलम' याचाही उपयोग पश्चिमेच्या संकोचासाठी हितावह ठरतो.

रत्नाध्यायात पश्चिमेस बुधाच्या रत्नाचेही उपयोजकत्व दिले आहे. मिथुन, तूळ व कुंभ या राशी ज्योतिषशास्त्रात पश्चिम दिशा दाखवतात. या दृष्टीने बुध, शुक्र व शनी यांच्या समगुणांवरचा उपयोग जर पश्चिमेस केला तर पश्चिमेच्या अस्त गुणांना नैसर्गिक सिद्धी प्राप्त होईल.

थोडक्यात, सारांश असा की शनी, शुक्र, बुध, वायुतत्त्व, अस्तदिशा या साऱ्यांचा समन्वय करणारी अंतर्गत दिवे, प्रकाश, ध्वनी, धातू, क्रिस्टलची योजना करणे म्हणजेच पश्चिमयंत्र सिद्ध करणे होय !

निळा रंग, निळी हंडी, निळे स्फटिक, चांदीच्या शोभिवंत वस्तू, शिसे, घंटा, नीलम व पाचू रत्ने यांचा योजक उपयोग केल्यास पश्चिमयंत्र सिद्ध होते.

(४) उत्तरयंत्र :

उत्तर दिशा जलतत्त्वाची आहे. चंद्राची आहे. गुरुतत्त्वाची आहे. ईडा नाडीची आहे. त्यामुळे धातूमध्ये चांदीचे महत्त्व उत्तर दिशेस आहे. रंगामध्ये श्वेतवर्णाचे महत्त्व उत्तरेस आहे. रत्नामध्ये मोत्याचे महत्त्व उत्तरेस आहे. कुबेराचे कारकत्व दाखवणारे बुधाचे पाचू रत्न हेसुद्धा उत्तर दिशेचे दृष्टीने उपयोजक आहे. विकसन आणि ऊर्जेचे प्रसरण या दृष्टीने पुष्कराजही गुणवर्धनासाठी उत्तम आहे. जैविक ऊर्जेची ही उगम दिशा असल्याने लाकडाचे महत्त्वही या दिशेस असाधारण आहे. विशेषतः देवदाराचे लाकूड अधिक गुणप्रवाही आहे. 'उदीच्यां पातु कौमारी, कौमारी शिखीवाहना ।' या सूत्रानुसार मोरपिसाचेसुद्धा महत्त्व या दिशेत मानले जाते. जेव्हा उत्तर बंद, उत्तर जड असेल अशावेळी उत्तरेची जैविक ऊर्जा प्रवाही करण्यासाठी वरील सर्व प्रकारे चिद्वस्तूंचा उपयोग करणे आवश्यक आहे.

थोडक्यात, (१) लाकडाचे पॅनलिंग, (२) चांदीचे नक्षीदार आविष्करण, (३) मोरपिसांची पार्श्वभूमी, (४) मोत्यांच्या माळेत दोन-तीन पुष्कराजांची योजना, (५) श्वेत वर्णाचे स्फटिक, (६) चकचकीत रंगसंगतीसह झुंबर व प्रकाशयोजना आणि (७) आरसे व प्रवाही पाणी या सात प्रकारांनी जैविक ऊर्जेची, उत्तरेच्या चंद्रगुणांची, उत्तरेच्या ईडाप्रवाहांची प्रासादिक प्राप्ती करता येईल. एखादा उत्तम कलाकार वा शिल्पकार वरील चिद्वस्तूंच्या माध्यमातून स्वर्गच घरात अवतीर्ण करू शकेल.

(५) ईशान्यपात्र :

ईशान्येचा गुणोत्कर्ष करण्यासाठी अध्यात्म, ज्योतिष, फेंगशुई, अर्वाचीन विज्ञान आणि वास्तुशास्त्र अशा पाचही अंगांनी विचार करून या यंत्राची निर्मिती केली आहे.

दिशा, ग्रह, नक्षत्र, पंचमहाभूते यांच्या कारकधातू, आराध्यवृक्ष, आराध्यरंग, आरसे, पाणी, दगड, वजने, स्फटिक आणि घंटा अशा विविध माध्यमांचा उपयोग करून त्या त्या दिशांना अनुलक्षून ईशान्यपात्राची योजना केली आहे.

।। ईशान्यापात्र ।।   **आकृती क्र. (११.२)**

श्रीयंत्र व शिवयंत्र या दोन प्राचीन यंत्रांत शिव-शक्ती संगमाचे व ऊर्जेच्या संजीवक प्रसरणाचे महत्त्व आहे. गूढ तंत्र मार्गांत य भौमितिक आकार माध्यमातूनही ऊर्जा विकासाचे बीज पेरले आहे. ईशान्य दिशेच्या पवित्र आणि उगम माध्यमात या

रौप्य (चांदी) : धातू आणि तीक्ष्णता या समीकरणास अपवाद असा हा धातू आहे. शीतलत्व, श्वेतशुभ्रवर्ण या गुणांमुळे चांदीस चंद्रजलतत्त्वाचे मानतात. एक अत्यंत संशुद्धक धातू म्हणून चांदीस महत्त्व आहे. आयुर्वेदात धातुवर्धक गुणामुळे चांदीस शुक्रतत्त्वाचे मानतात. या धातूपासून चंद्र-प्रवाहांची प्राप्ती होते. म्हणून वायव्य, उत्तर, ईशान्य प्रभागात चांदी पुरावी. शुक्रकारकत्वामुळे चांदीचा अग्निबीज त्रिकोणी पिरॅमिड आग्नेय दिशेस पुरावा. चंद्र-मंगळ युती लक्ष्मीदायक असल्याने दक्षिणेस ताम्रधातूवर चांदीचे आलेपन केलेली वस्तू, पत्रा लावावा. नीच निर्बली चंद्र पत्रिकेत असणाऱ्या व्यक्तींनी चांदीच्या वस्तू वापराव्यात. ईशान्यपात्र या दिव्ययंत्रात चांदीचा शेष हे प्रतीक उपयोगात आणले आहे. नित्य रौप्यजल प्यायल्यास वार्धक्य दूर जाते.

यंत्राचा विशेष लाभ होतो. यातील श्रीयंत्र आरशावर कोरलेले असून, शिवयंत्राची जलात रौप्य धातूवर धारणा केली आहे. यावर स्फटिक विराजमान केला आहे. फेंगशुईनुसार स्फटिक हा सर्वश्रेष्ठ संशुद्धक व दैवी ऊर्जेचा स्रोत मानला गेला आहे. विज्ञानानुसार स्फटिक, जल या दोन्ही माध्यमांतून प्रकाशरेणूंचे समप्रतलात ध्रुवीकरण होते व ही ऊर्जा जीवरासायनिक, मनो-वैज्ञानिक आणि दैवी शक्तींचे प्रस्फुरण करते.

शिवपुराणात या स्फटिकास शिवस्वरूप मानले आहे.

ताम्र आणि रौप्य हे दोनही धातू श्रेष्ठ संवाहक आहेत. कर्मकांडात, आयुर्वेदात आणि किमयाशास्त्रात या दोन्ही धातूंचे महत्त्व असाधारण आहे.

फेंगशुईनुसार आरसा हा त्या दिशेच्या उगमसदृश गुणांना अधिकत्व देत असल्याने सरसकट सर्व दिशांसाठी चांगला मानला आहे. आपल्या संस्कृतीनुसार फक्त उत्तर, ईशान्य व पूर्व या उगम दिशांनाच आरशाचे महत्त्व मानले आहे.

ईशान्य व उत्तर या दिशांना ज्योतिषशास्त्रानुसार चंद्राचे प्राबल्य मानले आहे. त्यामुळे मोती व स्फटिक या माध्यमातूनही चंद्राच्या शीतलत्व व मनोगुणांचा सहभाग या यंत्रात केला आहे.

अभिषेक-पात्राचे योगे अखंड जलबिंदूंच्या धारेने स्फटिकास होणारा अभिषेक ताम्हनातील पाण्यातून प्रकाशाचे ध्रुवीकरण होते.

अशा सर्व विविध गुणांनी समृद्ध असणारे हे यंत्र शिवस्वरूपच आहे !

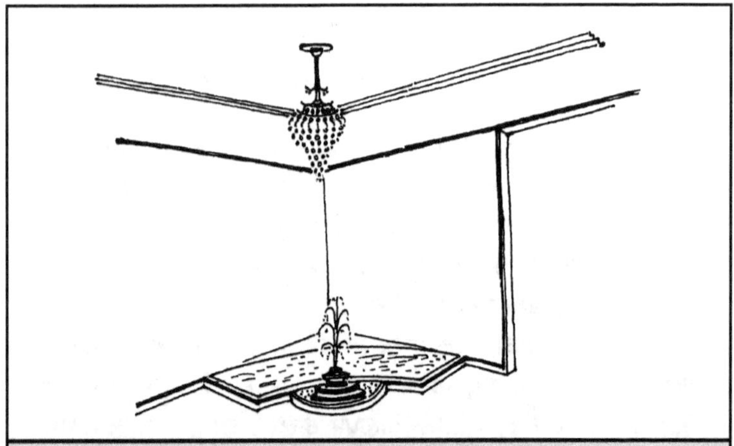

ईशान्य प्रभाग : चंद्राकार तळे, कारंजे, स्फटिक संगमरवर प्रकाश, झुंबर, आरसे, जमिनीखाली मोती, चांदी पुरून ईशान्य या प्रमुख उगम दिशेत चैतन्य व ऊर्जा विकसन होते.

साध्य आणि सिद्धता

मनुष्यजीवनातील घटनांचा क्रम प्रारब्ध संचित क्रियमाणानुसार घडतो. मूलत: या घटनांची कालसापेक्षता त्याच्या श्वासाशी निगडित आहे. दिवसाकाठी प्रत्येक माणूस सर्वसाधारणपणे २१,६०० श्वास घेतो व यानुसार त्याच्या घटनांचा क्रम हा श्वासानुवर्ती आहे. ही श्वासाची लय साधनेद्वारा बदलता येते. ही श्वासाची लय रत्नांच्या योग्य उपाययोजनेद्वारा बदलता येते. ही श्वासाची लय दक्षिण जड व बंद तर उत्तर मोकळी व प्रकाशमान करून वास्तुशास्त्राद्वारे बदलता येते. म्हणूनच योग, वास्तू व ज्योतिषज्ञानातून प्रारब्धसंचित क्रियमाणावर मात करून विश्वामित्रांच्या **'धियोऽयोन: प्रचोदयात्'** अशा मार्गाने जणूकाही नैसर्गिक रहस्यांची गुपितेच जाणून 'भाग्यकल्प' घडविता येतो. दिक्काळ या संज्ञेनुसार काळास फसवून श्रेष्ठ संजीवक जीवनाची प्राप्ती दिशेच्या, श्वासाच्या व वास्तूच्या माध्यमातून घडविणे - हाच शास्त्रांचा मूलभूत सुखोद्देश आहे.

'जीवोऽब्रह्मैव ना पर: ।' या सूत्रानुसार जिवास शिवाची कला अवगत करण्यास, ब्रह्मभावांची प्राप्ती करण्यास शास्त्रांची आपणास ग्वाही मिळते. या तीनही शास्त्रांतील सूत्रे ही 'यद् पिण्डे तद् ब्रह्माण्डे' या न्यायानुसार रचली आहेत. एकप्रकारे सृष्टिस्वभावाच्या निरीक्षणातूनच शास्त्रांचे सूक्ष्म उपाय जन्मास आले आहेत. भोगाचा भ्रम दूर करून, रोगाचा श्रम कमी करून योगाचा क्षेम करण्याची कला शास्त्रात सामावलेली आहे. पृथ्वी, आप, वायू व तेज या चार महाभूतांचा जीवावर होणारा कर्मानुगत संस्कार म्हणजे प्रारब्ध होय; तर शास्त्रांचे योगे जिवाचे आकाशतत्त्वातून शिवाशी नाते जोडून प्रारब्ध लय केला जातो. अंतरावकाशातील पोकळ्यांमध्ये योगशास्त्राद्वारे प्राणशक्तीचा संचार करून आकाशतत्त्वाची प्राप्ती होते. पंचमहाभूतात्मक संदर्भाचे योगे ज्योतिषशास्त्राद्वारे साधन करून आकाशतत्त्वाची प्राप्ती होते. जैविक व प्राणिक प्रवाहांच्या स्पंदनशील उपायांतून वास्तुशास्त्रात आकाशतत्त्वाची धारणा होते. व्यक्ती आणि समष्टी यांना जोडणारा सेतू म्हणजेच ही शास्त्रे असल्याने योग, वास्तू व ज्योतिष या तीनही शास्त्रांच्या श्रेष्ठ उपयोगातूनच 'भाग्यकल्पा'ची गुरुकिल्ली हस्तगत करता येते. त्यामुळे सल्ल्यासाठी किंवा मार्गदर्शनासाठी येणाऱ्या जातकाच्या वाडवडिलांच्या परंपरागत धारणेची चौकशी करून, त्याप्रमाणे पत्रिकेचा नीट आढावा घेऊन सद्गुरू, कुलदैवत व योगसाधनेचा

पूर्ण विचार करून नंतरच वास्तुशास्त्रीय उपाययोजनांचा परामर्ष घेणे योग्य होईल. ज्योतिषशास्त्रीय निकषांचे प्रतिबिंब व्यक्ती आणि घर या दोन्हींतही स्पष्टपणे दिसून येते. एकप्रकारे तीनही शास्त्रे जोडून अभ्यास केल्यास व्यक्तीच्या गुणावगुणांचा, भविष्यातील घटनांचा आणि भाग्यकल्पांचा प्रमाणित होणारा उपयोग यांचा एक ताळेबंद हिशोबच हातात येतो. थोड्याशा सौम्य पण स्पष्ट शब्दांत या व अशा प्रकारच्या पूर्ण घटना व उदाहरणांची माहिती जातकास देणे अत्यावश्यक असते. प्रसंगाचे गांभीर्य थोडेसे अधिक स्पष्ट करून सांगून नंतरच उपाययोजना सांगणे हितावह ठरते.

साधना, उपासना, अनुष्ठान, मंत्रार्चना आणि प्राणायामाद्वारे व्यक्तीच्या अंतर्बाह्य ऊर्जावलयात स्पंदनशील प्राणशक्तीची रासक्रीडा होत असल्याने निसर्गाशी एक नवचेतन नाते निर्माण होते. म्हणून वास्तुशास्त्रीय बदलांबरोबर उदकशांती, वास्तुशांती, हवन आदी कर्मकांडांबरोबरच साधना, उपासना, अनुष्ठान, मंत्रार्चना व प्राणायाम करणे नितांत गरजेचे आहे. विविध दिशांगत देवतांच्या बीजमंत्रानुसार त्या त्या कंपनांची आणि दिव्य लहरींची एक संस्कारशील स्पंदने अंत:करण चतुष्ट्य व वातावरणात उमटत असल्याने या योगे आंतबार्ह्य शुद्धी होते. वास्तुपुरुषमंडल, अवकहडाचक्र, सर्वतोभद्रचक्र या साऱ्यांत ही देवता मंत्र, वनस्पती, धातू, पुष्प, वाहन, दिशा यांची गूढ माहिती अतिशय कलात्मक एकत्रित केली आहे.

घरात भारंभार बदल सांगितल्यास नेमके आवश्यक व घातक ठरणाऱ्या गोष्टींवरचे उपाय सोडून इतर उपायांद्वारे जातकाची फसगत होऊ शकते. त्यामुळे नेमके व अत्यावश्यक असेच उपाय आधी सांगून ते पूर्ण केल्यानंतर दुसऱ्या भेटीत उर्वरित उपाय सांगावेत. सर्व प्रकारच्या विनाशाचा, मृत्यूचा आणि घटनांचा कालसापेक्ष छेद देणारा महाकाळ हा शिवस्वरूप आहे. त्यामुळे कुठलेही वास्तुशास्त्रीय बदल करण्याआधी लघुरुद्र, रुद्रहवन व शिवाराधना करून नंतरच योग्य मुहूर्तावर बदल सुरू करावेत.

सर्वांत प्रथम प्लॉटवर व घरात रत्नाध्याय विधी करून दिशांगत ग्रहदेवतांचे स्थान योग्य स्पंदनांच्या माध्यमातून पक्के करावे. त्यानंतर धातू व मंत्रबीज पिरॅमिडचा संस्कार वास्तू व भवनावर करावा. त्यानंतर एकप्रकारचे कवच धारण केल्यामुळे नंतरच्या बदल करण्याच्या प्रक्रियेत बाधा येत नाही. दक्षिणेकडील बदल करण्याआधी मुख्यत्वेकरून पित्यास, उत्तरेकडील बदल करण्याआधी मातेस, नैर्ऋत्येकडील व

आग्नेयेकडील बदल करण्याआधी ज्येष्ठ पुत्रसंततीस आठमुखी रुद्राक्ष मंत्रार्चित करून धारण करणे आवश्यक आहे.

एकप्रकारे ही सर्वच शास्त्रे माणसाच्या श्वास, स्वर व आयुशी जोडलेली असल्याने उपाययोजना सखोल विचारांती करणे आवश्यक आहे.

● ● ●

प्रारब्ध : पृथ्वी, आप, वायू व अग्नीचा पूर्वकर्मानुसार होणारा जीवावरचा संस्कार म्हणजे प्रारब्ध ! संगीत, ज्योतिष, वास्तू, आयुर्वेद व योग या पाचही महाशास्त्रांचा परिपाक म्हणजे विविध माध्यमातून ध्वनी, प्रकाश व आकाशतत्त्वाचा संस्कार जीवावर घडवून प्रारब्धक्षयाचे योगे दुःखहरण करून सुख, निरामय व भद्र असे वर्तमान निर्माण करणे होय! प्रतीके जरी पाचही शास्त्रांची वेगळी वाटली तरी सर्वसमावेशक आणि बहुव्यापक असा सत्याचा सूत्रमय धागा मात्र समान आहे. म्हणूनच पाचही शास्त्रांचा एकत्रित विचार करून केलेली योजना ही सर्वश्रेष्ठ व हितदायी ठरू शकेल.

शास्त्र, निदान आणि उदाहरणे

उदाहरण १ : डॉ. गद्रे

वास्तुशास्त्रीय भवन नकाशा आकृती क्र. १३.१ मध्ये दिला आहे. या घराची सूक्ष्म तपासणी करता पुढील प्रमुख दोष दिसून येतात. त्याचे पारंपरिक वास्तुशास्त्रातील श्लोकांचे आधारे विवेचन दिले आहे. त्याप्रमाणेच जन्मपत्रिकेचाही वास्तुशास्त्रीय निकषातून शोध घेण्याची नवीन पद्धती येथे देत आहे.

आकृती क्र. (१३.१)

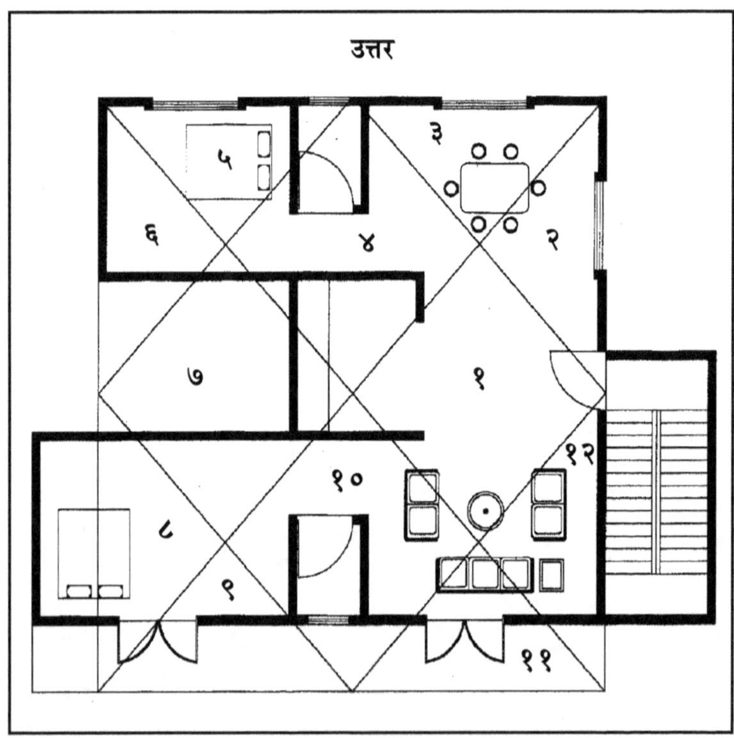

प्रमुख दोष - वास्तुशास्त्रीय चिकित्सा :

(१) **या घरास पूर्व दिशा पूर्णपणे बंद आहे. पूर्व दिशेस जिन्यामुळे जडत्व आले आहे.**

वास्तुशास्त्रानुसार आदित्य प्रवाहात बाधा असे निदान होते. नैसर्गिक कुंडलीनुसार प्रथम स्थानी मेष राशी अग्नितत्त्व दाखवते. त्यामुळे राहणाऱ्या व्यक्तीच्या अग्नितत्त्वात म्हणजे पुरुषतत्त्वात दोष असू शकतो. पूर्वेतील दोष, अग्नितत्त्वातील दोष या दोन्हींचेही वेगवेगळे परिणाम जातकात दिसून येतात. पश्चिम ही पूर्वप्रवाहांची अस्त दिशा आहे. अशावेळी पश्चिम दिशेतही अधिक दोष असल्यास पूर्वदोषांच्या परिणामाची व्याप्ती व गंभीरता आपोआपच वाढते.

(२) **या घरास पश्चिमेच्या आकारामुळे पश्चिमचूला पद्धतीचे घर म्हणता येईल.**

हा पश्चिम दिशेतील महादोष असून, त्याचेही परिणाम पूर्वप्रवाहांवर होत असल्याने एकप्रकारे अग्नितत्त्वातील दोषानुसार पुत्रहानी होते, असे निदान शास्त्रात केले आहे.

।। ध्वंसः पश्चिमशाल्या विरहितं पुत्रक्षयारिप्रदं ।।

वैरभाव व पुत्रहानी असे निदान मनुष्यालय चंद्रिकात केले आहे.

एकप्रकारे पाहता जेव्हा आपण पूर्व बंद व जड म्हणतो अशा वेळी अशा घरास पश्चिम प्रवाही घर असे म्हणता येईल. या दृष्टीने 'पश्चिमेस उतार' यासाठी दिलेले फलित घटबिंब सिद्धांतानुसार मिळू शकते.

याचा पारंपरिक संदर्भ बृहद्वास्तुमालेनुसार पाहता 'पश्चिमेस पुत्रहानी' असा दिला आहे.

श्रियं दाहं तथा मृत्युं धनहानिं सुतक्षयम्
विदध्याद चिरेणैव, पूर्वादिप्लववतो महीं ।।

किंवा वास्तुविद्या ग्रंथात

अर्थक्षयकरी विद्यात् पश्चिम प्लवना ततः ।।

'पश्चिमेकडे उतार असता आर्थिक हानी करणारी' असे वर्णिले आहे. तर विश्वकर्मप्रकाश या ग्रंथानुसार 'पश्चिमे कलहं कुर्याद्' असे फलित दिले आहे.

(३) **या घरास दक्षिण आणि पश्चिम दिशेकडूनच फक्त खिडक्या आहेत.**

अशा घरास उत्तर-पूर्वेचे लाङ्गल (L - type) घर म्हणण्यास हरकत नाही. अशा घराचे फलित मयमतम् नुसार

स्वामिनो मरणस्याद्धि श्रियै याम्ये प्रतीच्यापि । (२६-३८)

म्हणजेच 'गृहस्वामीचा मृत्यू' असे निदान केले आहे.

(४)	सदरचे घर उत्तर खंडात असून, शेवटच्या मजल्यावर असल्याने तप्त सूर्यास अखंड सामोरे आहे.

अशा घरावर सर्वाधिक दक्षिणप्रवाह कार्यरत असल्याने 'दक्षिणेकडे उघडणारी चूल' या प्रकारात त्याचे फलित मिळेल. अशा घरास शास्त्रात 'सर्वदोषक:' असे वर्णिले आहे.

किंवा

घर उत्तरखंडात असल्यामुळे एकप्रकारे दक्षिणेस उतार असल्याप्रमाणे फलनिष्पत्ती धरण्यास हरकत नाही.

वास्तुविद्या ग्रंथानुसार

दक्षिण प्लवना पृथ्वी नराणाम् मृतिदा भवेत् ।।

'दक्षिणेचा उतार मृत्युकारक फळ देईल' असे वर्णिले आहे.

'याम्याम याति यमद्वारम्' असे दक्षिणेस मृत्युकारक म्हणून विश्वकर्मप्रकाश या ग्रंथात दिले आहे.

(५)	पश्चिम वायव्य प्रभागात स्वयंपाकघर आहे.

अशाही परिस्थितीत अग्नीमुळे पश्चिम अधिक प्रवाही होण्याचा दोष निर्माण होतो.

प्रमुख दोष - ज्योतिषशास्त्रीय चिकित्सा :

(१)	पूर्व दिशा बंद व पश्चिमेचा आकार हा नैसर्गिक कुंडलीनुसार गृहस्वामी व गृहपत्नी यांचे निदर्शक आहेत. नैसर्गिक कुंडलीनुसार पाहता प्रथम स्थानातील दोष गृहस्वामीच्या प्रकृतीत दोष दाखवतो, आचारविचारांत अविवेक दाखवतो; तर पश्चिमचूला प्रकार वैवाहिक जीवनात विषमता व दु:ख दाखवतो.

(२)	दक्षिण प्रवाहांचा परिणाम पितृनाश वा कामधंदा उद्योगात हानी करतो, असे दशम स्थानानुसार वर्णन करता येईल.

(३)	आग्नेय प्रभागात अग्नी म्हणजे स्वयंपाकघर नसणे व वायव्य प्रभागात अग्नी म्हणजे स्वयंपाकघर असणे - अशा परिस्थितीत घरास अग्नितत्त्वात कमाल विषमता सहन करावी लागते. यात भरीस भर म्हणून प्रस्तुत घर शेवटच्या मजल्यावर असल्याने व पश्चिम खंडात असल्याने दक्षिण पश्चिमेच्या उच्च तप्त खंडात अधिकच भाजून निघते.

फलनिष्पत्ती :

(१)	प्रस्तुत घरात राहिल्यानंतर पाच वर्षांत पती-पत्नीची भांडणे विकोपास जाऊन ते अलग झाले.

(२) प्रस्तुत घरात त्या पतीच्या वडिलांनी जीवास कंटाळून जाळून घेऊन आत्महत्या केली.

(३) प्रमुख गृहस्वामीस वयाच्या चाळीशीच्या आधीच दुर्धर रोगाने पछाडले आहे.

आकृती क्र. १३.१ मध्ये घराच्या ले-आऊटवर नैसर्गिक कुंडली अधोरेखित केली असून, पूर्व बंदचे परिणाम प्रथम स्थानावर, पश्चिमचूलचे परिणाम सप्तम स्थानावर; तर दक्षिण प्रवाहांचे परिणाम दशम स्थानातून दिसून येतात. गृहस्वामीची कुंडली आकृती क्र. १३.२मध्ये दिली आहे.

पत्रिकेवरून पाहता

(१) लग्नेश शनी रवियुक्त मंगळाच्या राशीत असल्याने पूर्व दिशेत दोष असे घराबाबत निदान होते.

(२) दशमातील वृश्चिक या जलराशीतील रवी-शनी-राहू युती दक्षिण प्रवाहांचा उद्रेक दाखवते.

(३) सप्तमेश रवी राहू व शनियुक्त असल्याने पश्चिम दिशेतही महादोष असणारच असे पत्रिकेवरून ताडता येईल.

केवळ सदर कुंडली पाहूनसुद्धा लग्नेशाच्या स्थितीवरून अशा जातकास पूर्वेंच्या प्राणिक प्रवाहांची, आदित्य लहरींची प्राप्ती झाल्यास त्यापासून बराच विश्राम पडेल याची खात्री वाटते.

आकृती क्र. (१३.२)

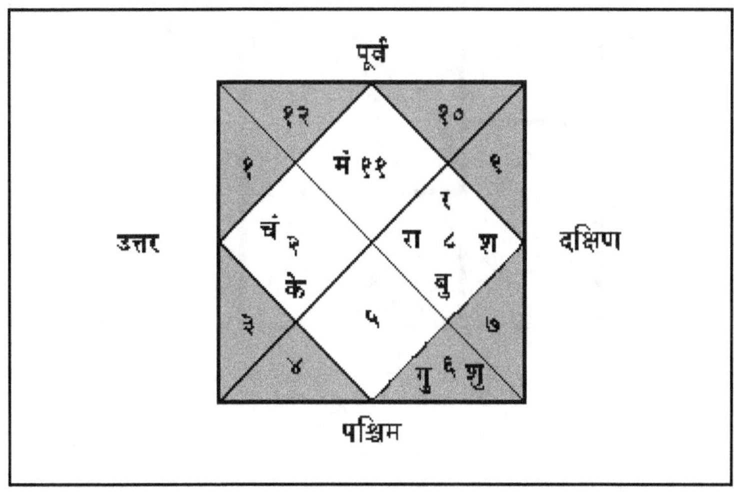

दक्षिण प्रवाहांची व्याप्ती कमी करून उत्तरेच्या गुणधर्मांत वाढ केल्यास दशमस्थानाची स्थिती निश्चितच सुधारेल.

पश्चिम प्रवाहांची व्याप्ती कमी केल्यानेही तुलनात्मक पूर्वप्रवाहांचे वर्धन होते.

वास्तुशास्त्रातील रत्नाध्यायाचे आधारे पश्चिम व दक्षिण प्रवाह सीमित करून उत्तर-पूर्व प्रवाही करणे सोपे आहे.

मागे वर्णिलेल्या धातू अध्यायानुसारही दिशांच्या उगम व अस्त नैसर्गिक गुणांप्रमाणे सुधारणा करता येईल.

मंत्रबीज पिरॅमिडच्या माध्यमातून पंचमहाभूतात्मक समतोल संपूर्ण घराचे संतुलन सुधारतील.

वास्तुशास्त्रीय नकाशा आकृती क्र. १३.३ मध्ये दिला आहे. या घराची बारीक तपासणी करता खालील महादोष लक्षात येतील. दोषांचे पारंपरिक निदान श्लोकांच्या माध्यमातून दिले आहे तर दिशांगत निदान नैसर्गिक कुंडलीनुसार दिले आहे. जातकाची जन्मकुंडली संदर्भासाठी आकृती क्र. १३.४ मध्ये दिली आहे.

आकृती क्र. (१३.३)

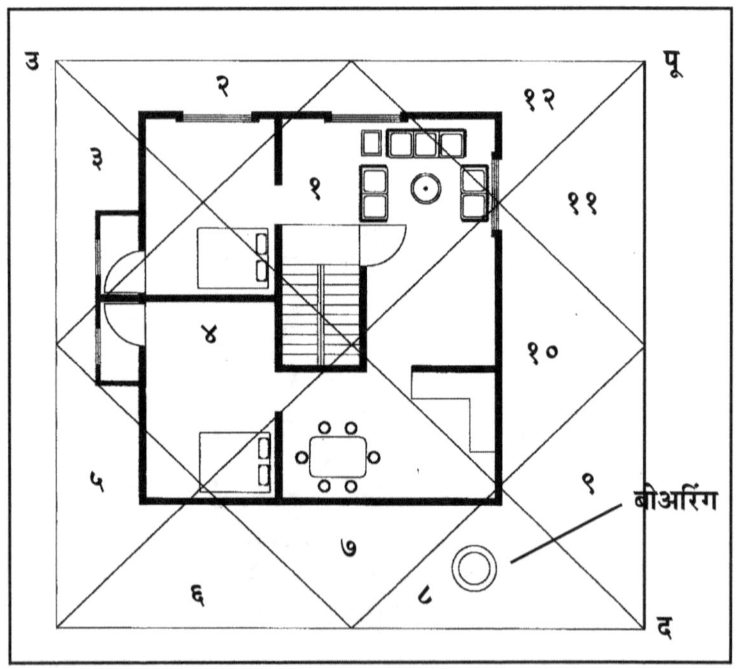

प्रमुख दोष - वास्तुशास्त्रीय चिकित्सा :

(१)   या बंगल्याच्या प्लॉटवर दक्षिण दिशेस बोअरिंग आहे.
मनुष्यालयचंद्रिका ग्रंथानुसार

वापी दाहभयारिकं प्रकुरुते तद्वत् फलं दक्षिणे ।।३०।।

अशा प्रकारे दक्षिण प्रभागातील विहिरीमुळे अग्नीपासून भय असते, असे सांगितले आहे.

एकप्रकारे ज्या बाजूला विहिरीसमान, बोअरिंगसमान नीच गुरुत्व, खोलगट भाग असतो त्या बाजूला त्या जमिनीचा उतार आहे, असे म्हटले तरी चालेल. यानुसार या वास्तुक्षेत्रास दक्षिणेस उतार आहे.

वास्तुविद्या ग्रंथानुसार

दक्षिणप्लवना पृथ्वी नराणां मृतिदा भवेत ।

म्हणजे दक्षिणेकडे उतार मृत्युकारक होईल.

विश्वकर्मप्रकाश ग्रंथानुसारही

याम्यां याति यमद्वारं

असे मृत्युसूचक वचन दिले आहे.

(२)   प्रस्तुत बंगल्यात हे घर प्लॉटवर उत्तर खंडात असून, दक्षिणेची साईड मार्जिन अधिक आहे. त्याचप्रमाणे पश्चिमेची साईड मार्जिनही अधिक आहे. एकप्रकारे या घराचे वर्णन 'उत्तर-पूर्व द्विशाला' असे करता येईल. त्याचे फलनिदान

मनुष्यालयचंद्रिका प्रमाणे

प्रागादिद्वितयोनिते क्रमवशान्मृत्युं भयं विक्रमं ।।

असे वर्णिले आहे. अशा प्रकारचे घर गृहस्वामीस मृत्यू, भीती व भांडणे असा अनुभव देते.

मयमतम् प्रमाणे 'दक्षिणपश्चिम हीनाः सर्वदोषकाः ।'

हे सूत्रही येथे लागू होईल.

प्रमुख दोष - ज्योतिषशास्त्रीय चिकित्सा :

(१)   जेव्हा जेव्हा वास्तू व भवन यांमध्ये प्रमुख दिशा कोपऱ्यात येतात तेव्हा त्या जातकाच्या पत्रिकेत राहूदोष सापडतो. बऱ्याचदा या प्रकारात जातकाच्या पत्रिकेत कालसर्पदोष दिसून येतो.

(२)   उत्तर दिशेतील दोष हा योगशास्त्रानुसार स्थैर्य, क्षेम, आयु, मांगल्य व कल्याण या पंचपरमेष्ठीची प्राप्ती करून देणाऱ्या चंद्रनाडीत दोष दाखवतो. पत्रिकेत हा दोष चतुर्थेश व चंद्र या दोन ग्रहांतून प्रतीत होतो. चतुर्थ स्थान

'मरणाची स्थिती' दर्शवते. त्यामुळे गृहस्वामीस विपरीत मरण असे निदानही चतुर्थ स्थानावरून करता येते.

(३)   वाढीव पश्चिम प्रभाग व वाढीव नैर्ऋत्य दक्षिण भाग हा सप्तम, अष्टम व दशम स्थानात दोष दाखवतात. हा दोष एकतर त्या स्थानाच्या स्वामीशी निगडित असतो. नाहीतर या स्थानात पापग्रहांचे विषपरिणाम सापडतात. सप्तमातील दोष वैवाहिक दृष्टीने अपूर्णता दाखवतात. दशम स्थान व दक्षिण दिशा सूर्यनाडीचे निदर्शक असल्याने या दिशेतील दोष प्रमुख पुरुषावर परिणाम करतात. नैर्ऋत्य - दक्षिण दिशेतील विहीर, बोअरिंग हे गृहस्वामीचा नाश अष्टम स्थानगत फळ म्हणून दाखवितात.

(४)   जेव्हा ब्रह्मस्थानात वास्तू व भवन मध्यावर दोष असतात, तेव्हा पत्रिकेत आत्माकारक ग्रह 'रवी'च्या स्थितीत दोष दिसून येतात.

फलनिष्पत्ती :

(१)   प्रस्तुत घरात राहिल्यानंतर तीन वर्षांच्या काळात गृहस्वामीचा अपघाती मृत्यू अतिशय भीषण प्रकारे झाला.

(२)   त्यानंतर संपूर्ण घरावर एक प्रकारची स्मशानकळा येऊन एकमेव तरुण मुलास मानसिक औदासिन्याने ग्रासले व त्याने शिक्षण सोडून दिले.

(३)   कन्येचा घटस्फोट होऊन ती घरी परतली.

(४)   अत्यंत श्रीमंत मारवाडी परिवार असूनही पित्याच्या अकाली अपघाती निधनामुळे घरास अवकळा आली.

आकृती क्र. १३.३मध्ये वास्तू व भवनाच्या नकाशावर नैसर्गिक कुंडली अधोरेखित केली आहे. मुळात मेष लग्न पूर्व दिशेत न लिहिले जाता ईशान्य दिशेत लिहावे लागले आहे. म्हणजेच कुठल्याच प्रकारे दिशांचा व पंचमहाभूतांचा चांगला परिणाम या वास्तूत दिसून येणार नाही. संपूर्ण घराचे वजन उत्तर - पूर्वेत दिसत असून, दक्षिण - पश्चिम हा अस्त भाग मोकळा सुटल्याने दशम, सप्तम, लग्न व चतुर्थ या सर्व स्थानांचे विपरीत परिणाम दिसून येतील.

गृहस्वामीची कुंडली आकृती क्र. १३.४ मध्ये दिली आहे.

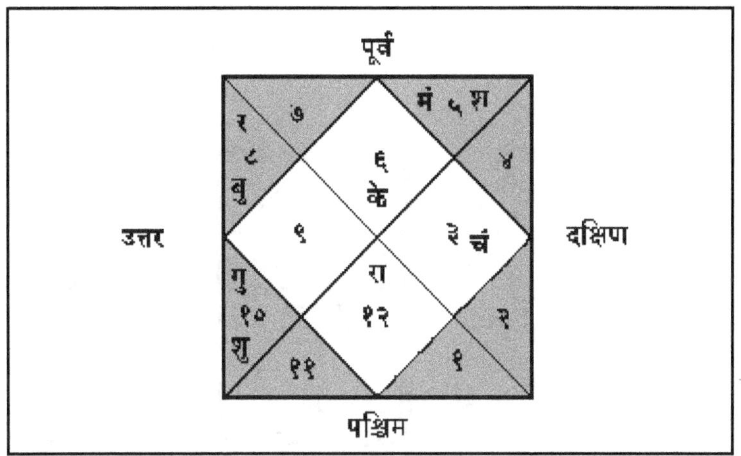

पत्रिकेवरून पाहता :

(१) लग्नेश बुध अस्तंगत मंगळाच्या चौथ्या दृष्टीत असून, लग्नी असणारा पृथ्विराशीचा केतू पूर्व दिशेत दोष दाखवतो.

(२) लग्न सप्तम स्थानातून बिघडलेल्या राहू, केतूच्या स्थितीवरून नैसर्गिक व प्लॉटवर चुंबकीय अक्षांचा गोंधळ स्वाभाविकपणे दिसतो. म्हणजेच मुख्य दिशात कोपरे येणे, ही स्थिती होय.

(३) दशमातील चंद्र दक्षिण प्रभागास प्रवाही करतो. म्हणजेच दक्षिणेस विहीर, बोअरिंग, वाढीव प्रभाग असे निदान वास्तूत होते.

(४) बिघडलेला चंद्र व चतुर्थेश गुरूची तीच स्थिती उत्तरेला दोष दाखवते.

(५) बिघडलेला रवी ब्रह्मस्थानात व पूर्व दिशेत दोष दाखवतो.

आकृती क्र. १३.४मधील जातकाची कुंडली पाहता, पूर्वेच्या आदित्य प्रवाहांची प्राप्ती वास्तुनिकषांनुसार केल्यास बिघडलेल्या प्रथम स्थानावर उत्तम तोडगा ठरू शकेल. दक्षिण-नैर्ऋत्य प्रभागात वास्तुरचनेत अधिक जडत्व, पृथ्वितत्त्व व पुष्कराजाची स्थापना केल्यास अष्टमस्थानाशी व राहूपीडेशी निगडित असणाऱ्या बऱ्याचशा फलितांची तीव्रता कमी होऊ शकेल. राजयोगकारक शुक्र ग्रहाचे फळ वाढविण्यासाठी हिरा, स्फटिक, चांदी, आराध्यवृक्ष यांचा उपयोग निश्चितच वाईट फळाची तीव्रता कमी करेल. प्राणायाम व सुदर्शनक्रिया यांच्या नित्य सरावामुळे मन, चित्त, बुद्धीची शुद्धी होऊन अन्न, मन, प्राण, विज्ञान व आनंदकोषातील श्रेष्ठ स्पंदनातून विपरीत दिक्कालावर जय मिळवता येईल!

आकृती क्र. (१३.५)

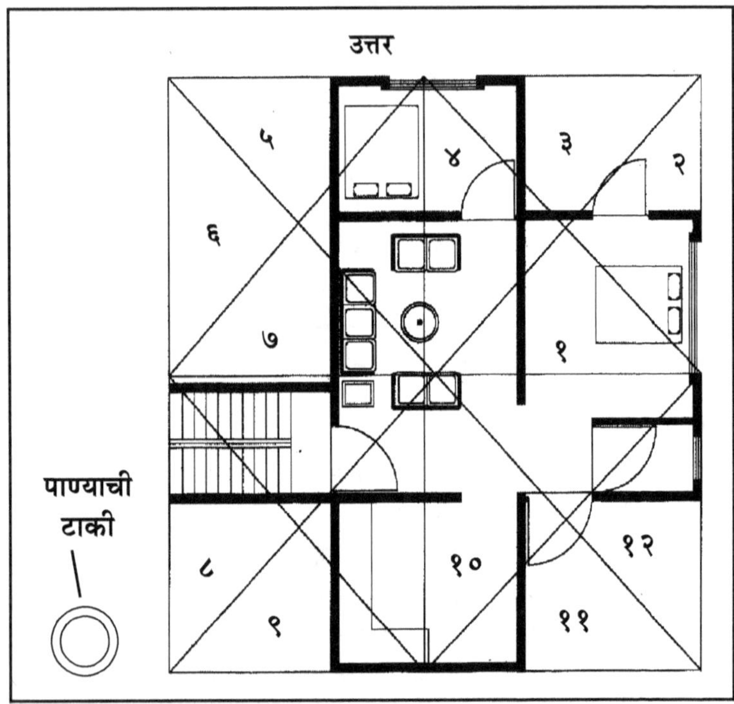

आकृती क्र. १३.५मध्ये वास्तुशास्त्रीय नकाशा दिला आहे. बारीक तपासणी करता पुढील महादोष सापडतात. ह्याचे पारंपरिक श्लोकांतही दिसून येणारे प्रतिबिंब वर्णन केले आहे. जातकाची जन्मकुंडली व वास्तुकुंडली यांचा जुळणारा सांधाही आश्चर्यकारक आहे. एकप्रकारे बुद्धीच्या योगे प्रारब्धावर मात करण्यासाठी वास्तुशास्त्र व साधना या दोनच महाशास्त्रांचा उपयोग होऊ शकतो, याचे प्रत्यंतर योग, ज्योतिष व वास्तुशास्त्राचा एकत्रित अभ्यास करणाऱ्यास येईल.

वेगवेगळ्या यौगिक व पारमार्थिक साधनांच्या योगे माणसाच्या श्वसन प्रक्रियेत (breathing pattern) बदल घडत असतो. श्वास, प्राण, मन, विचार, भावना या सर्व गोष्टी एकाच सूत्राने जोडलेल्या आहेत. त्यामुळे जेव्हा एकेक पुरश्चरण व मंत्रजप पूर्ण होतो तेव्हा प्रत्यक्षात त्या व्यक्तीचे जैविक स्पंदनात क्रांतिकारक बदल होऊन त्याच्या प्रारब्धात घट होते. जेथे जेथे प्रारब्धात घट आहे तेथे तेथे भाग्यकल्प जवळ आहे हे निश्चित समजावे.

वास्तुशास्त्राचे माध्यमातून ह्या जैविक व प्राणिक संवहनात एक सुसूत्रता आणून चंद्रनाडीचे प्रवाहांचे संवर्धन व सूर्यनाडीच्या प्रवाहांना बाधा निर्माण करून भाग्यकल्पाची सिद्धी प्राप्त करता येते.

अशी अध्यात्माच्या तत्त्वातूनच भौतिक व लौकिक सुखाची प्राप्ती वास्तुशास्त्रातून होते.

प्रमुख दोष - वास्तुशास्त्रीय चिकित्सा :

(१) **हा बंगला वास्तुक्षेत्राच्या आग्नेय खंडात असून, नैर्ऋत्य व वायव्य कोन पूर्ण रिकामे आहेत.**

अशा प्रकारच्या घराचे वर्णन पूर्व-दक्षिण द्विशाला पद्धतीचे म्हणता येईल. एकप्रकारे सर्व वजन आग्नेय खंडात असल्याने नैर्ऋत्येस उतार असेही तुलनात्मक वर्णन करता येईल. नैर्ऋत्य उताराच्या वास्तूस शाण्डुल वास्तू म्हणतात. अशी वास्तू निवास करण्यास अयोग्य समजली जाते. दक्षिण-पूर्व द्विशाला प्रकारातील घराचे फळ 'घरमालकाचा मृत्यू' असे पारंपरिक शास्त्रात दिले आहे; तर एकशाला ही फक्त दक्षिण खंडातच असावी, असे 'मनुष्यालय चंद्रिका' या ग्रंथात दिले आहे.

'स्वामिनो मरणंस्याद्धि' असा मयमतम् (२६/१८) मध्ये संदर्भ आहे. प्लॉटवर ब्रह्मनाभीच्या ईशान्य किंवा नैर्ऋत्य प्रभागात बांधलेल्या घरात सुख प्राप्त होते. म्हणजेच आग्नेय कोन बांधकामास विशेषत: 'एकशाला' प्रकारात निषिद्ध आहे.

(२) **या बंगल्यात पहिल्या मजल्यावर आग्नेय दिशेस टेरेस आहे.**

पहिल्या मजल्यावरील आग्नेयेच्या टेरेसचा अर्थ घर बांधण्याचा क्रमच चुकला आहे असा होतो. प्रारंभ आग्नेयेपासून करून प्रदक्षिणा मार्गाने घर बांधणे हितावह आहे - या नियमास येथे अपवाद झाला आहे. नंदा, भद्रा, जया आणि रिक्ता अशा चार प्रकारे आग्नेय, नैर्ऋत्य, वायव्य व ईशान्य प्रभागाचे वर्णन आहे. प्रथम प्रभागातच दोष निर्माण झाल्याने एकप्रकारे प्रदक्षिणा मार्गाने ऊर्जेचे मंडलाकार संस्करण न झाल्याने या घरात विरोधी विषमय घटनांचा अनुभव जातकास आला - असा पारंपरिक शास्त्रसंमत अर्थ काढता येईल. एकप्रकारे या टेरेसचे वर्णन मागील बाजूस अलिंद्र असे पारंपरिक पद्धतीत करता येईल व त्याचेही फळ गृहस्वामीस मृत्युतुल्य पीडा असे दिलेले आहे.

(३) पश्चिम प्रभागात असणाऱ्या जिन्यामुळे भवनात एकप्रकारे वायव्य व नैर्ऋत्य कट अशी स्थिती आहे.

या दोषाचे वर्णनही बांधकामाच्या चुकलेल्या क्रमामुळे होणाऱ्या दोषांसमान मानता येईल.

बृहद्वास्तुमाला संदर्भानुसार

दक्षिणपूर्वे कोणेकृत्वा पूजां शिलां न्यसेत प्रथमम्
शेषाः प्रदक्षिणेन स्तंभाश्चैव प्रतिस्थाप्याः ।।

म्हणजेच प्रारंभ आग्नेयेत करून प्रदक्षिणा मार्गानेच घर बांधण्यावर सूत्र आधारलेले आहे. ऊर्जेचे हेलिक्स या सदोष बांधकामात भग्न होत असल्याने विपरीत अनुभव मिळतो.

(४) नैर्ऋत्य प्रभागात अंडरग्राऊंड वॉटरटँक आहे.

मयमतमनुसार 'नैर्ऋत्यां व्याधिपीडा' असे फळ आहे. विश्वकर्म-प्रकाशनुसार 'पुत्रार्तिरग्नेश्च भयं विनाश:' असे फळ आहे. बृहत् संहितेनुसार 'स्त्रीकलह: स्त्री दौष्ट्यम्' असे फळ आहे. सर्वच्या सर्व ग्रंथांमध्ये नैर्ऋत्येस जलाशय निषिद्ध मानला आहे. एकप्रकारे सदर उदाहरणात 'नैर्ऋत्येस उतार' अशीच स्थिती निर्माण होते व अशी जमीन 'यमविथी' स्वरूपाचे विपरीत फळ देते. अशी शाण्डुलवास्तू निवासास अयोग्य मानली आहे. विश्वकर्मप्रकाशनुसार 'नैर्ऋत्ये च महाभयं' असे विपरीत फळ दिले आहे.

(५) पहिल्या माळ्यावर दरवाजा उघडताच पश्चिमेस उतरत जाणारा जिना आहे.

एकप्रकारे या प्रवेशद्वारामुळे पश्चिमप्रवाही घर आहे, असे म्हटले तरी चालेल.

प्राचीन बांधकाम पद्धतीतील नियमांचा ऊर्जा पद्धतीने विचार केल्यास नवीन बांधकाम पद्धतीत नवे ऊर्जा जडत्व नियम तयार करता येतील. दिशांच्या वर-खाली असणाऱ्या पातळीतून निर्माण होणारे दोष नवीन पद्धतीत अभ्यासताना 'भवन व प्रांगण' यांचा ऊर्जानिकष महत्त्वाचा आहे. दार उघडताच उतरत जाणारा जिना पश्चिमेस असणे म्हणजे 'पूर्व वर पश्चिम खाली' असा 'पश्चिमप्लव' दोषाचे फळ जातकास भोगावे लागते. बृहद्वास्तुमालेत पश्चिम उतार हा 'सुतक्षयम' म्हणजे पुत्रहानीशी निगडित आहे. मयमतम् वगैरे ग्रंथांत अर्थहानी असेच ऋण गुण वर्णिले आहेत.

प्रमुख दोष - ज्योतिषशास्त्रीय चिकित्सा :

ज्याप्रमाणे वास्तुदोषांचे विश्लेषण ग्रहपद्धतीने करतात त्याचप्रमाणे ते पंचमहाभूतात्मकही आहे व त्याचेच प्रतिबिंब प्रवाह पद्धतीतूनही ताडता येते. जेव्हा जेव्हा ऊर्जेचा मंडलाकार फेर पूर्ण होत नाही तेव्हा तेव्हा त्या घरात एक अपूर्णता निश्चितच दिसून येते. काही वेळा प्लॉटवरून तर काही वेळा घरातून ही अपूर्णता ध्वनित होते. दिशापद्धती ही ऊर्जा प्रवाहांच्या उगम व अस्त पद्धतीतून आविष्कृत होते. त्यामुळे बऱ्याच वेळा पूर्व दिशेतील दोषांचे परिणाम पश्चिम या अस्त दिशेतून तर दक्षिण या अस्त दिशेचे परिणाम उत्तर या उगम दिशेतूनही दृग्गोचर होतात. अशावेळी त्या व्यक्तीच्या कुंडलीच्या आधारे प्रत्यक्षात कोणत्या दिशेचा प्रभावी परिणाम होईल, हे ताडणे सोपे जाते.

(१) भवन आग्नेय खंडात असण्याचा परिणाम नैर्ऋत्य पृथ्वितत्त्वविरहित असण्याशी जोडला आहे. त्यामुळे वास्तुक्षेत्रातील मोकळा नैर्ऋत्य खंड नैर्ऋत्य दिशेस अनुसरून गृहस्वामीच्या अष्टम व नवम स्थानाची तीव्र फळे देईल. प्रस्तुतच्या बंगल्यात खालच्या मजल्यावर थोरला भाऊ तर वरच्या मजल्यावर लहान भाऊ राहतात. आता वरच्या मजल्यावर असणारी आग्नेयेकडची टेरेस अधिक घातक असून, आग्नेय खंडातील भवनाचे दोषास अनुसरून असणारे दुष्परिणाम हे धाकट्या भावासच अधिक जाणवतील. पुन्हा शेवटच्या मजल्यावर राहणाऱ्या व्यक्तीचे संपूर्ण छप्पर उच्च सौरतापामुळे घराचे जैविक स्पंदन बिघडवते. याही उदाहरणात धाकट्या भावाच्या परिवाराची न भरून येणारी हानी झाली आहे.

(२) आग्नेय खंडातील टेरेस ही शुक्र कारकत्वात व अग्नी गुणधर्मात क्षय दाखवते. त्यामुळे त्या परिवारातील पत्नी व संततीच्या दुःखास ही टेरेस कारणीभूत होईल. नैसर्गिक कुंडलीत लाभ व व्यय स्थानास अनुलक्षून काही त्रुटींचा अनुभव या परिवाराला करावा लागेल, असेही निदान करता येईल.

आग्नेय दिशेतील दोष जातकाच्या कुंडलीत दूषित रवी, मंगळाचे निदान करतो.

(३) वायव्य व नैर्ऋत्य कट म्हणजे पंचम, षष्ठ, अष्टम व नवम स्थानात वैगुण्य दाखवतात. एकूणच जीवनात एक अपूर्णतेचे सावट जातकाच्या अकाली मृत्यूत झाल्याने प्रस्तुत घरात जाणवेल. नैर्ऋत्य प्रभाग पृथ्वितत्त्वविहीन असल्याने 'स्थैर्य' या प्रमुख गुणाचा अभाव या घरात झालेला दिसून येतो.

(४) नैर्ऋत्य प्रभागातील अंडरग्राऊंड टाकीही या अष्टम स्थान व मृत्यू विषयाशी

असणारे दुष्परिणाम दाखवते. बऱ्याच वेळा घरापासून दूर बदलीच्या कारणाने राहायला लागणाऱ्या गृहस्वामीच्या घरातही नैर्ऋत्येस बोअरिंग असते, असे निदान दिसून येते.

(५) पश्चिमेस उतरत जाणारा जिना गृहस्वामिनीस जीवनात वैफल्यता दाखवितो.

गृहस्वामीची कुंडली आकृती क्र. १३.६मध्ये दिली आहे.
दि. ८/७/१९५३ रात्रौ ११ वा ३० मि., बुधवार, कोपरगाव

आकृती क्र. (१३.६)

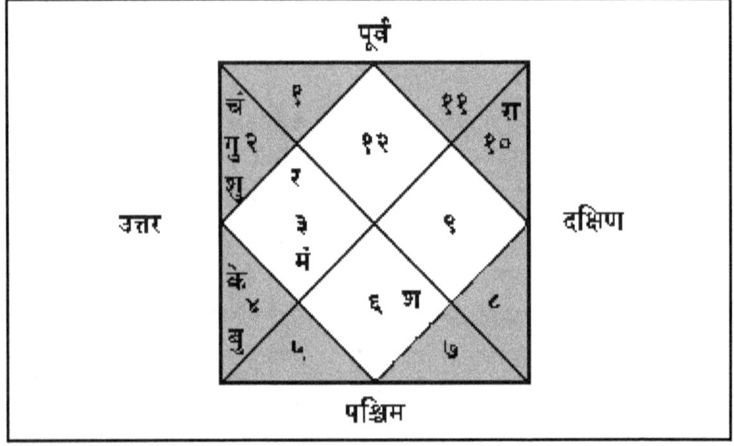

पत्रिकेवरून पाहता

(१) आग्नेय दिशेचा स्वामी म्हणजे एकादश व व्ययस्थानाचा स्वामी शनी रवी-मंगळाच्या केंद्रयोगात दूषित आहे व पृथ्विराशीत आहे. एकादश स्थानातील राहूवर मंगळाची आठवी दृष्टी आहे. संपूर्ण भवन आग्नेय खंडात असल्याचा महादोष वरील दोन्ही योगांतून दिसून येतो.

(२) व्ययेश शनी सप्तमस्थानात मंगळदृष्ट बिघडलेला व सप्तमेश बुध चंद्राच्या जलराशीत केतूसह युतीत बिघडल्याने पश्चिम दिशेतील वाढीव पश्चिम किंवा घर पूर्वखंडात असल्याचा दोष निश्चित होतो.

(३) एकूणच चतुर्थेश बुध बिघडल्यामुळे घरात दोष दाखवितो. चतुर्थस्थ रवी-मंगळ युती शनीच्या दहाव्या दृष्टीत असल्याने गृहदोष दाखवितात.

(४) अष्टमेश शुक्र तृतीयात म्हणजे त्याच्या अष्टमात चंद्राशी युती केल्याने नैर्ऋत्येत जलदोष दिसतो, तर नवमेश मंगळ त्याच्या अष्टमात पडून

शनीच्या दहाव्या दृष्टीतील दोषाने वाढीव नैर्ऋत्येचा दोष प्लॉटवर आहे. जातकाची कुंडली पाहता दूषित मंगळ, रवी, शनी व राहू हाच प्रमुख दोष दिसून येतो. एक साधी कंपाऊंडची दगडी भिंत पश्चिमेस घालून वाढीव पश्चिमेचा दोष काढणे सोपे आहे. पश्चिम प्रभागात पिंपळ, बदाम व ख्रिसमसची झाडे लावून पश्चिम प्रवाहात बाधा आणता येईल. पश्चिम प्रभागात शनीचे नीलम रत्न पुरून पश्चिम प्रवाहांचा संकोच करणे शक्य आहे. आग्नेय टेरेसवर एक पिरॅमिड घालून त्या बाजूची स्पंदने सुधारणे शक्य आहे. एकूणच रत्नाध्याय पिरॅमिड्स धातू व कंपाऊंड अशा साध्या उपायांतून 'सर सलामत तो पगडी पचास' या म्हणीची साक्ष सहज पटू शकते. मृत्यूऐवजी मृत्युसमान वेदना होऊनही उर्वरित आयुष्यात बदल होऊ शकतो, हा वास्तुशास्त्राचा सिद्धांत आहे.

उदाहरण ४ : एक सिंधी व्यावसायिक

या उदाहरणात वास्तुदोषांची परमावधी पाहण्यासारखी आहे. चायनीज फेंगशुई पद्धतीत घराच्या नकाशावर पाकुआ काढून त्यानुसार दिशांचे बलाबल ठरवतात. त्याचप्रकारे घराच्या नकाशावरील अधोरेखित नैसर्गिक कुंडलीच्या आधारेसुद्धा उत्तम निर्णय घेता येतात. याशिवाय प्रवेशद्वार हेच मेष लग्न कल्पून जर एक कुंडली नकाशावर मांडल्यास स्थानगत होणाऱ्या पंचमहाभूतांच्या रचनेवरूनही बरेच आराखडे मांडता येतील.

आकृती क्र. (१३.१)

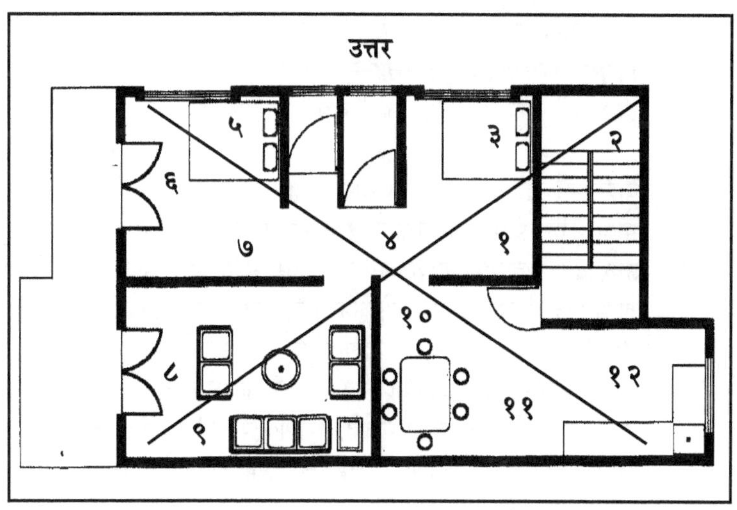

कोणत्याही वास्तूच पृथक्करण ग्रहगत, पंचमहाभूतात्मक व प्रवाहपद्धती या तीन पद्धतींनी करता येते. नैसर्गिक कुंडलीचे आधारे स्थानगत होणारी हानी तपासता येते. प्रवेशद्वार हेच मेष लग्न कल्पून कुंडली मांडल्यास पंचमहाभूतात्मक हानीची गणिते मांडता येतात. तर प्रवाहपद्धतीचे आधारे पृथक्करण केल्यास त्या घराचा गुणोत्कर्ष करण्याची गुरुकिल्ली आपल्या हातात येते.

वास्तू, योग, ज्योतिष ही शास्त्रे गूढ असून, निसर्गाच्या रहस्यमय सत्यांचा शोध घेतात. श्री ज्ञानेश्वर महाराजांच्या *'प्रगटे तव तव न दिसे । लपे तव तव आभासें'* या ओवीप्रमाणे शास्त्रकाराची किंवा अभ्यासकाची अवस्था बऱ्याच वेळा होऊ शकते. त्यामुळे पृथक्करणाच्या विविध पद्धतींचा वापर करूनच अचूक निर्णय करता येणे शक्य आहे. म्हणूनच दीर्घ साधना व अभ्यास हाच मार्ग हितावह ठरतो.

वास्तुशास्त्राची पारंपरिक श्लोकपद्धतीसुद्धा अर्वाचीन इमारतींना लावताना दिशांचे उगम-अस्त गुण व द्विऊर्जा पद्धतीचा सूक्ष्म अभ्यास असणे आवश्यक आहे.

प्रमुख दोष - वास्तुशास्त्रीय चिकित्सा :

(१) हा बंगला वास्तुक्षेत्राच्या पूर्वखंडात आहे.

त्यामुळे वास्तुपुरुष मंडळानुसार आदित्य प्रवाहात बाधा निर्माण होते. जीवनास असणारा एकसंधपणा कुठल्यातरी अरिष्टामुळे बिघडणे - हा परिणाम होतो. एकप्रकारे पूर्व उंच व पश्चिम नीच म्हणजे 'पश्चिमेस उतार' असे वर्णन या प्लॉटचे केल्यास त्याचे परिणाम बृहद्वास्तुमालेच्या सूत्रानुसार 'सुतक्षयम्' असे दिले आहेत. एकप्रकारे द्विशाला पद्धतीचे घर बांधताना फक्त पूर्वखंडातच घर बांधले गेल्यास त्यापासूनचे दोष शास्त्रकारांनी दिले आहेत व ते दोषही येथे लागू पडतील.

प्रागुदकप्रागवाक्प्रत्यगुदग्गेहे तु लांगले ।
स्वामिनो मरणं स्याद्धि श्रियै याम्ये प्रतीच्यपि ॥

(मयमतम् २६/१८)

याप्रमाणे 'गृहस्वामीचा नाश' असे निदान केले आहे.

(२) मध्य उत्तर प्रभागात संडास व बाथरूम आहे.

उत्तर दिशा सर्वांसाठी प्रवेशासाठी उत्तम असे सांगितले आहे. या पार्श्वभूमीवर या भागात संडास असणे - ही कमाल विपरीत अवस्था होय. उत्तर दिशेस 'सोम' ही देवता असून, ही दिशा सुख व समृद्धीचे माहेरघर आहे. योगशास्त्रानुसार चंद्र प्रवाहांची स्रोत उगम दिशा स्थैर्य, क्षेम, आयु, मांगल्य व कल्याण यांची प्राप्ती करून देते. नैसर्गिक परमपवित्र अशा जलतत्त्वाचा प्रभाग या मानवी किरणोत्सारी मलमूत्रात प्रदूषित झाल्याने त्याचे महाभयंकर

परिणाम भवनावर झाल्याचे दिसून येतात. 'उदीच्यां पातु कौमारी' अशा सूत्रात तर कन्याकुमारीचे स्थान उत्तर प्रभागात सांगितले आहे.

(३) बांधकामात वाढीव आग्नेय प्रभाग आहे.

घराचा नकाशा पाहता एकप्रकारे हा वाढीव आग्नेय प्रभाग आग्नेय दिशेस अलिंद्र असा वर्णन करता येईल. समरांगण सूत्रानुसार मागील बाजूस वा डाव्या अंगास अलिंद्र असता, मृत्युतुल्य पीडा आणि दुर्भाग्यपूर्ण आपत्ती असे फलित दिले आहे.

वामतो हलकालिंदो मुखतश्च कृतो यदि ।
राजदण्डं भयं विद्यात् पत्नी चास्य विनश्यती ।

(समरांगण सूत्र २०/१६)

डावीकडे किंवा मागे अलिंद्र ठेवल्यास गृहस्वामीस मृत्युतुल्य पीडा व अर्थहानी असे फळ दिले आहे.

(४) नैर्ऋत्य व पश्चिम प्रभागात टेरेस असून, विशेषत: नैर्ऋत्येस अतिशय वाढीव प्रभाग आहे.

घटबिंब सिद्धांतानुसार जमिनीचे निकष विचारात घेता

देवानां तु द्विजातीनां चतुरश्रायता: श्रुता: ।
वस्त्वाकृतिरनिन्द्या सावाकप्रत्यग्दिक्समुन्नता ।

(मयमतम् अ-३)

या श्लोकानुसार पश्चिम - दक्षिणेस उंच असणारी जमीन असावी. एकप्रकारे भूमिनिकषाचे प्रतिबिंब बांधकामात पाहिल्यास 'नैर्ऋत्य पश्चिम टेरेस व उत्तर - पूर्व वर बांधकाम' यात अतिविपरीतता दिसून येते. याचेच वेगळे रूप बांधकामाच्या 'क्रम' व 'दिशा' यांतही दिसून येते. आधी आग्नेय, नंतर दक्षिण, नंतर पश्चिम करीत करीत प्रदक्षिणा मार्गाने पूर्वेपर्यंत बांधकाम न करता विपरीत क्रम आचरल्याने दक्षिण-पश्चिम प्रभागात टेरेस पडून जातकाचे अपरिमित नुकसान झाले.

(५) संपूर्ण घरास पूर्व बंद असून, ईशान्य खंडात जिन्यामुळे महाजडत्व आले आहे.

ईशान्यां देवतागेहम्

किंवा

वायव्ये विप्रजातीनाम् देवताभोजनालयम्
अदितो चेशश्रेणे वा त्रयाणां देवतार्चनम् ।

किंवा

उत्तरेशानपर्जन्ये सर्वेषां पचनालयम् ।

शास्त्र, निदान आणि उदाहरणे / ९३

आदी सर्व शास्त्रसंमत श्लोकांमध्ये ईशान्येस स्फूर्ती, ऊर्जा, चैतन्य या दृष्टीने असाधारण महत्त्व आहे. मोकळेपणा, स्वच्छता, हवा, उजेड व जलतत्त्व ही ईशान्येची उपलब्धी आहे. या पार्श्वभूमीवर वरील घरात असणाऱ्या जिन्यामुळे सर्व घर या शुभ प्रवाहांपासून वंचित झाल्याने महादोष निर्माण होतो. त्याचबरोबर पूर्व बंद म्हणजे आदित्य या जीवनदायी देवतेचा कोप असे म्हणावे लागेल. 'आदित्यात् विष्णुर्जायते' असे सूत्र आहे. या दृष्टीने संपूर्ण जीवनास एकत्रित व संमिलित ठेवणाऱ्या वैष्णवी आदित्य शक्तीचा ऱ्हास या घरात झाल्याने विपदा, विकार व विपत्ती जन्मास आली.

(६) संपूर्ण इमारतीचा विचार करता ईशान्य उंच तर नैर्ऋत्य खाली अशी रचना आहे.

पुन्हा एकदा प्लव-वास्तु विचारातील तत्त्वे विचारात घेऊन त्याचाच विस्तार 'भवन-घर' नियमास लावल्यास 'नैर्ऋतिकोणे बाल क्षयं' किंवा 'नैर्ऋत्यां व्याधिपीडा' किंवा 'नैर्ऋत्येच महाभयं' किंवा 'ईशोच्यं निर्ऋतौ नीचं भूतलं भूवीथीकम्' आदी सर्व सूत्रांत कमाल विपरीतता वर्णिली आहे. एकप्रकारे ईशान्य उंच म्हणजे सर्व घरंच सोम व ईश प्रवाहांना अडसर निर्माण करून नैर्ऋत्येच्या विनाश, विपदा, विकार, विलाप व विखारास पुष्टी देणारे आहे. याचेच प्रत्यंतर प्रस्तुत घरात घडलेल्या विविध घटनांवरून सिद्ध होते.

प्रमुख दोष - ज्योतिषशास्त्रीय चिकित्सा :

२० जून २००१ या दिवशी या एकाच घरातील कर्ता मुलगा, सून व एकुलती एक मुलगी कार अपघातात मरण पावली. दुसरा जुळा मुलगा मात्र दोन्ही पाय फ्रॅक्चर होऊन जायबंदी झाला.

(१) नैसर्गिक कुंडलीत पूर्वेतील दोष गृहस्वामीतून तर पश्चिमेतील दोष गृहस्वामिनीतून प्रकट होतात. इमारत पूर्वखंडात व पूर्व दिशा पूर्ण बंद असणे अशा वेळी पत्रिकेतील रवी किंवा लग्नेश किंवा लग्नस्थान पूर्णपणे बिघडलेले सापडते. प्राणिक ऊर्जा समष्टीत ज्याप्रमाणे रवीकडून पाहिली जाते त्याप्रमाणे व्यक्तिगत कुंडलीत मात्र ती लग्नेशावरून म्हणजे पूर्व दिशेच्या स्वामीकडून पाहिली जाते. एकूण आयुर्मान प्रथम स्थानाकडून पाहतात. वास्तुशास्त्रानुसार, पूर्वेची आदित्य देवता असून 'आदित्यात् विष्णुर्जायते' सूत्रानुसार जीवनमान हे विष्णुतत्त्वाचे द्योतक आहे. ऊर्जानिकषानुसार जेव्हा विष्णुपाद किंवा प्रणवातील मध्यपाद किंवा 'ॐकार' जेव्हा दीर्घ होतो, नाभिगत होतो,

जलतत्त्वाचा होतो तेव्हा 'अकालमृत्युहरणं सर्व व्याधिविनाशनं' असे शास्त्रकारांनी निदान केले आहे. तेव्हा वास्तुनिकषानुसार पूर्वेचा सहभाग एकूण जीवनमानावर अतिशय खोल परिणाम करतो.

(२) नैसर्गिक कुंडलीत उत्तर दिशेतील दोष हे चतुर्थ स्थानाशी निगडित असून, चतुर्थ स्थानावरून अंत:काळाची स्थिती समजते. नैसर्गिक चतुर्थेश चंद्र असल्याने चंद्रासही उत्तर दिशेतील दोष पाहताना महत्त्व आहे. त्याच-प्रमाणे वास्तुशास्त्रानुसार उत्तर दिशा जलतत्त्व दाखवते. त्याचे प्रतिबिंब पत्रिकेतील कर्क, वृश्चिक, मीन राशीत पडू शकते. वास्तुशास्त्रानुसार उत्तर दिशा जैविक ऊर्जेचा उगम बिंदू असून, ऊर्जानिकषानुसार या दिशेस (+४) गुण दिलेले आहेत. या स्थानावरून वाहनसौख्याचा विचार केला जातो. त्यामुळे या दिशेत दोष असता व त्या दोषास पुष्टी देणारे दोष आग्नेय व नैऋत्य या पिंगळा नाडीच्या तीव्र व दाहक दिशात असल्यास वाहनापासून भय, हिंसा, अपघात व मृत्यू असे निदान करता येईल. वास्तुपुरुष मंडळात उत्तरमध्यबिंदूवर संपूर्ण जीवनावर ममत्वाचे छायाछत्र धरणारी सोमदेवता असून, या जागी संडास असणे हा महादोष म्हणावा लागेल.

(३) घर चतुष्कोनात्मक असणे म्हणजे पृथ्वितत्त्वाचे असणे. शब्द, स्पर्श, रूप, रस, गंध या जीवनास ऐश्वर्य प्रदान करणाऱ्या तन्मात्रांची पूर्ती पृथ्वितत्त्वात आहे. याशिवाय एखाद्या प्रभागात वाढीव प्रभाग असता त्या बाजूच्या महाभूताचा प्रभाव वाढून त्यापासून त्या घराचा समतोल बिघडतो. विशेषत: आग्नेय व नैऋत्य प्रभाग हे अतिसंवेदनाशील असून, योगशास्त्रानुसार पिंगला या क्रूर व कठीणकर्मा नाडीचे द्योतक आहेत. वाढीव आग्नेयेमुळे अग्नितत्त्वाच्या दाहक परिणामाने वास्तूचे नियमन बिघडते. वाढीव आग्नेय होताना आपोआपच ईशान्य कटचाही दोष निर्माण होतो. वास्तुपुरुष मंडळानुसार ईशान्यकट म्हणजे सर्वसाक्षी ईश्वरानेच या घराकडे पाठ फिरवली आहे, असे म्हणता येईल. नैसर्गिक कुंडलीत वाढीव आग्नेय वाढीव व्ययस्थानाचे निदर्शक आहे. विशेषत: आग्नेय दिशेचा दोष हा पंचमहाभूतात्मक दृष्टिकोनातून जातकावर परिणाम करतो. वाढीव आग्नेय म्हणून अग्नितत्त्वाचा भडका तर ईशान्यकट म्हणजे जलतत्त्वाची चणचण अशा दुहेरी दोषांत घर अडकते.

(४) वाढीव नैऋत्य व वाढीव पश्चिम प्रभाग षष्ठ, सप्तम, अष्टम स्थानांची दूषित फळे दाखवतात. जिथे बंधन, जडत्व व पिरॅमिड कव्हर हवे तिथे पृथ्वितत्त्वाच्या महत्त्वाच्या प्रभागात टेरेस असणे हा महादोष म्हणावा लागेल. वाढीव नैऋत्य होताना एकप्रकारे वायव्य कट असाही दोष

तयार होतो व हा दोष गृहस्वामीस पंचम म्हणजे संतती तर षष्ठ म्हणजे रिपु स्थानाचे विपरीत फळ देतो. या उदाहरणात नैर्ऋत्येस दैत्यास अधिकत्व तर ईशान्येच्या ईशतत्त्वास वजा केल्याने भीषण परिणाम भोगावे लागले. नैर्ऋत्येच्या विपत्ती, विकार, विनाश आणि वैफल्य या चार आघातांनी सर्व घराचे सौख्य हरवते. वाढीव नैर्ऋत्य टेरेस म्हणजे एकप्रकारे नवम भाग्य स्थानावर संरक्षक कवच नसण्यासारखे आहे. एकाच दोषातून एकाहून अधिक प्रभाग दूषित झाल्यास त्यापासून महाहानी होते. पत्रिकेतील अष्टम नैर्ऋत्य स्थान गृहस्वामीच्या संततीच्या सौख्याचे स्थान असून, तेच छपराशिवाय उघडे पडल्याने या उदाहरणात संततीसंबंधी तीव्र परिणाम भोगावे लागले.

(५) ईशान्य म्हणजे द्वितीय व तृतीय स्थान होय. दुसरे स्थान म्हणजे कुटुंबसुख तर तिसरे स्थान सहज आहे. ईशान्य ही अतिप्रवाही जलतत्त्वाची दिशा असून, या जागी जिन्यासारखे जडत्व असणे व वाढीव आग्नेयेमुळे अधिकच कटसमान परिस्थिती असणे म्हणजे द्वितीय व तृतीय स्थानाची अपरिमित हानीच दिसून येते.

(६) ईशान्य उंच व नैर्ऋत्य खाली असणे म्हणजे संपूर्ण घरच उच्च सौरतापास सामोरे जाणे होय. याचा परिणाम जातकाच्या कुंडलीत रवी व मंगळ विपरीत स्थितीत दाखवितात.

कै. रवी (२१ सप्टेंबर १९७३ रात्रौ १२/४० पिंपरी)   आकृती क्र.(१३.८)

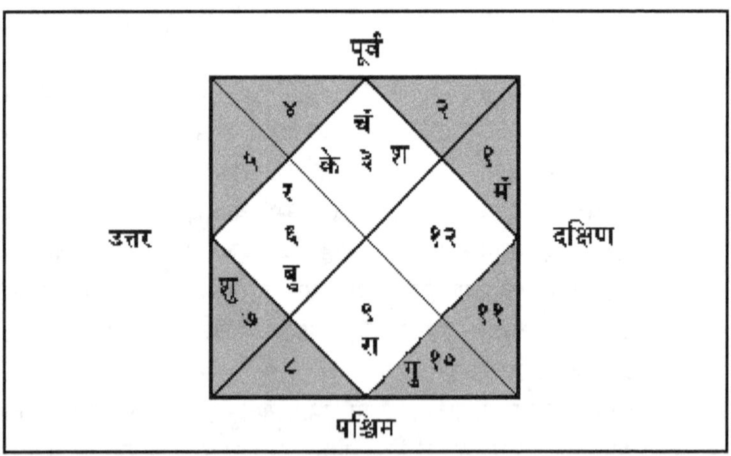

(१) प्रस्तुतच्या कुंडलीत लग्नी असणाऱ्या शनीकेतूवरून दूषित पूर्वप्रभागाचे प्रत्यंतर येते.

(२) सप्तमस्थानातील राहू बिघडलेली पश्चिम दाखवितो. सप्तमावरील शनीची सातवी दृष्टी यास पुष्टी देते. सप्तमस्थानात दिशाबळी असणारा शनी लग्नी बिघडलेल्या स्थितीत असणे हाही पश्चिम दिशेतील दोष दाखविणाराच योग आहे. सप्तमेश गुरू मकरेत नीच स्थितीत आहे.

(३) गुरू सर्व प्रकारच्या वृद्धीचा, वाढीचा गुण दाखवितो. यानुसार अष्टमातील मकरेचा पृथ्वितत्त्वातील नीच गुरू नैर्ऋत्येस वाढीव टेरेस दाखवितो म्हटल्यास अतिशयोक्ती होणार नाही. तर अष्टमेश शनी लग्नी चंद्रासारख्या प्रवाही ग्रहाबरोबर असणे यातही वाढीव नैर्ऋत्येचे प्रतिबिंब दिसून येते.

(४) षष्ठेश मंगळ एकादशात स्वगृही अग्नितत्त्वात असून, वाढीव अग्नीचे म्हणजेच वाढीव आग्नेय प्रभागाचे नेतृत्व करतो.

गृहस्वामीचा मृत पुत्र व कन्येची कुंडली (आकृती १३.८, १३.९) येथे अभ्यासासाठी दिली आहे. तिसरी कुंडली मृत पुत्राच्या जुळ्या भावाची असून, (आकृती क्र. १३.१०) त्याचे दोन्ही पाय अनेक ठिकाणी फ्रॅक्चर झाले आहेत.

कै. आरती (१६ मे १९६८)   **आकृती क्र. (१३.९)**

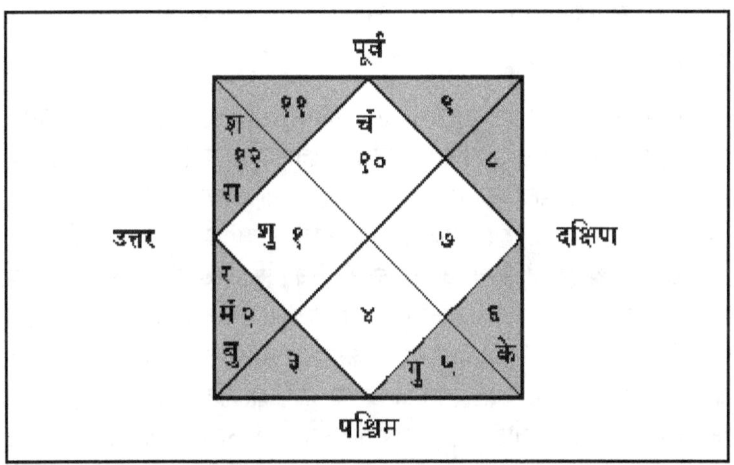

याही पत्रिकेत अष्टमातील गुरू वाढीव नैर्ऋत्य प्रभागाचे दर्शन घडवितो. ईशान्य दिशेतील दोष तृतीयातील राहू, शनी दाखवितात. व्यय स्थानावर होणारी शनीची दहावी व मंगळाची आठवी एकत्रित दृष्टी व व्ययेश गुरू अग्निराशीत असणे यात वाढीव आग्नेयेचा अंदाज येऊ शकतो. लग्नी असणारा शनीच्या राशीचा निर्बली चंद्र सप्तमेश म्हणजे मारकेश असून, पूर्व दिशेतील दोषाचे तो प्रतीक आहे.

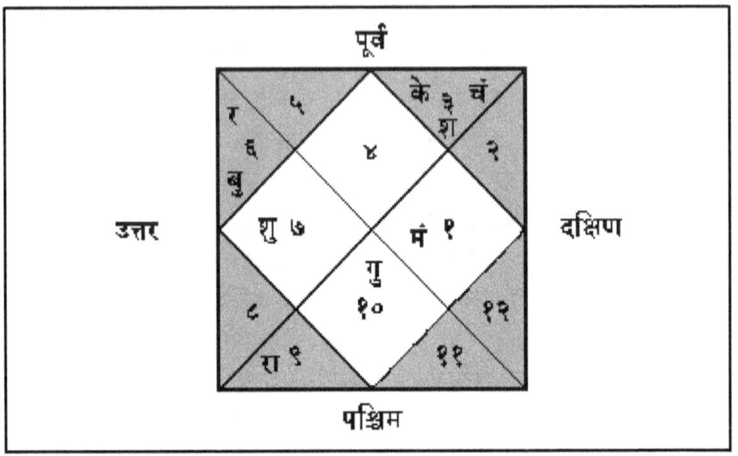

सप्तमातील गुरूने विपरीत स्थितीतही रक्षण केले व अष्टमेश शनीची व्ययस्थानात स्वपंचमातील स्थिती त्यामानाने बरी असल्याने पायावर निभावले.

नि:संतान व निपुत्रिकत्व :

वास्तुशास्त्रात पंचमहाभूतात्मक आविष्कारास अतिशय महत्त्व आहे. नैसर्गिक कुंडलीनुसार पंचम व षष्ठ स्थाने वायव्य कोन दाखवतात. त्यांपैकी पंचमावरून संततीचा स्थूल बोध होतो. पंचमाचे सुख स्थान म्हणजे अष्टम स्थान म्हणजेच या फलांचा नैर्ऋत्य प्रभागाशी संबंध आहे. याशिवाय पंचमहाभूतात्मक दृष्टीने पाहता आग्नेय दिशेस अग्निकारकत्व असून, शुक्राच्या जननप्रक्रियेशी हीच दिशा जोडलेली आहे. त्याशिवाय तनुस्थान म्हणजे पूर्व दिशा आदित्यतत्त्व म्हणजे एकप्रकारे शुभ व अगितत्त्वाची म्हणायला हरकत नाही. एकूण संततिसौख्याचा विचार करताना वास्तुशास्त्रात आग्नेय, पूर्व, वायव्य व नैर्ऋत्य दिशाप्रभागांचा विचार करणे आवश्यक आहे. यातही वायव्य, नैर्ऋत्य प्रभागाचा विचार सुतक्षय म्हणजे थोडा अधिक क्रूर पद्धतीने अपघातादी घटनांनी सिद्ध होणारा सहभाग आहे. निपुत्रिक व नि:संतान या निदानाशी मात्र पूर्व, आग्नेय याच दिशांचा सहभाग महत्त्वाचा आहे. आग्नेय दिशेत अग्नी प्रदीप्त न होणे म्हणजेच स्वयंपाकघर नसणे पासून आग्नेयस टेरेस, संडास, बाथरूम, आग्नेयकट, आग्नेयस विहीर, बोअरिंग या प्रकारात परिस्थिती असता निपुत्रिकत्व वा नि:संतान परिस्थिती उद्भवते. त्याचबरोबर पूर्व बंद, पूर्व जड, पूर्व उंच अशा पूर्वेच्या विपरीत सहभागाचाही परिणाम नि:संतान निपुत्रिकत्वाच्या फळात वाढ करतो. बऱ्याच वेळा पश्चिम अधिक प्रवाही असताही

'पूर्व बंद जड' अशा प्रकारे फलनिदान होते. पूर्वेत संडास असता, जिना असताही 'पूर्व बंद' असे निदान होते.

आकृती क्र. (१३.११)

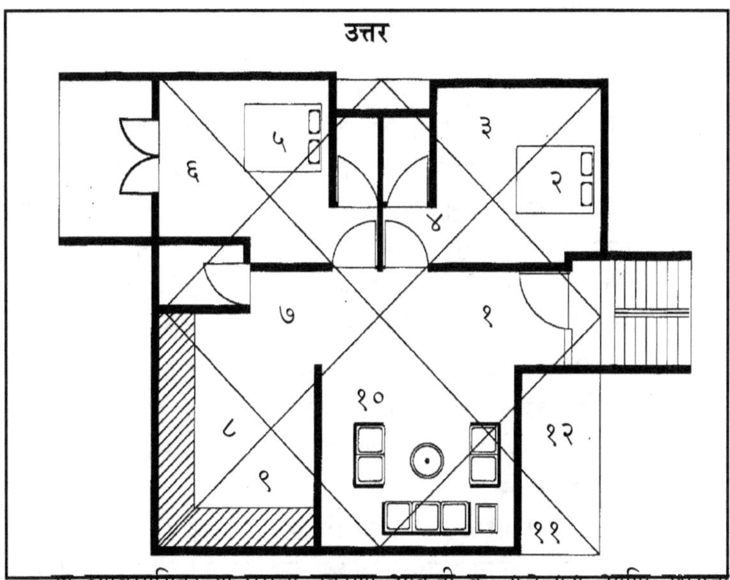

या व्यावसायिकाच्या घराचा नकाशा आकृती क्र. १३.११ आणि उभयता पती-पत्नी दोघांची जन्मपत्रिका आकृती क्र. १३.१२मध्ये दिली आहे. या सर्व वास्तुकुंडली व जन्मकुंडलीत *'यद् पिण्डे तद् ब्रह्माण्डे'* ही साक्ष दिसते; परंतु वास्तुनियमानुसार घरात सुधारणा करणे हा एकमेव शक्य असणारा मार्ग असल्याने निसर्गाशी होणाऱ्या नवीन नात्याचा जातकास निश्चितच फायदा करून घेता येतो. या दृष्टीने उपायशास्त्र म्हणून वास्तुशास्त्राचे महत्त्व अनन्यसाधारण आहे.

या पारशी पती-पत्नीचा घर-नकाशा पाहता पुढील गृहदोष दिसून येतील!

प्रमुख दोष - वास्तुशास्त्रीय चिकित्सा :

(१) आग्नेय प्रभागात हॉल असून, आग्नेय कट आहे.

प्रदक्षिणा मार्गाने घर बांधण्याच्या व त्याचा प्रारंभ आग्नेय कोनात करण्याच्या प्रमुख नियमास यात बाधा येत असल्याने आरंभापासूनच अशा भवन व वास्तूवर विपरीत संस्कार होऊन दुःख, दैन्य जातकास

भोगावे लागते. एकप्रकारे जो भाग मोकळा असतो त्याच बाजूस प्लिंथ म्हणजेच जोते नसल्याने त्यास त्या भागाचा उतार म्हणण्यास हरकत नाही. या दृष्टीने आग्नेय कट म्हणजे जोत्याच्या पातळीत आग्नेयेस उतार असेही म्हणता येईल व याचे शास्त्रसंमत फळ *'आग्नेय्यां पुत्रमरणम् याम्ये सर्व विनाशनम् ।'* असे दिले आहे. एकप्रकारे 'शाण्डुलवास्तू' असा दोष निर्माण होतो. *'मृत्युशोकप्रदा नित्यमाग्रेयी दक्षिणप्लवा'* अशा सर्वच सूत्रात आग्नेयेस नीच पातळी असणे धोकादायक सांगितले आहे.

(२) पूर्व बंद व जिन्यामुळे जड आहे.

पूर्व प्रभागात जिना असता 'पूर्व वर व पश्चिम खाली' असा दोष निर्माण होतो. एकप्रकारे पश्चिम प्लव असता होणाऱ्या दोषाचे फळ जातकास भोगावे लागते. त्याशिवाय संपूर्ण घर आदित्य प्रवाहांना वंचित राहिल्याने जीवनात सुसूत्रता राहत नाही. शुभ संस्कार होत नाहीत. पूर्व प्रभागात अग्नितत्व-आदित्य स्वरूप असल्याने शरीरातील ऊर्जानिकषात बाधा येऊन त्याची विपरीतता संततीत दिसून येऊ शकते. पश्चिमप्लवाचे फळ 'कलहम्' व 'सुतक्षयम्' असे दिले आहे. रत्नाध्यायातही पूर्वेस हिरा किंवा पोवळे म्हणजे शुक्रकारकत्व वा मंगळकारकत्व दिले आहे. त्यादृष्टीने आदित्य प्रवाहात घट होण्यामुळे 'सुतक्षयम्' असे फळ तर्कशुद्ध व शास्त्रसंमत असल्याचेच सिद्ध होते.

(३) उत्तर दिशेत मध्य प्रभागातच संडास - बाथरूम आहेत.

पारंपरिक शास्त्रानुसार उत्तरेच्या चौथ्या प्रभागातून प्रवेशद्वारास संमती आहे. उत्तर दिशेचा संपूर्ण मध्यप्रभाग हा सोम-प्रवाहांनी पुनीत झाला असून, अशा ठिकाणी संडास असणे ही कमाल विपरीतता आहे.

मृग कप्प्यात अभ्यासिका, अदिती कप्प्यात देवघर, भलाट कप्प्यातून प्रवेश अशी शुभयोजना मूळ शास्त्रात दिली आहे. याच प्रभागात संडास-बाथरूम आल्याने या सर्व मंगलक्षेम शुभदायी प्रभागाची न भरून येणारी हानी होऊन, घराचे ऊर्जाजडत्व सिद्धांतास बाधा येऊन, संपूर्ण प्रणवाकार ऊर्जा संवहनास अटकाव होतो.

(४) संपूर्ण घरास विशेषतः दक्षिण - पश्चिमेकडून अधिकतर प्रकाश आहे.

उत्तर व पूर्व या ऊर्जेच्या उगम दिशा असून, दक्षिण व पश्चिम या अस्त दिशा आहेत. याच दृष्टीने त्या दिशांच्या अस्त गुणास अनुसरून या प्रभागात केतू, शनी यांची वैडुर्य वा नीलम रत्नांची योजना रत्नाध्यायात

केली आहे. या दोन्ही दिशांकडून फक्त एकाच कप्प्यातून प्रवेशास मान्यता आहे. दक्षिणेत गृहक्षत तर पश्चिमेत पुष्पदंत याच विभागातून प्रवेशाला परवानगी आहे. या सर्व पार्श्वभूमीवर दक्षिण-पश्चिमेकडून अधिक प्रकाश येतो. म्हणजे संपूर्ण घरावर याच दिशांच्या अस्त गुणांचे आक्रमण होण्यासारखे आहे - याचेच फलित जातकास भोगावे लागले.

(५) वायव्य प्रभागात टेरेस आहे.

आग्नेयेस प्रारंभ करून प्रदक्षिणा मार्गाने बांधकाम करण्याच्या प्रमुख नियमास वायव्येस असणाऱ्या टेरेसमुळे बाधा आल्याने वास्तुपुरुष मंडळातील पवन या देवतेच्या किंवा उपवर मुलींच्या शयनकक्षाच्या प्रभागात छप्पर नसणे व त्यापासून त्याचप्रकारे दोष निर्माण होणे असे फलित वर्णन करता येईल. एकप्रकारे ही वाढीव वायव्य घराचे चौसोपी, चौकोनी पृथ्वितत्त्वाच्या भूमितीत बाधा आणते व घर चौसोपी, चौकोनी असावे या मूळ नियमात यामुळे विपरीतता येते. पृथ्वितत्त्वाच्या शब्द, स्पर्श, रूप, रस, गंध या ऐश्वर्यशाली प्रगुणात यामुळे दोष किंवा असंतुलन होते. त्याचप्रमाणे वाढीव वायव्य म्हणजे एकप्रकारे नैर्ऋत्य कट असेही भौमितिक संरचनेत म्हणता येईल व त्याचे अधिक दाहक फळ जातकास भोगावे लागेल. एकाच प्रकारच्या दोषातून आणखीही दिशांमध्ये दोष कसे निर्माण होऊ शकतात याचे प्रतिबिंब या उदाहरणातून अभ्यासता येते.

प्रमुख दोष - ज्योतिषशास्त्रीय चिकित्सा :

(१) बऱ्याच वेळा प्रवाह पद्धतीनुसार दोषांचे विवरण १८० अंशावरसुद्धा पाहायला मिळते. यानुसार पंचम स्थानाचे सुत-स्थान म्हणूनच मिळणारे फळ येथे आग्नेय कट या दोषातूनही पाहता येईल. त्याशिवाय वायव्य दिशेस म्हणजेच पंचम, षष्ठ स्थानाच्या प्रभागातच छप्पर नसलेली स्थिती म्हणजे टेरेस आहे. एकप्रकारे वायू व अग्नी यांचा विचित्र पीळ या घरास असणाऱ्या वाढीव वायव्य व आग्नेयकट या स्थितीवरून अनुभवाला येईल. अग्नी आग्नेय प्रभागात नसणे म्हणजे स्वयंपाकघर आग्नेयेत नसणे हाही एक महादोषच आहे.

एकप्रकारे शिथिल आग्नेय प्रभाग व आग्नेय कट स्थितीचा परिणाम शबल अशा पतीच्या स्थूल वातकारक निपुत्रिक स्थितीचेच प्रतिबिंब दाखवतो - याची खात्री आकृती क्र. १३.१२ आणि १३.१३ मध्ये दिलेल्या जन्मपत्रिकांच्या माध्यमातून अधिक स्पष्ट होते.

(२) पूर्व बंद व जिन्यामुळे जडत्व यात प्रथम स्थानाचे व रवीचे स्थितीतील दोष कारणीभूत असतात. बऱ्याचदा लग्नी दूषित शनी असताही हेच फळ दिसते. पुन्हा एकदा प्रथम तनुस्थानातील दोष या पूर्वबंद प्रकारात सापडतो. रवीच्या आदित्य म्हणजे 'अदितीचा पुत्र' या व्याख्येतील प्रवाहात दोष येऊन त्याचीही परिणती निपुत्रिकत्वात होऊ शकते.

पतीची कुंडली   **आकृती क्र. (१३.१२)**

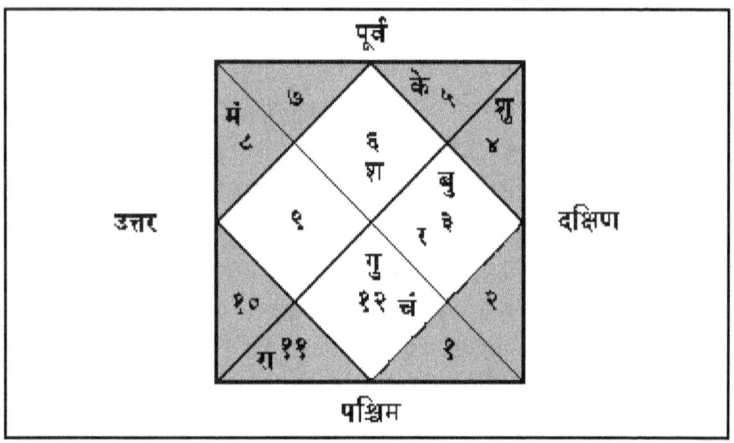

पत्नी (१६-३-१९६१, सं. ८-५५, मुंबई)   आकृती क्र. (१३.१३)

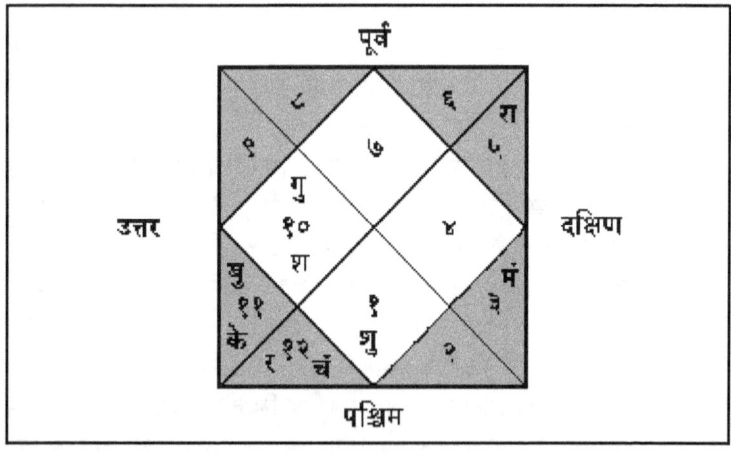

(३) सर्व सुखाची सर्वश्रेष्ठ प्रवाही अशी उत्तर दिशा बंद असणे यातही चतुर्थ

स्थानाच्या हानीची शक्यता दिसते. दूषित चंद्रही बिघडलेली उत्तर दिशा जन्मपत्रिकेत दाखवतो. जैविक ऊर्जेच्या प्रमुख उगम दिशेतील हा महादोष जीवनात फार मोठी त्रुटी निर्माण करतो. चंद्रप्रवाहातील दोषांचा परिणाम व त्याची तीव्रता बहुधा घरातील स्त्रियांच्या माध्यमातून बोलताना दिसतात. घरातील स्त्रियांना विविध विकार व ॲलर्जी होताना या दोषातून दिसून येते. चतुर्थ स्थान म्हणजे चंद्र, मन, जलतत्त्व, सुख, स्त्री या साऱ्यांत होणारा बिघाड उत्तर दोषातून ध्वनित होतो.

(४) दक्षिण व पश्चिम या जैविक व प्राणिक प्रवाहांच्या अस्त दिशा आहेत. या दिशांवर सूर्य नाडीचा अंमल आहे. या दिशांतून प्रकाश प्रवाहित होणे म्हणजे घरावर अस्त गुणाची अवकळा पसरण्यासारखे आहे. या दक्षिण-पश्चिम प्रकाश प्रवाहांमुळे उत्तर व पूर्व बंद या दोषास अधिक तीव्रता येते व प्रवाह पद्धतीनुसार त्याचे तीव्र विपरीत परिणाम राहणाऱ्यावर होतात. वास्तुपुरुष मंडळानुसार दक्षिण पश्चिम प्रवाहित होणे म्हणजे वरुण व यम या देवतांचे राज्य असे म्हणता येईल, तर पूर्व व उत्तर बंद असता सोम व आदित्य या जीवनदायी देवतांचा प्रभाव लोपणे होय!

या घरात राहणाऱ्या प्रमुख गृहस्वामिनीस अनेक प्रकारच्या शारीरिक व्याधी आहेत. ॲलर्जी, अस्थमा व स्थूलत्व हे विकार आहेत. गृहस्वामीसही अतिस्थूल हा विकार आहे. पंचमहाभूतांच्या घरातील विषम सहभागाचा परिणाम मनुष्याच्या प्रकृतीत किती स्पष्टपणे दिसून येतो, याचा एकप्रकारे वास्तू व ज्योतिष या शास्त्रांमधून सुंदर पडताळा दिसून येतो. आपले शरीर, मन, चित्त, बुद्धी ही आपल्या भोवतीच्या निसर्गाच्या संस्कारातून व सहभागातून परिणामित होत असते. त्यामुळे हा निसर्ग, हे ऊर्जाप्रवाह यात जर बदल घडविला तर त्यापासून माणसाच्या सुख-दुःखात व जीवनात निश्चितच बदल होताना अनुभवास येतात, यात तिळमात्रही शंकेस जागा नाही. **साधना व आकाशतत्त्व, वास्तू व प्रकाशतत्त्व, ज्योतिष व ग्रहतत्त्व या साऱ्यांतून आपल्या जीवनाच्या सुख, क्षेम, आयुची गुरुकिल्ली सापडत असल्याने ही सर्व शास्त्रे पंथ, देश, धर्म या अहंप्रभावी भेदांच्या पलीकडे जाऊन माणसाच्या अंतिम सुखतत्त्वाशी नाते सांगतात.**

फलनिष्पत्ती :

या घरात राहायला आल्यानंतर तीन वर्षांच्या कालावधीत पारशी कुटुंबप्रमुख वयाच्या ५०व्या वर्षी अचानक हृदयविकाराने परगावी अनोळखी ठिकाणी मरण पावला. त्यानंतर गृहस्वामिनी गेली १२ वर्षे अर्धांगाने शरपंजरी पडून आहे. ४२ वय असणारी सूनबाई सध्या ॲलर्जी व स्थूलत्वाने पीडित असून, नि:संतान व दुःखी आहे.

संदर्भासाठी या पती-पत्नी दोघांच्याही कुंडल्या येथे दिल्या आहेत. आकृती क्र. १३.१२ व १३.१३ पाहा. त्यातील ग्रहगत व राशिगत मांडणीतूनही वास्तुदोषांचे यथार्थ दर्शन होईल.

आपल्या पौराणिक संदर्भानुसार प्राचीन शास्त्रे माणसाचे तीन महादु:खांपासून संरक्षण करतात. बालपणी आई-वडिलांचा मृत्यू, तरुणपणी पार्टनरचा मृत्यू तर म्हातारपणी तरुण मुलाचा मृत्यू या तीन अकाली मृत्यू घटनांना महादु:ख म्हटले जाते. जेव्हा जेव्हा एखादी वास्तू वा एखादे भवन विपरीत असते तेव्हा त्यात घडणारी दुर्घटना ही अपघात, हिंसेशी जोडलेली असते, त्याचप्रमाणे तो अकाल मृत्यूही असतो. म्हणजेच जेव्हा वृद्ध व्यक्ती मरते तेव्हा त्यात अपघात-हिंसा- आत्महत्या असा दोष दिसून येतो; तर तरुण व्यक्तीचा मृत्यू हा अकाल मृत्यू पद्धतीने दोषाचे फलित देतो. दिशा, पंचमहाभूते, बारा राशी या समष्टीचा व्यक्तीशी दोन प्रकारे नातेसंबंध आहे. पहिला संबंध जन्मघटिकेनुसार प्रारब्धगत होणारा कुंडली योग तर दुसरा वास्तुभवन माध्यमातून या प्रारब्धयोगावर मात करू शकणारा बुद्धियोग होय ! पण ही वास्तू किंवा भवन जेव्हा अनियमित, निसर्ग नियमाविरुद्ध, वातावरणशास्त्राचा विचार न करता, पंचमहाभूतात्मक संदर्भाशिवाय उभे राहते तेव्हा मात्र माणसाचे रक्षण परमेश्वरही करू शकत नाही. अखेर निसर्गनियमांकित सत्ता म्हणजेच ईश्वर-संकल्पना असल्याने त्या सत्तेविरुद्धची धारणा फार काळ टिकू शकत नाही. प्रस्तुतच्या उदाहरणात या तज्ज्ञास तीनही महादु:खांचा महादोष भोगावा लागला. त्याचे प्रत्यंतर निसर्ग कुंडलीनुसार आकृतीत दाखवले आहे.

आकृती क्र. (१३.१४)

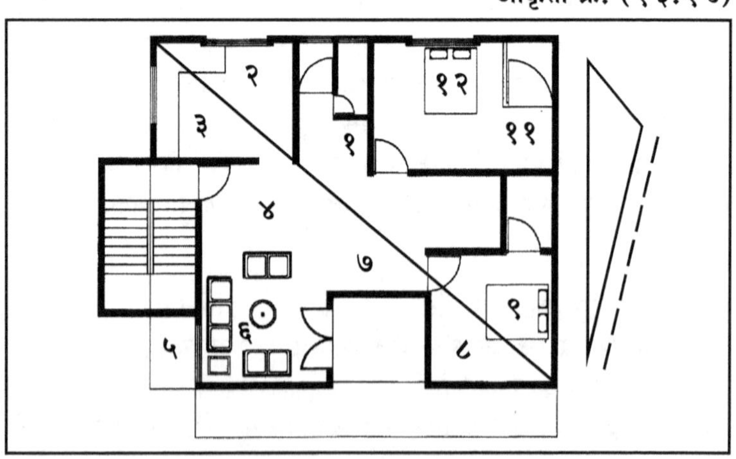

उपदिशांतील कट ऊर्जेचे मंडलाकार संस्करण घडवू शकत नाहीत. प्रमुख उगम दिशांवर बंधन आल्यास भवनात आकाशतत्त्वाऐवजी ऊर्जविरहित पोकळ्या (black holes) तयार होतात. प्रमुख अस्त दिशा जेव्हा प्रवाही होतात तेव्हा या ऊर्जविरहित पोकळ्यांतून यमऊर्जा सर्व भवनावर सत्ता संपादन करते. या ऊर्जा-जडत्वाच्या चक्रव्यूहातच व्यक्तीचे जीवन होरपळून निघते.

अशा सर्व विपरीत भवनात वास्तू, योग व ज्योतिष अशा तीनही संदर्भांचा सूक्ष्म उपयोग करणे आवश्यक आहे. योगशास्त्राचे आधारे अशा विषवास्तूचा झालेला पूर्वसंस्कार धुऊन अंत:करणचतुष्ट्यावर नवीन जीवनमुद्रा कोरली जाते. ज्योतिषशास्त्राधारे त्या व्यक्तीचा पंचमहाभूतात्मक संदर्भ व ग्रहगत कंपनांची गरज समजते. आणि वास्तुशास्त्राधारे व्यक्तीशी निगडित असणाऱ्या बाह्यपोकळ्यांमध्ये प्राणशक्तीचे मंडलाकार संस्करण घटविले जाते. त्यामुळे वास्तूतील बदलांचा श्रेष्ठ परिणाम मिळविण्यासाठी योग प्राणायामाला, मंत्रोपचाराला असाधारण महत्त्व आहे.

प्रस्तुत घराचा नकाशा त्यावर नैसर्गिक कुंडली अधोरेखित करून आकृती क्र. १३.१४ मध्ये दिला आहे.

प्रस्तुत घरात राहताना तरुणपणी पत्नीचा मृत्यू, म्हातारपणी पुत्राचा व नातवाचा अपघाती मृत्यू असे महादु:ख जातकाच्या वाट्याला आले. एकप्रकारे संपूर्ण वंशविच्छेद व कुलक्षय असे फळ भोगावे लागले.

प्रमुख दोष - वास्तुशास्त्रीय चिकित्सा :

(१) शेवटच्या मजल्यावरील फ्लॅट असल्याने अशा घराचे छत अतिशय तापते. 'जे तापते ते विस्कटते' या न्यायाने घराचे ऊर्जक्षेत्र बिघडते. संपूर्ण छतास पश्चिमेकडे उतार असून, त्यामुळे तप्त सूर्याचा अखंड प्रभाव व तीव्र सौरकिरणांमुळे ऊर्जक्षेत्राची अपरिमित हानी झाली आहे. फ्लॅट विकत घेताना याचा विचार करणे आवश्यक आहे. **आमजनतेनेच आता एक अभियान चालवून विज्ञानोत्तर पुण्य-पवित्र अशा आमच्या शास्त्रांचा प्रसाद मिळविण्यासाठी कायदेशीर लढाई लढणे आवश्यक आहे.**

(२) ऊर्जेची प्रमुख उगम दिशा उत्तर ही जिना, स्वयंपाकघर या प्रभागात आल्याने बंद आहे. संपूर्ण जीवनास सुख, स्थैर्य देणारा जीवग्रह-बृहस्पती याची जैविक ऊर्जा जर संप्रवाहित झाली नाही तर त्याचे अतिशय विपरीत परिणाम जातकास भोगावे लागतात. वास्तुपुरुष मंडलातील 'सोम' या जीवनदायी देवतेचे संस्करण अशा घरावर न झाल्याने जीवनास शीतलत्वाचा सुखदायी स्पर्श होत नाही. नैसर्गिक कुंडलीतील चतुर्थ सुख स्थानाचा

लोप झाल्याने ऐहिक सुख, अंत:काळची स्थिती, वाहनव्यवहार यात एकप्रकारे पोकळी निर्माण होते.

जिन्यामुळे वायव्यकटसदृश स्थिती निर्माण झाली आहे. त्यामुळे पंचम, षष्ठ स्थानाशी निगडित असणारे सुत-सुख, पत्नी-सुख यांत क्षती निर्माण होते. वायव्य दिशा वायुतत्त्वांशी निगडित असून चंचलतेमुळे चंद्राचेही गुणधर्म वायव्य बिघडल्यास विपरीत मिळतात. वास्तुपुरुष मंडळात या प्रभागात 'पवन' या देवतेचे स्थान असून, जीवनात मनाचा गगनाशी 'पवन' किंवा 'श्वसन' किंवा 'प्राण' या माध्यमातून मिलाफ होतो. याही दृष्टीने जिवाचे शिवाशी मिलन घडविण्यात 'पवन' म्हणजेच वायव्य दिशेचे अतिशय महत्त्व आहे. या दृष्टीने, पंचम स्थानावरून विद्या व उपासना का पाहतात त्याचेही उत्तर 'वास्तुदेवता - पवन' या माध्यमातून ध्वनित होते.

(४) किचनमुळे ईशान्य बंद व ईशान्य अग्निमय झाली आहे. या दिशा प्रभागात कुटुंब व सहज अशी महत्त्वाची दोन स्थाने आहेत, तर वास्तुपुरुष मंडळात येथे 'ईश' ही सर्वश्रेष्ठ देवता आहे. ईशान्य ही ऊर्जेची सर्व प्रमुख उगम दिशा आहे. प्रवाह पद्धतीप्रमाणे इथल्या दोषांचे परिणाम अष्टम व नवम या मृत्यू व भाग्य स्थानातूनही भोगावे लागतात. तत्त्वानुसार हा जलतत्त्वाचा प्रसरणशील गुणाचा प्रभाग आहे. सर्वशुद्धीचे तत्त्व म्हणून जलतत्त्वास असाधारण महत्त्व आहे. म्हणूनच **वास्तुनाभीपासून ईशान्येकडे पाच चौकोन वास्तुपुरुष मंडळात जलतत्त्वास दिले आहेत. तर आग्नेय, नैर्ऋत्य व वायव्येस अनुक्रमे अग्नी, पृथ्वी व वायतत्त्वास चार चौकोनच दिले आहेत. इतके या दिशेस असाधारण महत्त्व आहे.**

(५) पूर्व प्रभागात टॉयलेट आहे. आदित्य ही वास्तुपुरुष मंडळातील जीवनास वैष्णवी शक्ती देणारी देवता या प्रभागात आहे. 'आदित्यात् विष्णुर्जायते' असे पुराणोक्त सूत्र आहे. नैसर्गिक कुंडलीत प्रथम स्थान रवी व मंगळाचे आहे. योगशास्त्रानुसार प्राण व अपान यांचे समत्व दाखविणारी पूर्व दिशा आहे. प्राणिक ऊर्जेची पूर्व ही उगम दिशा आहे. लग्नी नीच शनी किंवा नीच राहू असून, दशमात मंगळ असता पूर्वेत टॉयलेट असल्याचे अनेक दाखल्यांत दिसून आले आहे. पूर्व दिशेचा पूर्ण संकोच या दोषामुळे होत असून, जन्मपत्रिकेत बिघडलेला लग्नेश व लग्नस्थान अशी स्थिती बऱ्याचदा दिसून येते.

(६) आग्नेय प्रभागात टॉयलेट हाही एक महादोष आहे. आग्नेय प्रभागात लाभ

व व्यय अशी दोन स्थाने येतात. हा प्रभाग शुक्र व मंगळाचा निदर्शक आहे. वास्तुशास्त्रात शुक्रकारकत्व संततिसुख या दिशा प्रभागाशी निगडित असल्याने गुरुबळासाठी पुष्कराज आग्नेय प्रभागात पुरतात. प्रवाह पद्धतीनुसार वायव्य दिशेत दोष असल्यास आग्नेय दिशेतील दोषांचे अधिक तीव्र फलित दोन्ही दिशांच्या स्थानांतून मिळते. आग्नेय प्रभागात किचन नसणे हा एक दोष असून, या प्रभागात टॉयलेट असल्यामुळे दोषांची परमावधी झाली आहे. याच प्रभागात असणारी बेडरूमसुद्धा जातकास तीव्र हिंसक परिणाम भोगायला लावते.

(७) नैर्ऋत्य प्रभाग पृथ्वितत्त्वाचा आहे. अधिक जडत्व या प्रभागात अपेक्षित आहे. अशा प्रभागातील टेरेस म्हणजे विपरीत अंतराळ होय. अष्टम व नवम अशी अतिसंवेदनाशील स्थाने या प्रभागांशी जोडलेली आहेत तर ग्रहगत हा राहूचा प्रभाग आहे. अष्टम हे पंचमाचे म्हणजे संततीचे सुखस्थान आहे. या प्रभागातील दोषाचे परिणाम विपदा, विकार, व्याधी, विनाश आणि वैफल्य असे आहेत. ऊर्जेची ही प्रमुख अस्त दिशा आहे. जेव्हा जेव्हा ईशान्य बिघडलेली असते तेव्हा नैर्ऋत्येतील दोषांचे अतिविषारी परिणाम भोगावे लागतात. **प्रदक्षिणा मार्गाने नंदा-आग्नेय, भद्रा-नैर्ऋत्य तर जया-वायव्य असे अधिष्ठान बांधकामात स्थापन न झाल्यास ब्रह्मस्थानामधील 'पूर्णे'चे विकसन न होता जीवनास अपूर्णत्व येते.**

(८) पश्चिमेस वाढीव प्रभाग - बाल्कनी अस्त प्रभागात वाढ दाखविते. छपरास असणाऱ्या पश्चिम उतार या दोषास अधिक चालना या बाल्कनीमुळे प्राप्त होऊन सप्तम स्थानाचे 'पार्टनर' हे स्थान पूर्ण विपरीत फळे या उदाहरणात देऊन गेले. सांसारिक सुखाचा संपूर्ण लोप या पश्चिमेतील दोषांमुळे ध्वनित होतो. पश्चिम प्रभाग शनितत्त्वाचा असून, 'पश्चिमेचा संकोच' असे वास्तुशास्त्रात अपेक्षित आहे. त्यामुळे त्याविरुद्ध पश्चिमेतील वाढीव प्रभागाचे तीव्र विपरीत फळ प्राप्त होते. पश्चिमेचा संकोच या सूत्रास अनुसरून रत्नाध्यायात पश्चिमेस शनीचे नीलम हे रत्न पुरतात व शनीच्या संकोच गुणधर्माची स्थापना पश्चिमेत करतात. याही दृष्टीने पश्चिम वाढीव प्रभाग पूर्वदोषांसह असता प्रवाह पद्धतीनुसार तीव्र विपरीत फळे देतो.

उपाय आणि उपचार :

(१) अशा घरात दर २/३ वर्षांनी उदकशांती व ग्रहशांती करणे आवश्यक आहे. नैमित्तिक कर्मकांडासही अशा घरात अतिशय महत्त्व आहे.

फेंगशुई पद्धतीत उदबत्त्या, सुवासिक फुले, घंटानाद, क्षारसंग्रह, जलसिंचन व विपरीत श्वसन, प्राणायाम असा उपचार सांगितला जातो. आपल्या नित्य पूजाअर्चेत या सर्वच गोष्टींचा आपोआपच अंतर्भाव केला आहे; पण पाश्चात्त्य जीवनशैलीने आपले सर्व जीवनच भ्रष्ट झाल्याने धार्मिक शिस्तीचा अभाव घराघरात झाला आहे. ईश्वरीय सत्तेचे अधिष्ठान निर्माण करण्यात शास्त्रांचा महत्त्वपूर्ण सहभाग आहे. यादृष्टीने अशा घरातील व्यक्तींच्या कुंडल्या बारकाईने तपासून विविध योगांवर मात करण्यासाठीचे विशेष असे शास्त्रगत विधी व तोडगे करणे अत्यावश्यक आहे, की ज्यामुळे कंपन लहरी ध्वनी व प्रकाश या संकेतांमध्ये श्रेष्ठत्व प्राप्त होईल. या सर्वच माध्यमांचा उपयोग करून घेणे शहाणपणाचे ठरेल.

सुदर्शनक्रियेसारखा अंतःकरण, चतुष्ट्य ढवळून काढणारा उपचार एकप्रकारे सर्वश्रेष्ठ निसर्गोपचारच मानावा लागेल. नाथपंथातील चितीचा अंतर्बाह्य योगमय आविष्कार घडविणारी एक दिव्य योगक्रिया म्हणून सुदर्शनक्रियेस असाधारण महत्त्व आहे.

(२) असे महादोष अकालमृत्यूशी जोडलेले असल्याने आठमुखी रुद्राक्ष त्र्यंबकेश्वरी महामृत्युंजय मंत्राने अर्चित करून गळ्यात घातल्यास एका दिव्य कवचाची प्राप्ती होईल. अशा प्रकारचे अनेक विधी आपल्या धर्मशास्त्रात असून त्यांचा आश्रय घेणे जातकास हितावह आहे.

(३) पश्चिमेकडे उतार असणारे छप्पर तापू नये म्हणून त्यावर मंगलोरी कौलांची योजना व उताराच्या शेवटी चारफुटी उंचीची पॅरपेट प्रकारची R.C.C. परदी करावी. यामुळे एकप्रकारे पश्चिमेच्या उतारास अटकाव होईल व निम्म्याहून अधिक छपरावर सावली पडून उच्च तापमानाचे नियमन होईल.

(४) बंद उत्तर दिशेवर अनेक प्रकारे उपचार करता येतो.

(अ) उत्तरेच्या भिंतीत काचेच्या विटांची योजना करावी. यामुळे उत्तरेकडून दक्षिणेकडे प्रकाशाची वाट मोकळी होईल.

(ब) उत्तर दिशेत आरशांची योजना केल्यास एक प्रकारे वाढीव उत्तरेचा प्रगुण प्राप्त होतो.

(क) उत्तर प्रभागात चंद्राचे मोती हे रत्न चार-पाच ठिकाणी ताम्र स्वस्तिकासह मंत्रार्चित करून पुरावे.

(ड) उत्तर प्रभागात आरशांसह स्फटिक, देवदार लाकडाचे पॅनेलिंग झुंबर, चांदीची शिल्पयोजना करावी.

(इ) उत्तर प्रभागात चंद्रगुण धर्माची २५ ग्रॅम चांदी सोमवारी सकाळी ६ ते ७ या वेळात पुरावी.

(फ) उत्तर प्रभागात संगमरवराच्या फरशीची योजना करावी व या प्रभागात जोते सहा-आठ इंच खाली कमी पातळीत ठेवावे.

(ग) उत्तरयंत्रात या सर्व उपायांची एकत्रित योजना असल्याने उत्तरयंत्रानेही या सर्व व्याधींवर उत्तम इलाज करता येईल.

(५) वायव्य कट परिस्थिती असता रत्नाध्यायास अनुसरून या प्रभागात वायव्य दिशेचे गुण निर्माण करण्यासाठी वायुतत्त्वाच्या बुध, शुक्र व शनी या तीनही मित्रग्रहांच्या रत्नांची योजना करावी. 'श्री' या बीजाचा गोल पिरॅमिड या प्रभागात स्थापन करावा. वायव्येत चंद्राचेही गुण असल्याने २५ ग्रॅम चांदी या प्रभागात पुरावी. नीलस्फटिक नीलहंडीची योजना छतास करावी. सहा नळ्यांची चांदीची विंडचाईम या भागात लावावी. वरील सर्व उपायांमुळे वायव्य कट दोषावर बऱ्याच प्रमाणात उपचार होईल व वायव्येच्या शुभ कंपनांत भर पडेल.

(६) ईशान्य प्रभागातील स्वयंपाकघर आग्नेय प्रभागात हलवावे व ईशान्य प्रभागात देवघर ठेवावे. यामुळे ईशान्य प्रभागातील वजन कमी होऊन आग्नेय प्रभागात अग्नी स्थापन झाल्यामुळे दुहेरी फायदा होईल.

(७) पूर्व प्रभागातील टॉयलेट दक्षिण - पश्चिम प्रभागात हलवावे. पूर्व दिशेस मोठ्या खिडक्या, शुभ्र पांढरा संगमरवर, आरसे, स्फटिक, घंटा-चाईम यांची योजना करावी. टॉयलेट हलविणे शक्य नसल्यास रत्नाध्यायाशिवाय एक अधिक पोवळे टॉयलेटचे जवळ पुरावे. टॉयलेटच्या भिंतीवर संपूर्ण आरसा लावून त्या बाजूस कंपने व प्रकाश वाढवावा. या सर्व उपायांमुळे पूर्व दिशेच्या उगम गुणात वृद्धी होऊन त्यापासून आदित्य प्रवाहांची प्राप्ती होईल. पूर्व दिशेतील रवी, मंगळाच्या प्रभावास अनुसरून या प्रभागात थोडा ताम्रधातू पुरावा.

(८) आग्नेय प्रभागातील टॉयलेट दक्षिण - पश्चिम प्रभागात हलवावे. अन्यथा या प्रभागातील टॉयलेटमुळे निर्माण होणाऱ्या जलतत्त्वाचा संकोच करण्यासाठी एक अधिक पोवळे मंगळ बीजमंत्राने प्रभारित करून पुरावे.
अग्नितत्त्वाच्या 'ह्रीं' बीज कोरलेल्या दोन ताम्रधातूच्या त्रिकोणाकृती पिरॅमिड्सचा उपयोग अशा दोषात उत्तम होतो. या भागातील टॉयलेट काढून त्या जागी किचन हलविणे हा सर्वोत्तम उपचार होय.

(९) नैऋत्य प्रभागातील टेरेसवर एक चौकोनी कौलारू पिरॅमिड्सचे छत घालून त्याचे वरचे टोक सर्वांत उंच राहील अशा प्रकारे पिरॅमिड्सची उंची

ठेवावी. या प्रभागात जैसलमेर पिवळी फरशी जोते सहा इंचावर उचलून घालावी. या प्रभागात औदुंबराचे छोटे रोपटे एका पिंपात लावून भोवती तुळस लावावी. रत्नाध्यायानुसार रत्नयोजना करावी. 'गं' हा बीजमंत्र कोरलेले चौकोनी तांब्याचे पिरॅमिड्स पुरावेत. पिवळा वर्ण पृथ्वितत्त्वाचा असल्याने या प्रभागात त्याचे महत्त्व आहे.

(१०) पश्चिमेच्या बाल्कनीलाही पिवळी फरशी घालून छतास पिरॅमिड्सचे फॉल्स-सिलिंग करावे. शक्यतो ही बाल्कनी रूममध्येच समाविष्ट करून या प्रभागात जड वस्तूंची योजना करावी. पश्चिमेस अनुसरून पिंपळाचे बोनसाय या प्रभागात कुंडीत लावावे.

अशा प्रकारे दिशांचे प्रवाह उगम बाजूंना प्रस्फुरित करून अस्तदिशांना बंधित केल्याने त्या संपूर्ण भवनाच्या ऊर्जासमीकरणात फरक पडतो. ऊर्जेचे मंडलाकार संवहन हळूहळू सुरू होते. अंतरंग ध्वनी व बाह्यप्रकाश यांची मैत्री होऊन जिवाशिवाचे, व्यक्तीनिसर्गाचे नवनाते जन्मास येते. यासच भाग्यकल्प म्हणतात. प्रारब्धक्षय व नैसर्गिक ऊर्जाशी मैत्री यातून स्थैर्य, क्षेम, आयु, मांगल्याची नवीन प्रसादमय बीजे जीवनात फुलू लागतात.

• • •

वायू : पवन, स्वर, श्वास, शब्द, अवकाश अशा विविध रूपांत वायुतत्त्व प्रकट होते. चंचलत्व व बंधनास कठीण असे या तत्त्वाचे गुण आहेत. वर्तुळाकृती नीलवर्ण असा त्याचा आविष्कार आहे. मिथुन रास बुधाची, तूळ शुक्राची तर कुंभ शनीची असा अतिमित्रांचा वायुतत्त्वात समावेश आहे. चायनीज वास्तुशास्त्राच्या नावातच फेंग म्हणजे पवन स्वरूपात हे तत्त्व आहे. वायुतत्त्वाची वायव्य दिशा चंद्र आणि लक्ष्मीची मानली आहे. नैसर्गिक कुंडलीतील सुत व रिपु स्थानाचे प्रतिबिंब वास्तुशास्त्रातही या दिशेतील दोषात दिसून येते. प्रमाणित व संयमित वायुतत्त्व हा वास्तुशास्त्राचा सिद्धांत आहे. त्यामुळेच वायूच्या चंचलत्व गुणास बंधन करणे, हा वास्तुशास्त्राचा नियम आहे. शुभ ऊर्जेची सुरुवात वायुतत्त्वातून म्हणजेच वायव्येत होते व उत्तर ईशान्येत ही ऊर्जा अधिकाधिक शुभ होत जाते. वृद्धी आणि वर्धन, विद्या आणि शिक्षण, संतान आणि संस्कार अशा विविध प्रकारे वायुतत्त्वाच्या वायव्य दिशेस वास्तुशास्त्रात महत्त्व आहे.

पृथ्वी : शब्द, स्पर्श, रूप, रस, गंध या पाचही ऐश्वर्यशाली विषयांनी जीवनास सुख देणारे पृथ्वितत्त्व परिपूर्ण आहे. ते चतुष्कोणात्मक आहे म्हणून घर चौकोनी आयताकृती बांधतात. कुण्डलिनी ऊर्जाक्रमातील मूलाधारचक्र पृथ्वितत्त्वाचे आहे. योगशास्त्राचा श्रीगणेशा या तत्त्वातूनच प्रारंभ होतो. स्थैर्य हा या तत्त्वाचा गाभा आहे. ऋतुचक्रानुसार विविध स्वरूपात प्रकटणारी वसुंधरेची रूपे माणसास सुख, शांती, समाधान देतात. जेथे ऊर्जेचा संकोच आवश्यक आहे तेथे पृथ्वितत्त्वाची मात्रा उपयोगी आहे. प्रलयंकारी दाहक ऊर्जेवर पृथ्वितत्त्वाचे आवरण घालून त्या ऊर्जेस संजीवक करणे हा वास्तुशास्त्राचा विषय आहे. स्वादाने मधुर, वर्णाने पीत, आकाराने चतुष्कोणाकृती आणि आविष्काराने पाचही गुणांचा आशीर्वाद देणारे पृथ्वी हे मानवी तत्त्व आहे. नैऋत्येचे खड्ग सहज सामावून घेणारे असे बलशाली हे तत्त्व आहे म्हणून पृथ्वितत्त्वाचा प्रभाग नैऋत्य दिशा आहे.

उदाहरण ७ : एक सफदरजंग व इंदिरा गांधी

अफाट कर्तृत्व, अत्यंत विवादमय वादळी व्यक्तिमत्त्व, आध्यात्मिक हुकूमशाही, विजयी, संशयखोर, एकलकोंडेपणा, सहनशील, धार्मिक, सूडबुद्धी, धाडस अशा बहुविध आयामांनी ज्यांचे वर्णन वेगवेगळ्या लोकांनी केले आहे, अशा श्रीमती इंदिरा गांधी - प्रियदर्शिनी यांचे घर अभ्यासणे - ही रोमांचकारी घटनाच मानावी लागेल. कसे असावे व कसे नसावे या दोन्ही आयामांचा संगम या घरात पाहायला मिळतो. सर्व प्रकारच्या दोषांचे आगरही ज्यास म्हणता येईल; तर सर्व प्रकारच्या शुभमंगलदायी ईशान्येचे वरदानही ज्यास लाभले होते असे म्हणता येईल, अशा टोकाच्या शुभ व अशुभ वास्तुनिकषांनी हे घर भारलेले आहे.

एखाद्या राजकारणी व्यक्तीच्या जीवनात येणारा बलिदानसदृश मृत्यू त्यास एकप्रकारे मरणोत्तर जीवनदानच देतो. किंबहुना, प्रत्येक राजकारण्यास हेवा वाटेल असाच मृत्यू श्रीमती इंदिराजींना आला, असे म्हटल्यास वावगे ठरणार नाही. याउलट, आपला उत्तराधिकारी असणाऱ्या प्रिय पुत्राचा अपघाती मृत्यू मात्र अत्यंत विलक्षण व टोकाचे रौद्र व दुःख दाखविते.

त्यांचे घर म्हणजे एकप्रकारे 'वाघावरची सवारी' होती, असे वर्णन केल्यास योग्य ठरेल. या वाघाने त्यांना जो दरारा, कर्तृत्व, नेतृत्व व महिषासुरमर्दिनीचे मांगल्य दिले त्यासोबत या वाघानेच त्यांचा व त्यांच्या दोनही पुत्रांचा अपघाती, हृदयद्रावक व विचित्र पद्धतीने बळी घेतला हा इतिहास आहे. यश, कीर्तीचे कांचनगंगा त्यांना पाहायला मिळाले; तर दु:ख, मानहानीचे अंदमान-काळे पाणीही भोगावे लागले.

ज्या वास्तूत व्यक्ती राहते त्या वास्तूचा त्या व्यक्तीच्या पंचकोषांवर खोलवर परिणाम होत असतो. त्या व्यक्तीच्या मन, चित्त, बुद्धी, अहंकार या अंत:करण चतुष्ट्यावर अशी वास्तू बराच काळ टिकणारी अशी एक तप्तमुद्रा कोरत असते. त्याचे पडसाद जीवनात खोलवर व बराच काळ होत राहतात. बरा अथवा वाईट असा होणारा हा संस्कार त्या व्यक्तीचे भाग्य, फलित व घटनांचा कारक व साक्षी असतो. साधना, प्राणायाम, क्रिया, ज्ञान व ध्यान अशा पंचपरमेष्टीच्या माध्यमातून मात्र या छिन्न संस्काराची तीव्रता कमी करता येते.

जिथे जिथे ऊर्जेचा मंडलाकार प्रवाह खंडित होतो तिथे तिथे ऊर्जेचे रौद्र राक्षसी स्वरूप माणसास भाजून काढते. जिथे जिथे ऊर्जाजडत्वाची समीकरणे चुकतात तिथे तिथे विलाप, विनाश व विकार जन्म पावतो. जिथे जिथे दिशा व पंचमहाभूतांचे गणित चुकते तिथे तिथे विसंगती, विपरीतता व विद्रोह उदयास येतो.

अनेक संत, योगी व महर्षींचे आशीर्वाद असतानाही जेव्हा व्यक्तीस एवढे क्रौर्य व रौद्र अनुभवायला लागते तेव्हा वास्तुनिकषांना जीवनात किती अनन्यसाधारण महत्त्व आहे याची खात्री पटते. जेव्हा शास्त्राचे नियम आपण पाळतो तेव्हा मार्कंडेय, गर्ग, काश्यपादी महान ऋषींचाच सहवास आपणास लाभत असतो, असे म्हटले तरी संयुक्तिक होईल. अर्वाचीन काळात काही संत व्यक्तीही जेव्हा आपल्या या प्राचीन शास्त्राचा उपहास करताना दिसून येतात तेव्हा मात्र याचा आश्चर्यमय विषाद वाटतो.

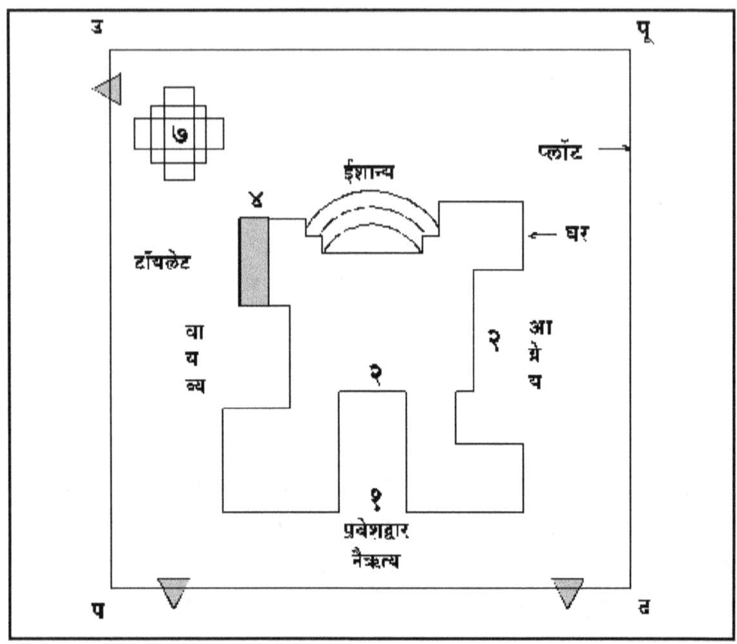

इंदिराजींच्या या घरात एकूण दहा महादोष दिसून येतात.

(१) भवनास नैऋत्य प्रवेश आहे. जेव्हा जेव्हा उपदिशांमधून प्रवेश असतो तेव्हा वास्तुशास्त्रानुसार जैविक व प्राणिक अशा दोन्ही प्रवाहांवर त्यांचा विपरीत परिणाम होतो. एकूणच अशा विपरीत प्रवेशाचे परिणाम प्रखर होतात. नैऋत्य प्रवेश म्हणजे एकशीतिपद वास्तुपुरुष मंडळानुसार सुग्रीव दौवारिक, पितृ, मृग आणि भृंगराज या स्थानातून प्रवेश असता होणारी फलनिष्पत्ती पुढीलप्रमाणे पारंपरिक ग्रंथांत पाहायला मिळते. दौवारिक प्रवेशाचे फळ, गुप्त शत्रूंचा त्रास व त्यांची वृद्धी हे अनुभवायला मिळते. सुग्रीव प्रवेशाचे फळ धनहानी व सुतहानी असे दिले आहे. पितृप्रवेशाचे फळ शरीरपीडा, सुतपीडा व महद्भय सांगितले आहे. मृग प्रवेशाचे फळ पुत्रविनाश दिले आहे. भृंगराज प्रवेशाचे फळ विशेषत: राजास व सत्तेस हानिकारक दिले आहे. ही सर्वच फळे इंदिराजींना त्यांच्या आयुष्यात विपरीत नाट्यमय पद्धतीने भोगावी लागली.

(२) आग्नेय आणि नैऋत्य प्रभागातून होणारी 'चूल्ही' प्रकारची भौमितिक रचनाही अतिशय विपरीत फळे देते. या विपरीत बांधकाम पद्धतीमुळे

पुन्हा एकदा नैर्ऋत्येच्या सुग्रीव व दौवारिक पितृ, मृग व भृंगराज या स्थानांत तर आग्रेयेच्या भृष, नभ, अनिल, पूषा आणि वितथ या स्थानांत महादोष निर्माण होतो.

एकप्रकारे आग्नेय प्रभागात बांधकाम न येता चूल्हा आल्याने त्या बाजूने ऊर्जेचे होणारे संक्रमण त्या बाजूने प्रवेश असताना जसे फळ मिळेल तशीच फलनिष्पत्ती तुलना करता पुढीलप्रमाणे पारंपारिक शास्त्रात दिली आहे.

वास्तुपद	नन्दीषऋषी	बृहतसंहिता (अ-५३)	विश्वकर्मप्रकाश (अ-७)
भृश नभ अनिल पूषा वितथ	भृशे क्रौर्यम् चौर्य तथांतरिक्षे वायव्ये अल्पसुतत्वं प्रैष्यं पौष्णोऽध नीचता वितथे	क्रौर्यम् चौर्य च पूर्वेण अल्पसुतत्वं प्रैष्यं (गुलामगिरी) नीचत्वं	क्रुरत्वं च भृशं भवेत् । नित्यं चोर समागमः । दक्षिणे स्यात् पुत्रनाश । वायव्ये प्रैष्यमेव च । नीचत्वं वितथे ज्ञेयं ।

भृष कप्प्यातून ऊर्जेचे होणारे संक्रमण क्रौर्यफळ देते.

नभ कप्प्यातून अखंड चोरांचा भोवती वावर असे फळ दिले आहे.

अनिल पदास 'पुत्रनाश' असे सांगितले आहे.

पूषाचे फळ 'गुलामगिरी'; तर

वितथातून ऊर्जासंक्रमण झाल्यास 'हीन व नीचत्व'असे निदान आहे.

या घरात इंदिराजींना ही सर्वच फळे भोगावी लागली. आणीबाणीच्या काळात त्यांच्यावर क्रूरतेचा आरोप झाला. मृत्यूसमयी त्यांचा अंगरक्षक चोर निघाला. त्याने त्यांचे प्राणच चोरले. संजय गांधी यांच्या अपघाती मृत्यूने त्यांनी पुत्रनाश अनुभवला. आणीबाणीच्या उत्तरकाळात निवडणुका हरून एका कैद्यासमान गुलामगिरीचा अनुभव घेतला. आणीबाणी काळात सर्व देशानेही हाच अनुभव घेतला. संपूर्ण राजकीय कारकीर्दीस नीचत्वाचे एक गालबोटही लागले.

(३) प्रांगण ते भवन असा प्रदक्षिणा मार्गाचे विपरीत प्रवेश असल्याने अल्पमित्र, अल्पबांधव व मानसपीडा अशी फलनिष्पत्ती प्राप्त झाली.

अल्पमित्रो गृही हीन बाहावत्यल्पबांधवः ।
स्याद वाल्पवित्तो जीयेत् स्त्रीभिः पीडयेत वामयै ।।

प्रदक्षिणा मार्गाचे विपरीत गृहप्रवेशास हीनबाहू प्रवेश म्हणतात. अशा

गृहस्वामीस अल्पमित्र, अल्पबांधव आणि रोग मानसपीडा संभवते.

(४) उत्तरेच्या भलाट, सोम व चरक प्रभागात संडास-बाथरूम असल्याने संपूर्ण ऊर्जक्षेत्रातच विपरीतता निर्माण होते व त्याचेच प्रतिबिंब त्यांच्या कारकिर्दीत एकप्रकारे विक्षिप्त व संशयी स्वभावात दिसते. जिथून भवनास प्रवेश असता *'कौमारी शिखिवाहना'* अशा जैविक ऊर्जेचा वरदहस्त प्राप्त होतो त्याच भागात अशा विपरीत प्रभावामुळे जीवनात स्थैर्य, क्षेम मांगल्य कधीच प्राप्त झाले नाही. व्यक्तिगत जीवनातील एकाकीपणा व वैफल्यतेचा भोग त्यांच्या चरित्रातही वर्णिला आहे. अविश्वास व अतिसावधपणामुळेही शांतिसुखाचा झालेला ऱ्हास पाहायला मिळतो.

(५) वायव्य, ईशान्य, आग्नेय व नैऋत्य या चारही दिशाप्रभागांत चूल्हा पद्धती असल्याने अतिशय चांगली तर अतिशय वाईट अशी दोन्ही टोकाची सुख-दु:खे जातकास भोगावी लागली. संपूर्ण राजकीय कारकीर्द अग्नी, वारा व जल यांच्या अमर्याद स्वरूपावर आरूढ होऊन एकप्रकारे त्यांना ज्याच्यावरून उतरता येत नाही अशा वाघावरच स्वार व्हावे लागले. त्यातच त्यांचा अतिशय भीषण, क्रूर अंत झाला.

(६) भौगोलिक आणि भौमितिक अक्षांची विपरीत जुळणी म्हणजे उत्तर, पूर्व, पश्चिम व दक्षिण या दिशा कोपऱ्यात असणे. अशावेळी उपदिशांचे प्रवाह घराच्या भूमितीस समांतर आल्याने ऊर्जेच्या निकषांना तीव्रता प्राप्त होते. भवन व सौरछाया, भवन ऊर्जा व जडत्व यांची समीकरणे बिघडतात. घराशी असणारे जैविक चुंबकत्वात विषमता येऊन दाहकता येते. या घरातील जातकास अतिशय तीव्र परिणाम या दोषामुळे अनुभवास आले. यामुळे अगदी छोट्या छोट्या दोषांतूनही ऊर्जेचे प्रलयंकारी स्वरूप ध्वनित होते. इंदिराजींच्या संपूर्ण जीवनात जी विषमता व घटनांची विविधता दिसून येते त्याचे कारणही याच महादोषात पाहायला मिळते.

(७) उत्तर प्रभागात घरापासून १५/२० फुटांवर ऑफिसकक्ष बांधला असून, पारंपरिक शास्त्राच्या कुठल्याही प्रकारात ही बांधकामाची धाटणी बसत नाही. द्विशाला व लांगल आर्किटेक्चरच्या विरुद्ध प्रकारचे हे घर आहे. एक प्रकारे 'उत्तर बंद व दक्षिण मोकळी' असेच वर्णन या दोषामुळे या घराचे करावे लागेल. जेव्हा जेव्हा दोषांची पुनरावृत्ती वास्तूवर (प्लॉटवर आणि भवनावर) त्याच त्याच दिशाप्रभागात होत राहते तेव्हा परिणामांना एक तीव्र धार प्राप्त होते. त्याचे यथार्थ प्रतिबिंब या उदाहरणात पाहायला मिळते. भवनात उत्तर प्रभागात संडास-बाथरूम तर वास्तूत उत्तर प्रभागात ऑफिस कक्षाची इमारत असा दुहेरी दोष उत्तरेत दिसून येतो.

(८) आग्नेय, नैर्ऋत्य, वायव्य अशा प्रदक्षिणा मार्गाने जेव्हा बांधकाम करतात तेव्हा आपोआपच ऊर्जाजडत्व समीकरणास न्याय दिला जातो. प्रदक्षिणा मार्गाने बांधकाम झाल्यास त्यात ऊर्जेचा पुण्यप्रणवाकार मंडलाकार फेर आपोआपच निर्माण होतो. या उदाहरणात मात्र नेमके सर्व बांधकाम प्रमुख दिशाप्रभागात तर उपदिशाप्रभाग पूर्ण मोकळे राहिल्याने नैसर्गिक ऊर्जा-जडत्व सिद्धांतात बाधा येऊन एक प्रकारचे विषमय वैषम्य अखंड वास करून राहिले.

नंदा, भद्रा, जया व रिक्ता या देवतांचा शं षं सं हं बीजमाध्यमांतून होणारा ऊर्जाविकास व त्यांचे आग्नेय, नैर्ऋत्य, वायव्य व ईशान्य दिशांशी निर्माण होणारे नाते या भवनात अपूर्ण राहिले असे म्हणता येईल!

।। दिशा व मंडलाकार चैतन्य ।। आकृती क्र. (१३.१६)

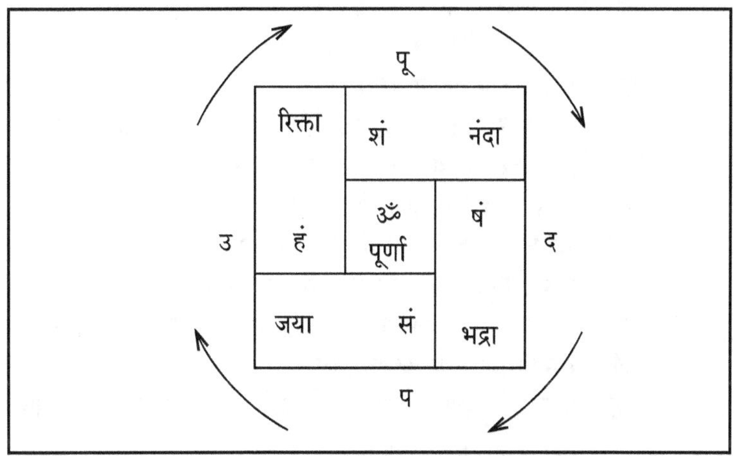

८१ भागांचे घर व ८१ भागांची वास्तू म्हणजे ऊर्जेच्या विविध स्वरूपांचे ते एकसंध व प्रमाणित असे मंडल असते. निसर्गाच्या चक्राकार बिंबाचे ते एक छोटे अवतरण असते. जेव्हा ते या यमनियमांच्या शास्त्रा-नुसार अवतरते तेव्हा ते व्यक्तीचे जीवन, शरीर, मन, बुद्धिकोषात शुभमांगल्य स्वरूप निर्माण करते आणि जेव्हा मूलचक्रनियमात असे महादोष निर्माण होतात तेव्हा त्याचे विपरीत पडसाद माणसाच्या जीवनात प्रगट होतात. एक कणखर व्यक्तिमत्त्व व अनेक दिव्य संतांचा आशीर्वाद असल्यानेच या विचित्र वास्तुभवनरूपी वाघावर इंदिराजी आरूढ होऊ शकल्या. अशा वास्तूत राहणे येरागबाळ्याचे काम नोहे !

(९) उत्तर ही जैविक ऊर्जेची तर पूर्व ही प्राणिक ऊर्जेची उगम दिशा आहे. फेंगशुईत ज्यास 'कॉस्मिक ब्रीद' किंवा 'ची' म्हणतात ती वास्तुशास्त्रात उत्तर व पूर्व दिशेशी निगडित आहे. किंबहुना पूर्वेचे नाव 'प्राची' असण्यात त्या दिशेकडून होणारा 'ची' चा प्रसव हाच संदर्भ आहे. उत्तर दिशेत नैसर्गिक कुंडलीत कर्क राशीत गुरू उच्च असण्यात व गुरू ग्रहाचे 'जीव' हे उपनाम पाहता उत्तरेकडून येणाऱ्या जैविक ऊर्जेचे संदर्भ पक्के होतात. 'रवी म्हणजे प्राण तर गुरू म्हणजे जीव' असे म्हटल्यास अतिशयोक्ती होणार नाही. या दृष्टीने पाहता वाढीव उत्तर व वाढीव पूर्वप्रभाग घरास असणे म्हणजे 'उगम' या गुणासच एकप्रकारे बंधन येते. प्राणाचा व जीवाचा अवरोध अशा उदाहरणातून दिसून येतो. ज्या उगम प्रभागातील चूल्हा भवनास स्थैर्य, क्षेम, मांगल्य देतो त्याच प्रभागात बांधकाम झाल्याने या प्रभारित जडत्वामुळे संपूर्ण ऊर्जा स्त्रोतांचाच संकोच या वास्तूत झाला आहे. या प्रकारच्या बांधकामामुळे उपदिशांना कट तर उगम दिशांना बंधन अशी विपरीत स्थिती झाली आहे.

(१०) वास्तू म्हणजे प्लॉटवर या घरात ईशान्येस वाढीव प्लिंथ असून, वायव्य उंच तर आग्नेयेस उतार आहे. एकप्रकारे 'भूमीचा प्लव' या धारणेनुसार 'ईशान्य उंच तर नैर्ऋत्य खाली' व 'वायव्य उंच तर आग्नेय खाली' अशी स्थिती आहे. विश्वकर्मप्रकाश ग्रंथात पुढील श्लोक आहे :

पूर्वप्लवे भवेलक्ष्मीराग्नेय्यां शोकमादिशेत् ।
याम्यांयाति यमद्वार नैर्ऋत्येच महाभयम् ।।

'आग्नेय कोनात उतार असता शोककारक, दक्षिणेस मृत्युकारक तर नैर्ऋत्येस महाभय' असे फलित मिळते.

मनुष्यालयचंद्रिका ग्रंथात अशा वास्तूचे वर्णन 'यमविथी' असे केले आहे.

प्रमुख दोष - ज्योतिषशास्त्रीय चिकित्सा :

पारंपरिक श्लोकांत सांगितल्याप्रमाणे वरील दहा महादोषांचे फलित म्हणून इंदिराजींचे जीवन एकाकीपणा, व्याधी, दुःख, अपघात, पुत्रनाश, अपघाती मृत्यू अशा अनेक घटनांनी झाकोळलेले दिसते. वरील दहा दोषांचे नैसर्गिक कुंडलीत दिसणारे प्रतिबिंब अभ्यसनीय आहे. फेंगशुई शास्त्रातील आठ दिशांच्या 'पाकुआ' पद्धतीप्रमाणे बारा घरांची 'पत्रिकापद्धती' विकसित केली असून, ज्योतिष, वास्तू या शास्त्रांना दिशा व फळे या माध्यमातून जोडले आहे.

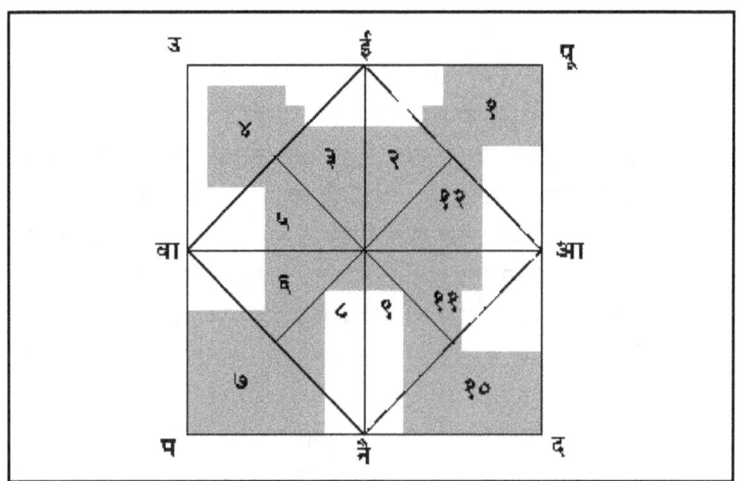

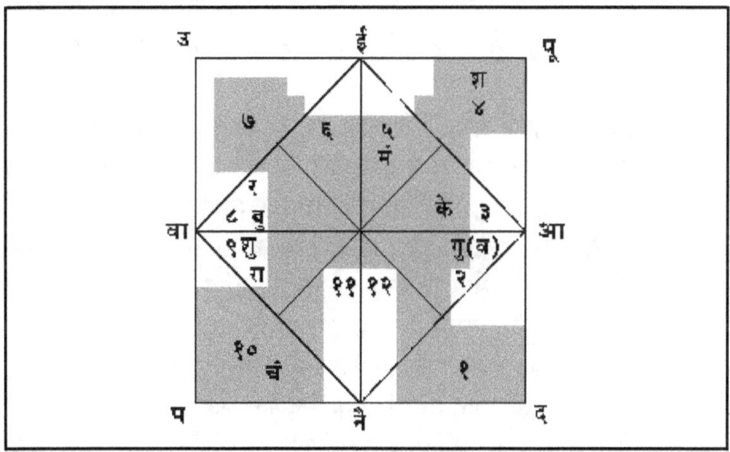

(१) नैर्ऋत्य प्रवेश या दोषाचे नाते अष्टम व नवम स्थानाशी असून, त्या स्थानगत फलात दोष निर्माण होतात. मृत्यूसंबंधी गूढता, वागण्यातील गूढता, भाग्यासंबंधी अखंड मानसिक तणाव अशा अनेकविध पद्धतीने या दोषाचे ज्योतिषशास्त्रीय प्रतिबिंब पाहता येईल. जन्मकुंडलीतही याचे प्रतिबिंब पाहता अष्टमेश त्याच्या षष्ठात तर नवमेश गुरू, शुक्राच्या राशीत आहे. गुरू निर्बली व वक्री असा दिसून येतो. अष्टम व नवम स्थाने

रिक्त असून, 'नैर्ऋत्य हलकी व दूषित' या गुणाशी मिळतीजुळती आहे. अष्टमेश शनी कर्क या जलराशीत असून, नैर्ऋत्य प्रवाही झाल्याचे वास्तुशास्त्रीय फलित दिसून येते.

(२) आग्नेय प्रभागात म्हणजे कुंडलीत व्ययस्थानातील केतू 'आग्नेय कट' दाखवितो. केतूचा कापणे, तोडणे हा गुणधर्म पाहता याचे प्रत्यंतर आग्नेय कट, आग्नेय चूल्हा या दोषांत दिसून येते. एकादश स्थानातील वक्री गुरू आग्नेय प्रवाही करतो. गुरू, रवी, चंद्र, शुक्र या ग्रहांचा प्रभाव त्या दिशेस प्रकाशमान प्रवाही करण्याशी निगडित असून, विशेषत: कुठलाही ग्रह जलतत्त्वाच्या राशीत असता या प्रवाही गुणात वाढ दाखवितो. नैर्ऋत्य म्हणजे अष्टम भावातील कुंभेचा स्वामी शनी कर्क या जलराशीत असल्याने नैर्ऋत्येत चूल्हा प्रकारचे बांधकाम दिसून येते व वास्तूसही नैर्ऋत्य प्रवेश आहे.

(३) विपरीत प्रवेश व विदिशा वास्तूचे प्रतिबिंब शनी, मंगळ, रवी, शुक्र, बुध या प्रमुख ग्रहांची राहू-केतूच्या काळसर्पात झालेली बांधी दाखवितो. विपरीत परिवर्तन योगसुद्धा विपरीत प्रवेशाचा निदर्शक मानता येईल. गुरू-शुक्र या विरुद्ध गुणाच्या व शनी-चंद्र याही विरुद्ध गुणाच्या ग्रहांचा षडाष्टक समसप्तक असा परिवर्तन योगही वास्तूतील विपरीततेचा द्योतक आहे.

(४) सर्वसाधारणपणे अनेक निरीक्षणांत 'राहू'ची पत्रिकेतील दिशा किंवा राहूशी युक्त असणाऱ्या ग्रहावरून वास्तूतील टॉयलेटची दिशा जुळताना दिसून आली आहे. याही कुंडलीत उत्तर दिशेत चतुर्थांत तुळा राशी असून, तुळेचा मालक शुक्र राहूच्या युतीत आहे. घरात उत्तर प्रभागात टॉयलेट आहे. उत्तरेच्या सोम व चरक स्थानातील टॉयलेट हा दोष षष्ठातील शुक्र-राहू युतीत दिसून येतो किंवा षष्ठातील चतुर्थेश राहू युतीत दिसून येतो. नैसर्गिक चतुर्थेश चंद्र निर्बली असून, शनीशी परिवर्तन योग करतो. विपरीत चंद्रही दूषित उत्तर दिशेचा निदर्शक आहे.

(५) ईशान्य दिशा म्हणजे द्वितीय व तृतीय स्थान. कुंडलीत या स्थानात कर्क लग्नाचा राजयोगकारक मंगळ मित्र राशीत असून, तो दशमेश आहे. शुभ आहे. तृतीय स्थानावर गुरूची पवित्र पाचवी दृष्टी आहे. द्वितीयेश व तृतीयेश रवी-बुध युती असल्याने बुध 'साहचरेण' या गुणामुळे रवीचे गुण देईल व रवी मंगळाशी राजयोगकारी ग्रहाशी परिवर्तन योग करीत असून, त्यावर गुरूची समसप्तक दृष्टी आहे. याचे प्रतिबिंब ईशान्येस असणाऱ्या चूल्हा पद्धतीत दिसून येते.

जल : 'आपोऽज्ज्योति रसोऽमृतम् ब्रह्मभुर्भुव: स्वरोम् ।' अशी या तत्त्वाची व्याख्या आहे. प्रकाश, रसमयता, अमृतत्व व दिव्य लोकांतील शक्ती या तत्त्वात सामावलेली आहे. जलतत्त्वाचे दुसरे नाव 'जीवन' आहे. म्हणूनच वास्तुपुरुष मंडलात वास्तुनाभीपासून पाच चौकोन या तत्त्वास दिले असून, इतर महाभूतांना मात्र चारच चौकोन दिले आहेत. ईशान्य दिशेतील ज्योतिस्वरूप ईश्वरीय शक्तीस सर्व दिशांमध्ये मंडलाकार प्रवाही करण्याचे सामर्थ्य या तत्त्वात असल्याने उत्तर व ईशान्य प्रभाग जलतत्त्वाचा मानला आहे. ऊर्जेच्या प्रमुख उगम दिशांमध्ये हे तत्त्व विराजमान आहे. यावरूनच त्याची महत्ता स्पष्ट होते. स्वादाने मधुर, वर्णाने श्वेत, आकाराने अर्धचंद्राकार व गुणात 'रूप' हा गुण कमी असल्याने ते प्रवाही या गुणात प्रस्फुरित होते. चंद्र, चांदी, श्वेतवर्ण, मोती, स्फटिक अशा विविध रूपांत जलतत्त्व प्रकटते. 'चिति: स्वतंत्रा: विश्वहेतूसिद्धी: ।' सर्व पौर्वात्य शास्त्रांचा पाया या सूत्रावर आधारलेला आहे. जिथे ऊर्जा स्वतंत्र स्वाभाविक स्वरूपात प्रकट होते तिथे ती शिवस्वरूप असते. अशा ऊर्जेत साऱ्या विश्वाच्या क्षेमकल्याणाची सिद्धी सामावलेली आहे. प्रणवाचेच मंडलाकार रूप घेऊन ती शक्ती जेव्हा प्रकटते तेव्हा ती शिवमय असल्याने साऱ्या विश्वाचे आर्त तिच्या आविष्कारात प्रकट होते. योगशास्त्रात कुंडलिनीस्वरूप, ज्योतिषशास्त्रात ज्योतिरूप, वास्तुशास्त्रात प्रकाशस्वरूप, आयुर्वेदात नाभिस्वरूप तर संगीतशास्त्रात श्रुतीस्वरूपात तिचे दर्शन होते.

उदाहरण ८ : भारताची गत ५० वर्षे व आगामी ५० वर्षे

वास्तुज्योतिष सिद्धांतानुसार कुठल्याही वास्तूवरील ग्रहाचा प्रभाव हा नैसर्गिक

कुंडलीनुसार मांडता येतो. वास्तुशास्त्राचे सर्वसाधारण नियम जरी अखंडपणे लागू असले तरी विशिष्ट दिशा व ग्रहाचा प्रभाव यांची सांगड घातल्यास घटना व कालसापेक्षता यांची सांगड घालणे सुलभ होते.

सृष्टीचे सर्व अस्तित्व चक्रमय असून, भूतकाळातील घटनांचा विशिष्ट क्रम व वास्तूशी निगडित असणाऱ्या दोषांचा सहभाग यांचा मेळ घातल्यास घटनांच्या परिक्रमेची व वास्तुदोषांची अटकळ बांधणे सोपे जाते.

या दृष्टीने भारताचे उदाहरण १९४७ हे वर्ष जन्मवर्ष धरून चर्चिल्यास या संकल्पनेची स्पष्टता वाचकांच्या सहज लक्षात येईल. आकृती क्र. १३.१९ आणि १३.२० पाहा.

भारतीय परंपरेत १२ वर्षे म्हणजे एक तप या संज्ञेस अत्यंत महत्त्व आहे व १२ वर्ष हा काळ देशाचे भविष्य वर्तविण्यास तसा व्यापक असल्याने सर्वसाधारण १०० वर्षांची एक अवधी (cycle) मानली आहे.

।। काळ - क्रमांक - दिशा - ग्रह ।। **आकृती क्र. (१३.१९)**

काळ	क्रमांक	दिशा	ग्रह
१९४७ ते १९५९	प्रथम	पूर्व होरा	रवि
१९६० ते १९७२	द्वितीय	ईशान्य होरा	केतू
१९७३ ते १९८५	तृतीय	उत्तर होरा	गुरू
१९८६ ते २००१	चतुर्थ	वायव्य होरा	चंद्र
२००२ ते २०१४	पंचम	पश्चिम होरा	शनी
२०१५ ते २०२७	षष्ठ	नैर्ऋत्य होरा	राहू
२०२८ ते २०४०	सप्तम	दक्षिण होरा	मंगळ
२०४१ ते २०५३	अष्टम	आग्नेय होरा	शुक्र

१९४७ ते १९९७ दरम्यानच्या ५० वर्षांतील घटनांचा क्रम दिशांवर दोष व ग्रहांच्या कारकत्वाशी लावल्यास संपूर्ण चित्रच स्पष्ट होईल व वास्तुज्योतिषाच्या या अप्रगत नवीन दृष्टिकोनाची माहिती वाचकांना मिळेल. संशोधन करण्यासारखे यात बरेच असून, अशाच प्रकारे इतर देशांच्या इतिहास-दिशादोष यांची खात्री पटल्याशिवाय ही पद्धत नियमबद्ध करणे धाडसाचे ठरेल.

मेदिनीय ज्योतिषातील कालसापेक्षता विस्तीर्ण असल्याने केलेली भाकिते कदाचित २०/२५ वर्षे इतक्या कालगणनेतही पुढे - मागे होऊ शकतात. याच दरम्यान देशाच्या भौगोलिक स्थितीतही बदल संभवतात. त्यामुळे जाणकार व्यक्ती

मेदिनीय ज्योतिषांस अतिशय हळूवारपणेच हाताळताना दिसतात. १९४७ ते १९५९ हा वास्तुज्योतिषानुसार पूर्वाधिष्ठित रविकाल म्हणता येईल. नैसर्गिक पूर्व दिशा भारतास उतरती असून, ब्रह्मपुत्रा आदी महानद्या व समुद्राने युक्त आहे. वास्तुनियमांनुसार हा श्रेष्ठयोग म्हणता येईल. हा पंडित नेहरूंसारख्या राजयोगी नेत्याच्या पंचशील तत्त्वांचा जागतिक पुरस्कार करून, भारताचे तात्त्विक श्रेष्ठत्व जगाच्या पार्श्वभूमीवर सिद्ध करणारा काळ ठरला.

<table>
<tr><td>।। भारत आणि कालचक्र ।।</td><td>आकृती क्र. १३.२०</td></tr>
</table>

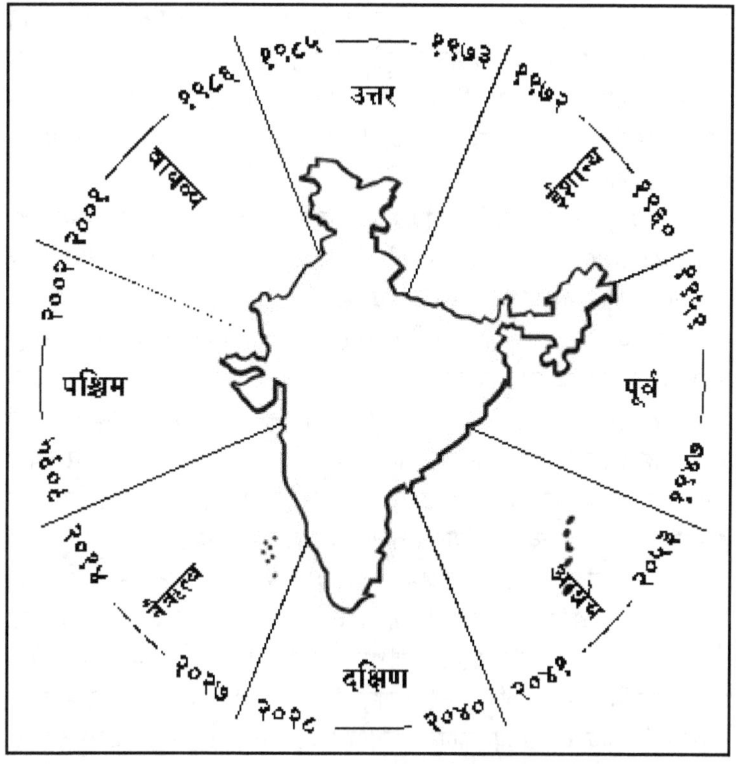

१९६० ते १९७२ हा काळ मिश्रफळांचा म्हणावा लागेल. हा ईशान्य केतू काळ आहे. नैसर्गिक, भौगोलिक, ईशान्य ही वजनदार व जडत्वाने भरली असून, प्राकृतिक उतार नैर्ऋत्येकडे आहे; परंतु हीच ईशान्य बर्फमय, अतिशीत असल्याने ईशान्येच्या काही श्रेष्ठ गुणांचा चांगला परिणाम या कालखंडात दिसून येतो. तोडणे आणि कापणे हे केतूचे कारकत्व मिश्रफळात दिसून येते. याच काळात भारताने

तिबेट घालवला. शास्त्रीजींनी युद्ध जिंकले; पण भारत तहात हरला. याच दरम्यान इंदिरा गांधींसारख्या कणखर, गूढ आणि मिश्रफलदायी नेतृत्वाची भारतात सरशी झाली.

१९७३ ते १९८५ हा काळ उत्तर दिशेशी निगडित असून, भारताची उत्तर चढती, तुलनात्मक दक्षिणेस त्याचा उतार आहे. वास्तुनियमांनुसार हा महादोष गणला जातो. त्यामुळेच भारतात काश्मीरचा अतिउत्तरेचा प्रभाग उत्तरेस जडत्व या नात्याने कधीही सामावला गेला नाही. १९४७ पासूनच त्याचे घटनात्मक आणि विद्रोही धार्मिक असे अलगत्व राहिले आहे. उत्तर प्रभागाच्या मध्याकडून अतिउत्तरेकडे १९७३ ते १९८५ अशी कालगणना केल्यास चार-पाच वर्षांच्या तीन कालखंडात वेगवेगळ्या व अधिकाधिक हिंसक व दुर्दैवी घटना घडल्याचे लक्षात येते. १९७३ पर्यंतच्या ईशान्य मिश्रफलदायी घटनांतच बांगला देश युद्ध वगैरे जिंकले गेले व केतूचे कारकत्व अलगत्व तोडणे याअर्थी भारताची बांगला देश निर्मितीत प्रधान भूमिका राहिली.

परंतु १९७३ नंतर मात्र आणीबाणी, निवडणुका, हिंसाचार, बेलची हत्याकांड, पंजाबप्रश्न आणि अखेर १९८४ साली इंदिराजींची हत्या असा दक्षिण उतार, उत्तर जड या नियमानुसार घटना घडत गुरूचे कारकत्व संपले.

१९८५ ते २००१ हा राजकीय चंचलत्वाचा चंद्रकाळ म्हणून गाजत आहे. मुळात हा वायव्य या वायु-चंचलत्वाशी निगडित काळ आहे. त्याचे संपूर्ण प्रतिबिंब या कालखंडात पाहायला मिळते. अल्पायु-राजीव सत्ता, राजीवजींचे अपघाती निधन व नंतर आजकालच्या श्री. गुजराल यांच्या पंतप्रधान पदापर्यंत भारताने चार वर्षांत आठ पंतप्रधान पाहिले. भारताची वायव्य ही उतरती व थोडीशी कटसदृश असल्याने हे सर्व दुर्गुण राजसत्तेवर व देशावर कार्यान्वित झाल्याचे दिसते.

२००२ ते २०१४ हा पश्चिमबलत्व असणारा शनी काळ आहे. शनी हा सर्वश्रेष्ठ शिक्षक आणि कडक न्यायाधीश मानला आहे. बिघडलेला शनी भल्यभल्यांची डोकी ताळ्यावर आणतो. भारताची पश्चिम थोडीशी दक्षिणेकडे उतरती व जलमय आहे. वास्तुनियमांनुसार पश्चिम दिशेत शनी तेल पेट्रोलियम दर्शकही आहे. हा काळ राजकारणी लोकांची अनेक कुलंगडी बाहेर काढणारा व देशालाही कष्टप्रद काळ ठरेल. पेट्रोल व तेल माध्यमांची अतिचणचण भासेल. भूकंप व ज्वालामुखीसदृश भयाण घटनांनी आगी व दंगेधोपे यांनी देश होरपळेल. शनीचे आकुंचन कारकत्व मोठ्या हानीचे निदर्शक ठरेल.

२०१४ ते २०२६ हा राहू काळ नैर्ऋत्येशी निगडित आहे. भारताची नैर्ऋत्य जलमय व कटसदृश आहे. राहूची शनिसदृश पण अधिक तीव्र फळे मिळतील. राहू रक्तक्रांतीचा निदर्शक आहे. राहू चतुर्थश्रेणी समजला जातो. गुंडगिरी, टोळ्या व हानी

अशी बिहारसदृश स्थिती सर्वत्र दिसून येईल. वायू दुष्परिणाम व वातावरणात विषारी वायू या प्रदूषणात्मक हानीला बहुसंख्य जनता बळी पडेल.

त्यानंतर मंगळाचा सेनापतीचा काळ, शिस्तीचा काळ, अनुशासनाचा काळ आवश्यक हुकूमशहा येऊन अनागोंदीचा शेवट २०४० पर्यंत होईल व नंतर शुक्राचा वैभवाचा व रवीचा राजसत्तेचा काळ उदयास येऊन पुन्हा भारतास राष्ट्रीय पार्श्वभूमीवर एक अधिसत्ता नेतृत्व म्हणून भाग मिळेल.

• • •

'मंडल' - ऊर्जेच्या मंडलाकार आविष्कारातून गुरूतत्त्व प्रकट होते. चर आणि अचर, दृश्य आणि अदृश्य अशा सर्वच चैतन्याचा मंडलाकार गुरूतत्त्व हा स्वभाव आहे. मंडलाकार ऊर्जेचा हुंकार म्हणजेच सर्वसाक्षी 'ॐ' होय. जिथे जिथे शक्तीचे मंडलाकार आवर्तन होते तिथे तिथे शिवाचे 'ॐ नमः शान्ताय तेजसे।' असे स्वरूप प्रकट होते. सर्व शास्त्रांचा उद्देश 'ऊर्जेचे मंडलाकार सहसंवेदनातून प्रणवाच्या, शिवाच्या, चैतन्याच्या परमस्पर्शाची प्राप्ती' हाच आहे. वास्तुपुरुष मंडलातही सूर्याच्या अष्टस्वरूपांची अष्टदिशांप्रमाणे असणारी विविधता प्रतिपादिली आहे.

मागील सर्व लिखाणात ज्या वास्तू - सूत्रांचा संदर्भ आला आहे, ती सूत्रे या प्रकरणात एकत्रित केली आहेत. गुरुवर्य श्री. य. न. मग्गीरवार यांच्या प्रदीर्घ अभ्यासाचा झालेला लाभ व त्या विषयाचे माझ्या पद्धतीने विवेचन असा जोड या प्रकरणात आहे. दिशाप्रभाग, वृक्ष, जमिनीचा पोत, रंग व उतार या निकषांचा समाजातील बुद्धिजीवी, कष्टकरी, व्यापारी व संरक्षकदले यांच्याशी असणारा गुणविशेष सांधा पुढील श्लोकात वर्णिला आहे. मयमतम् या मान्यवर ग्रंथातील दुसऱ्या अध्यायातील हे श्लोक आहेत. 'प्रत्येक वर्गाची ऊर्जेची गरज, दिवसाचे चक्र वेगवेगळे असते' या प्रमुख सिद्धांतावर हे वर्गीकरण योजले आहे.

चतुरश्रं द्विजातीनां वस्तु श्वेतमनिन्दितम् ।
उदुम्बर दुमोपेत मुत्तर प्रवणं वरम् ।।१०।।
कषायमधुरं सम्यक् कथितं तत् सुखप्रदम् ।
व्यासाष्टांशाधिकायामं रक्तं तिक्तरसान्वितम् ।।११।।
प्राङ्गनिन्नं तत् प्रविस्तीर्णम श्वत्थद्रुमसंयुतम् ।
प्रशस्तं भूभृतां वस्तु सर्वसम्पत्करं सदा ।।१२।।
षडंशेनाधिकायामं पीतमम्लरसान्वितम् ।
प्लक्षद्रुमयुतं पूर्वावनतं शुभदं विशाम् ।।१३।।
चतुरंशाधिकायामं वस्तु प्राक्प्रवणान्वितम् ।
कृष्णं तत् कटुकरसं न्यग्रोधद्रुम संयुतम् ।।१४।।
प्रशस्तं शूद्रजातीनां धनधान्य समृद्धिदम् एवं प्रोक्तो वस्तुभेदो द्विजानां।
भूपानां वै वैश्यकानां परेषाम् योग्यं सर्व भूसुराणां सुराणां ।।१५।।
भूपानां तच्छेषयोरुक्तनीत्या ।।१५ १/२।। *(मयमतम् अध्याय २)*

बुद्धिजीवी वर्गासाठी चंद्र-गुरू प्रभावाची, जलतत्त्वास उत्कर्ष देणारी उत्तर प्रभागातील, उत्तरेस उतार असणारी चौरसाकृती पांढरी माती व औदुंबर वृक्षाचे सानिध्य असणारी जमीन ग्रामरचनेत असावी. मातीचा पांढरा रंग जलतत्त्वास पुष्टी देणारा असून, चौरसाकृतीमध्ये सर्व दिशांचे समान नियमन अपेक्षित आहे. निसर्गकुण्डलीत उत्तर दिशा ही चंद्राचे स्वगृह व गुरूचे प्रकर्षण, जलतत्त्व दाखविणाऱ्या कर्क राशीने ध्वनित होते.

क्षत्रिय वर्गासाठी रवी-मंगळ प्रभावाची, अग्नितत्त्वाची, पूर्व प्रभागातील व पूर्वेस उतार असणारी आयताकृती जमीन असावी. मातीचा रंग तांबडा

अग्नितत्त्वाचा व चव कडवट तीक्ष्ण ही पण अग्नितत्त्वाची पूरक अशी सांगितली आहे. पिंपळाच्या झाडाचे सानिध्य या वर्गास पोषक आहे, असे सांगितले आहे. निसर्गकुंडलीत पूर्व दिशा ही मंगळाचे स्वगृह व रवीचे प्रकर्षण अग्नितत्त्व दाखविणाऱ्या मेष राशीने ध्वनित होते.

व्यापारी वर्गासाठी पृथ्वितत्त्वाचे स्थैर्य दाखविणारी, पीतवर्णाची माती असणारी, चवीस आंबट अशी, पूर्वेस उतार असणारी दक्षिण प्रभागातील जमीन योग्य सांगितली आहे. निसर्गकुंडलीत येथे भूमिपुत्र मंगळ पृथ्वितत्त्वाच्या मकर राशीत उच्च असून, दक्षिण प्रभाग संपूर्ण पृथ्वितत्त्व दाखवितो. आयताकृती जमीन असावी. प्लक्षवृक्षाने युक्त असावी.

कष्टकरी वर्गासाठी रंगाने काळी, चवीने कडवट माती असणारी जमीन गुणोत्कर्ष दाखविते. पूर्वेकडे उतार व पश्चिम प्रभागातील जमीन हितावह सांगितली आहे. पूर्वेस उतार असल्याने श्रेष्ठ आदित्य शक्तीचा संचार श्रमजीवी वर्गास अतिशय आरोग्यदायक आहे. या प्रभागात वटवृक्षाचे सानिध्य श्रेष्ठ मानले आहे. पश्चिम प्रभागात शनीचे प्रबलत्व तूळ राशीत असून, शनी हा श्रमजीवी वर्गाचे नेपथ्य करतो.

देवानां तु द्विजातीनां चतुरश्रायताः श्रुताः ।

वस्त्वाकृतिरनिन्द्या सावाक्प्रत्यग्दिक्समुन्नता ।।१।।

(मयमतम् अध्याय ३)

दक्षिण-पश्चिमेस उंचवटा असणारी आयताकृती भूमी देव-द्विजांसाठी उत्तम श्रेय देते.

याही सूत्रात दक्षिण-पश्चिम म्हणजे शनिप्रभाग किंवा सूर्यनाडी प्रभाग अधिक पृथ्वितत्त्वाचा होण्यासाठी जडत्वाचा निर्देश आहे. ऊर्जेचा किंवा जलाचा प्रदक्षिणामार्गाने

'चितिः स्वतंत्राः विश्वहेतूसिद्धीः ।' सर्व पौर्वात्य शास्त्रांचा पाया या सूत्रावर आधारलेला आहे. जिथे ऊर्जा स्वतंत्र स्वाभाविक स्वरूपात प्रकट होते तिथे ती शिवस्वरूप असते. अशा ऊर्जेत साऱ्या विश्वाच्या क्षेमकल्याणाची सिद्धी सामावलेली आहे. प्रणवाचेच मंडलाकार रूप घेऊन ती शक्ती जेव्हा प्रकटते तेव्हा ती शिवमय असल्याने साऱ्या विश्वाचे आर्त तिच्या आविष्कारात प्रकट होते. योगशास्त्रात कुंडलिनीस्वरूप, ज्योतिषशास्त्रात ज्योतिरूप, वास्तुशास्त्रात प्रकाशस्वरूप, आयुर्वेदात नाभिस्वरूप तर संगीतशास्त्रात श्रुतीस्वरूपात तिचे दर्शन होते.

होणारा प्रवाह हा सर्व भारतीय शास्त्राचा पाया आहे. याचेच प्रतिबिंब 'प्रदक्षिणा क्रमाने वाहणारे पाणी असता त्या वास्तूत श्रेष्ठ गुण प्राप्त होतो'- या सूत्रात आले आहे.

कुर्मोन्नता वर्तुला च त्रिकोणं वज्रसन्निभा ।
अज्जनानां गृहैश्छाया कर्मकार गृहैर्वृता ।।१३।।

(मानसार अध्याय ४)

ढालीप्रमाणे किंवा कासवाच्या पाठीप्रमाणे वर्तुळाकार व मध्ये फुगीर, वज्राकार, त्रिकोणाकृती, धुरामुळे धुरकटलेली अशी जमीन निषिद्ध मानली आहे.

या सूत्रात आकार, प्रकार व त्यातून होणारा पंचमहाभूतांचा संस्कार वर्णिला आहे. वर्तुळाकार-वायुतत्त्व, त्रिकोणाकृती-अग्नितत्त्व व धुरकटलेली म्हणजे प्रदूषित जमीन त्याज्य मानली आहे.

चतुष्कोनाकृती पृथ्वितत्त्व हे जीवनास आवश्यक अशा शब्द, स्पर्श, रूप, रस, गंधात्मक पंचतन्मात्रात्मक पूर्ती देत असल्याने घर वास्तू चतुष्कोनाकृती असण्यावर भर दिला आहे. इतर महाभूतात्मक आविष्कारात एकेक गुण कमी होत जातो. उदाहरणार्थ, वायुतत्त्वात शब्द, स्पर्श व गंध या तीनच गुणांचा आविष्कार होतो. अग्नितत्त्वात शब्द व स्पर्श या दोनच गुणांचा आविष्कार होतो.

बृहद्वास्तुमाला, वास्तुविद्या व विश्वकर्मप्रकाश या तीन ग्रंथांतील जमिनीच्या उतारविषयीचे तीन श्लोक नैसर्गिक कुंडली, पंचमहाभूते व द्विऊर्जा पद्धतीनुसार अभ्यासण्यासारखे आहेत. तीन वेगवेगळ्या काळात वेगवेगळ्या प्रदेशात लिहिलेल्या ग्रंथांत असणारी एकवाक्यता अभ्यासण्यासारखी आहे.

आकाश : हे पंचमहाभूतांतील पूर्णतत्व आहे. सूक्ष्मातिसूक्ष्म व सर्वश्रेष्ठ बलशाली असे हे तत्व आहे. वास्तुशास्त्रात संपूर्ण वास्तूत ऊर्जेचा तोल प्राप्त करून देणारे वास्तुब्रह्मात त्याचे स्थान आहे. सौरमालेनुसार येथेच रवीचे माणिक रत्न स्थापून पृथ्वीचे उदरात प्रकाशाचे बीज पेरून वास्तूस आकाशतत्वाचे सूक्ष्म व सर्वनुगामी गुणाचा परिसस्पर्श प्राप्त होतो. योगशास्त्रात मन हे पवनाच्या पंखावर बसून गगनांची प्राप्ती करते असा सिद्धांत आहे. वास्तुशास्त्रात मात्र हे गगनच प्रकाश आणि रत्नांच्या योगे घराच्या प्रांगणात प्रवेश करून मनास सुखशांती देते. हे घटनासिद्ध आकाशतत्व नैसर्गिक ऊर्जाप्रवाहात वास करते. जेथे जेथे हे ऊर्जाप्रवाह सहज, अडथळ्याशिवाय, घर्षणाशिवाय मंडलाकार नर्तन करतात तेथे तेथे शुभ-घटनांची मांदियाळी जन्मास येते.

श्रियं दाहं तथा मृत्युं धनहानिं सुतक्षयम् ।
प्रवासं धनलाभं च विद्यालाभं क्रमेण च ।।
विदध्याद चिरेणैव पूर्वादिप्लववतो मही ।
मध्यप्लवा मही नेष्टा न शुभा प्लवतत्परा ।।

(बृहद्वास्तुमाला)

भुष: प्लवं प्रवक्ष्यामि नराणां च शुभाशुभम् ।
पूर्वप्लवा वृद्धिकरी उत्तरा धनदा स्मृता ।।२।।
अर्थक्षयकरी विद्यात् पश्चिम प्लवना तत: ।
दक्षिणप्लवना पृथ्वी नराणां मृतिदा भवेत् ।।३।।

(वास्तुविद्या)

पूर्वप्लवे भवेलक्ष्मीराग्नेय्यां शोकमादिशेत् ।
याम्यां याति यमद्वारं नैर्ऋते च महाभयम् ।।१५।।
पश्चिमे कलहं कुर्याद्वायव्यां मृत्युमादिशेत् ।
उत्तरे वंशवृद्धि: स्यादीशाने रत्न सञ्चय: ।।१६।।
दिङ्मुढे कुलनाश: स्याद्धक्रे दारिद्रयमादिशेत ।

(विश्वकर्मप्रकाश, अध्याय २)

उतार	ग्रंथानुसार फल		
	बृहद्वास्तुमाला	वास्तुविद्या	विश्वकर्मप्रकाश
पूर्वेस	धनप्रद	धनधान्यवृद्धी	लक्ष्मीप्राप्ती
आग्नेयेस	दाहकारक	-	शोककारक
दक्षिणेस	मृत्युकारक	मृत्युकारक	मृत्युकारक
नैर्ऋत्येस	धननाश	-	महाभय
पश्चिमेस	पुत्रहानी	आर्थिक हानी	कलहकारक
वायव्येस	सतत प्रवास घडविणारी	-	मृत्युभय
उत्तरेस	धनलाभ	धनदायक	कुलवृद्धी
ईशान्येस	विद्यालाभ	-	रत्नसंग्रह

वरील कोष्टकावरून तीनही ग्रंथांची मते एकत्रित स्पष्ट होतात.

उतार व दिशा या माध्यमांशिवाय काही गूढ संदर्भ जमीन परिक्षेशी जोडलेले आहेत. उदाहरणार्थ,

(१) जी जमीन स्पर्शास स्निग्ध व समृद्ध वाटेल ती प्रशस्त मानावी.

(२) जागा नांगरून त्यात बी पेरावे. तीन रात्रीत बी उगवल्यास श्रेष्ठ, पाच रात्रीत उगवल्यास मध्यम व सात रात्रीत उगवल्यास कनिष्ठ मानावी.

(३) एका हातभर खड्ड्यात पाणी भरावे व शंभर पावले दूर जावे. जर खड्ड्यातील पाण्याची पातळी समान असेल तर सर्व कामना पुऱ्या होतील. पाणी थोडे झिरपल्यास मध्यम व संपूर्ण झिरपल्यास कनिष्ठ मानावी.

(४) काळी, पांढरी व पिवळी फुले व त्यांचे हार खड्ड्यात ठेवावेत.

ज्या रंगाचे हार दीर्घकाळ टिकून राहतील त्यानुसार काळे हार - शूद्र वर्ण, पिवळे हार - व्यापारी वर्ग व पांढरे हार - बुद्धिजीवी वर्ग असे वर्गीकरण मानावे.

(५) त्याचप्रमाणे ज्या दिशेची वात दीर्घकाळ राहील त्या दिशेच्या वर्णास जमीन श्रेष्ठ मानावी. उदा. उत्तर - बुद्धिजीवी, दक्षिण - व्यापारी, पूर्व - संरक्षक, पश्चिम - कष्टकरी.

वरील सर्वच उदाहरणांत जमिनीचा निकष रंग, दिशा व पंचमहाभूते या स्वरूपात जोडला आहे.

षडवर्गबल साधन

षडवर्गबल साधन हा थोडासा संख्याशास्त्रीय व गूढ विषय वास्तुशास्त्रात महत्त्वाचा आहे. आय, व्यय, नक्षत्र, योनी, वार, तिथी असे सहा प्रकारचे पृथक्करण त्या वास्तूच्या लांबी, रुंदी, परिघाच्या प्रमाणावरून करून त्यानुसार वास्तूचे शुभाशुभ संकेत ठरविले जातात. या प्रकारच्या पृथ:करणामधून ज्याला सुवर्णांक किंवा पवित्रांक म्हणता येईल असा एक गूढ विषय हाताळला आहे. अखेर कुठल्याही व्यक्तीचे दैव व यश निसर्गातील अनेकविध गूढ व अगम्य ऊर्जाशी जोडलेले आहे. त्या दृष्टीने पाहता भूमीचा सृष्टीशी, वास्तूचा निसर्गाशी व व्यक्तीचा समष्टीशी असणारा संबंध गूढ व अगम्य असतो. बहुधा याचेच प्रतिबिंब षडवर्गबल साधन या पद्धतीतून पाहायला मिळते. फेंगशुई या चिनी पद्धतीत खोल्यांचे आकारापासून टेबलांचे आकार लांबी, रुंदीचे असेच गूढ कोष्टक वापरले जाते व त्यास सॅक्रेड-कट म्हणजेच पवित्रांक असे म्हणतात. या सर्व प्रकारात मूलभूत मोजमाप हे गृहस्वामीचा 'हात' धरतात. त्यामुळे व्यक्ती, वंशसापेक्षतेचा व विशेष स्वास्थ्याचा एक वेगळाच संबंध दिसून येतो.

(१) ज्या वास्तूचा आय हा व्ययापेक्षा अधिक असतो अशी वास्तू श्रेष्ठ समजावी. यासाठी 'आय' हा लांबीवरून तर 'व्यय' हा रुंदीवरून काढतात.

आय : लांबी × ८ ÷ १२ = शेष राहणारी संख्या = आय

(२) व्यय : रुंदी × ९ + १० = शेष राहणारी संख्या = व्यय

(३) नक्षत्राबाबत लांबी हेच परिमाण वापरले असून, शेष संख्या विषम असता शुभ तर सम असता अशुभ मानतात.

नक्षत्र : लांबी × ८ ÷ २७ = शेष राहणारी संख्या नक्षत्र.

(४) वार : शुक्रवार, गुरुवार, सोमवार, बुधवार शुभ मानतात.

शेषसंख्या १ म्हणजे रविवार, २ ला सोमवार असे ओळखतात.

वार : परिघ × ९ + ७ = शेष राहणारी संख्या = वार

(५) तिथी : दोन्ही पक्षांतील प्रतिपदा व अष्टमी अशुभ मानतात.

तिथी : परिघ × ९ ÷ ३० = शेष राहणारी संख्या तिथी.

(६) योनी : या प्रकारात वास्तूचे आठ विभाग आहेत. प्रत्येक दिशेस एक योनी असून, दिशेच्या गुणानुसार व योनीनुसार त्या दिशेचे महत्त्व सांगितले आहे.

|| दिशा - योनी व शेष संख्या || आकृती क्र. (१८.१)

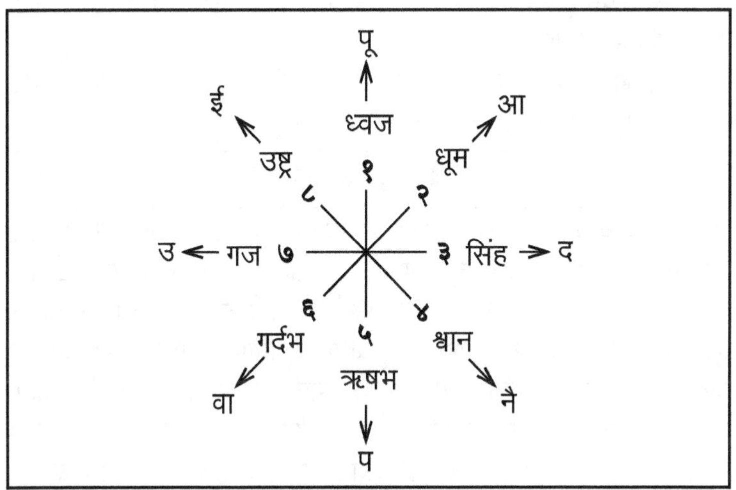

योनी : रुंदी × ३ ÷ ८ = शेष संख्या (१ ते ८)

शेष संख्या वरील समीकरणानुसार

(१) एक राहिल्यास ध्वज योनी म्हणतात. ही पूर्व दिशेस बलवान असून, सर्व दिशांना समान शुभ बल दाखविते. प्रसिद्धी व धार्मिकता हा विशेष आहे. कापड बाजार, धर्मशाळा आदीसाठी श्रेष्ठ मानतात.

(२) दोन राहिल्यास धूम योनी म्हणतात. आग्नेय दिशेस बलवान असून, अग्निसंबंधित सर्व कर्मास योग्य व शुभ मानतात. इतरेजनास अग्रीचा दाह हा दुःखदायक अनुभव या योनीत येईल.

(३) तीन राहिल्यास सिंह योनी म्हणतात. दक्षिण दिशेस बलवान असून, पश्चिम प्रवेश वर्ज्य आहे. सदैव यश व सुखदायी असे या योनीचे वर्णन आहे. योग, जप, आराधनेसह शस्त्रास्त्रनिर्मिती, वाहने, कल्याणमंडप, मंगल कार्यालयासही शुभप्रद ठरते.

(४) चार राहिल्यास श्वान योनी म्हणतात. ही जागा अशुभ मानली असून, राहणाऱ्यास क्लेशकारक ठरते. यवन, अंत्यजांचे निवासास योग्य आहे.

(५) पाच राहिल्यास ऋषभ योनी म्हणतात. ही जागा मंदिर, राजप्रासाद, धान्य जल तळघर करण्यास श्रेष्ठ होय. या योनीस पश्चिम दिशा बलवान असून, पूर्वाभिमुख प्रवेश शुभ ठरतो.

(६) सहा राहिल्यास गर्दभ योनी असून, वायव्य दिशा बलवान मानतात. कलाकार, नायकिणींशिवाय इतरेजनास विपरीत अनुभवाची असते.

(७) सात राहिल्यास गज योनी असून, उत्तर दिशा बलवान मानतात. गृहमालकास ही जमीन अत्यंत सुखदायी ठरते. पाणी, विहिरी, तलाव, मंदिर, राजप्रासाद यासाठी ऋषभ योनीसमान मानावी.

(८) आठ किंवा शून्य बाकी राहिल्यास उष्ट्र योनी असून, ईशान्य बलवान दिशा मानतात. राहण्यास सर्वथा त्याज्य जमीन मानतात.

विहिरी, जलकूप

या विषयाचे वर्गीकरण दोन प्रकारे होते. एक तर या प्रकारात पडणारा जमिनीचा खड्डा व दुसरे जलतत्त्व म्हणून ! या दृष्टीने पाहता वायव्य उत्तर व ईशान्य फक्त याच दिशाप्रभागात विहिरी, जल कूप उत्तम फळे देतात. खालील पारंपरिक सूत्रात हा फलनिर्देश दिला आहे. सर्वसाधारणपणे उगम प्रभागात विहिरी जलकूप उगम गुणाचे फलनिर्देश देतात, तर अस्त प्रभागात अस्त गुणाचे फलनिर्देश देतात. विहिरी व जलकूपांपासून तीव्र फळे मिळत असल्याने वास्तुशास्त्रात यांचे महत्त्व असाधारण आहे. पारंपरिक सूत्रात दिलेला फलनिर्देश व अनुभवायला मिळणारा फलनिर्देश यांचे नैसर्गिक कुंडलीत उत्तम प्रतिबिंब पाहायला मिळते.

उदाहरणार्थ,

(१) पूर्व प्रभागात विहीर, जलकूप, अंडरग्राऊंड टँक हा ऊर्जाजडत्वानुसार उत्तम ठरत असला तरी हा प्रभाग अग्नितत्त्वाचा असल्याने विपरीत फळे देतो. संततिनाश, शारीरिक दुर्बलता असे गुण पाहायला मिळतात.

(२) आग्नेय प्रभाग हा संपूर्ण अग्नितत्त्वाचा असून, येथूनच दक्षिण प्रभागास आरंभ होत असल्याने या भागातील पाणी तीव्र विपरीत फळे देते. हा प्रभाग शुक्रतत्त्वाचा असल्याने निपुत्रिक, नि:संतान असे विपरीत फळ अनेकवेळा पाहायला मिळते.

आग्नेय दिशेचा आड विहीर बुजवून विशिष्ट प्राणायाम व औषधी घेतल्यास संतती-फळ मिळाल्याचे अनेक दाखले आहेत. ऋण ऊर्जेची सुरुवात आग्नेयेत असल्याने हिंसा व क्रूर घटनाही या दोषातून जन्मतात. विपदा, विकार, विनाश, वैफल्य आणि वासना यांचा प्रभाव या दिशेत दोष असताना वाढत जातो. खून, आत्महत्या, बाळारिष्ट घडलेल्या वास्तूत आग्नेयेस बेसमेंट, विहीर, कूप हमखास दिसून येते. नैसर्गिक कुंडलीत हे संततीचे सातवे स्थान व व्यय स्थानाचे निदर्शक आहे. ग्रहगत पद्धतीत येथे शुक्र व मंगळाचे गुण दिसून येतात. प्रवाह पद्धतीत अस्त प्रभागाची सुरुवात या दिशेत होते.

(३) दक्षिण ही प्रमुख अस्त दिशा आहे. पत्रिकेतील पितृदर्शक दशम स्थान येथे आहे. येथेही मंगळ प्रबळ व शनिस्वगृह आहे. सूर्य पिंगळा नाडीची प्रमुख दिशा दक्षिण आहे. वास्तुपुरुष मंडळात येथे यम देवता आहे. एकूणच सर्व क्षयाची दिशा असून, येथील दोष महादोष ठरतात. येथे विहीर, जलाशय सर्वनाश दाखवतो. या भागातील तळघरे विहिरीप्रमाणेच फळ देतात. नैसर्गिक कुंडलीत मकर ही चर व पृथ्वितत्त्वाची राशी येथे आपले गुण दाखविते. पत्नीचे, पार्टनरचे सुखस्थान दशम आहे. याही दृष्टीने फलनिष्पत्ती होऊ शकते. दक्षिणेसह पश्चिमेत दोष असल्यास पार्टनरवरही गदा येऊ शकते, तर दक्षिणेसह पूर्व आग्नेयेत दोष असता ही गदा पितृनाश दाखविते. दक्षिणेसह नैर्ऋत्येत दोष असता ही गदा संततिनाश दाखविते. फलनिर्देशात यासाठीच नैसर्गिक कुंडली, प्रवाह-पद्धती, पंचमहाभूतात्मक व ग्रहगत अशा चारही पद्धतींचे निरीक्षण अतिशय महत्त्वाचे आहे.

अग्नी : देवतांचे मुख अग्नी आहे. शरीरात आम्ल, वातावरणात उष्मा, मनात द्वेष, अंतःकरणात अहंकार, आकाशात वीज, पाण्यात घर्षण, रंगात रक्तवर्ण, ग्रहांत मंगळ, रत्नांत पोवळे अशी अग्नीची विविध रूपे आहेत. रजोबलामुळे शुक्र व पराक्रमामुळे मंगळ हा अग्निरूप आहे. वास्तुशास्त्रात आग्नेय दिशेस त्याची जागा आहे. मेष मंगळाची, सिंह रवीची तर धनु ही गुरूची रास अग्नि-तत्त्वाची आहे. ऊब आणि दाह अशा विरोधभावात अग्नी प्रकटतो. जो त्याचा मान ठेवतो त्यास ऊब, तर जो त्याचा अवमान करतो त्यास दाह मिळतो. त्रिकोणाकृती 'रं' बीज असणारे हे तत्त्व वास्तुशास्त्रात सुप्त स्वरूपातच पुजले जाते. प्रकट भाव दाह तर सुप्त भाव ऊब निर्माण करतो, असा वास्तुशास्त्रीय नियम आहे. म्हणून आग्नेय दिशेस लाल फुलाचे झाडही वर्ज्य आहे. आग्नेय प्रभागातील अग्निस्वरूप रजोबलाचे कारक आहे, म्हणून संततिप्रसादास पूरक आहे.

उर्वरित नैर्ऋत्य - पश्चिम प्रभागातही याचप्रमाणे नैसर्गिक कुंडली व पंचमहाभूते, अस्त व ग्रहगत याप्रकारे चिकित्सा करून, त्या दिशांचे दुसऱ्या दिशांशी असणारे साहचर्य पाहून फलनिर्देश करावा. या विषयाशी निगडित असणारी पारंपरिक सूत्रे पुढीलप्रमाणे आहेत :

नैर्ऋत्यां व्याधिपीडा स्याद् वारुण्यां पशुवर्धनम् ।
वायव्ये शत्रुनाश: स्यात् सौम्ये सर्वसुखप्रदम् ।
ईशाने पुष्टिलाभ: स्याद् ग्रामादौ कूप उच्यते ।।

आग्नेये यदि कोणे ग्रामस्य पुरस्य च भवेत् कूप: ।
नित्यं स करोति भयं दाहं च समानुषं प्राय: ।।

नैर्ऋतिकोणे बालक्षयं च वनिताभयं च वायव्ये ।
दिक्त्रयमेतत् त्यक्त्वा शेषासु शुभावहा: ।।

पुष्टिं भूतिं पुत्रहानिं पुरन्ध्रीनाशं मृत्युं संपदं शस्त्रबाधाम् ।
किंचित् सौख्यं दीक्ष शर्वादि कुर्यतिकूपो मध्ये गेहमर्त्यक्षयं च ।।

मध्यमे द्रव्यनाशं स्यादैन्द्रे सुखकरं भवेत् ।
आग्नेय्यां पुत्रमरणं याम्ये सर्वविनाशनम् ।।

(मयमतम्)

प्रज्ञान : जन्मकुंडलीत ज्या दिशेत राहू असेल किंवा जे स्थान बिघडलेले असेल अशा स्थानानुरूप असणाऱ्या दिशेचे स्पंदन बिघडलेले असते. जर वास्तु व भवनात या बिघडलेल्या दिशेची विशेष काळजी घेता आली तर पत्रिकेतील अनेकविध दोषांवर काही प्रमाणात उपायशास्त्र म्हणून साधनेसह वास्तुशास्त्र हे सर्वश्रेष्ठ अस्त्र ठरते ! किमान ज्या शयनकक्षात माणूस आठ तास झोपतो म्हणजेच जेव्हा बुद्धी कार्यरत नसते अशा अवस्थेत तो भोवतालच्या निसर्गास शरण असतो. अशा शयनकक्षात जर रत्नाध्याय, स्फटिक, रंग, वृक्ष माध्यमातून त्या दिशेची कंपने सुधारल्यास ऊर्जेचा एक श्रेष्ठ संस्कार वातावरणावर व पर्यायाने व्यक्तीवर झाल्याने त्याच्या फलितात निश्चितच फरक दिसून येतो. म्हणूनच ज्योतिष हे ज्ञान आहे तर वास्तुशास्त्र हे योजना करणारे भविष्य पलटवणारे प्रज्ञान आहे !

प्रवेशद्वाराविषयीच्या सर्व नियमात 'प्रदक्षिणामार्गिने प्रवेश' हे सर्वांत महत्त्वाचे सूत्र आहे. प्रांगण ते भवन हा मार्ग मंडलाकार असावा व तो प्रदक्षिणा मार्गिने प्रवाही असावा. एकदम घरात घुसणारा मार्ग, रस्ता हा वेधकारक, दु:खकारक व ऊर्जेचे प्रकर्षण करणारा असल्याने हानिकारक असे सांगितले आहे. अर्थातच ज्या दिशेकडून या मार्गाचे, रस्त्याचे प्रकर्षण होते, नैसर्गिक कुंडलीतील त्या दिशेच्या स्थानाप्रमाणे हानी होताना दिसून येते किंवा नैसर्गिक कुंडलीतील त्या ग्रहगत ग्रह प्रभागाप्रमाणे हानी होते किंवा वास्तूच्या पंचमहाभूतात्मक आविष्कारानुसार हानी होते. वृक्ष, मंदिर, रस्ता, चिखल, दुसऱ्याचे दार, खांब, सावली अशा विविध प्रकारे मुख्य प्रवेशात दोष निर्माण होऊ शकतो व ह्या दोषास 'वेध' असे म्हणतात. प्रवेशद्वारासंबंधीचे विविध ग्रंथांतील दाखले याप्रमाणे आहेत.

द्वार गुण-दोष :

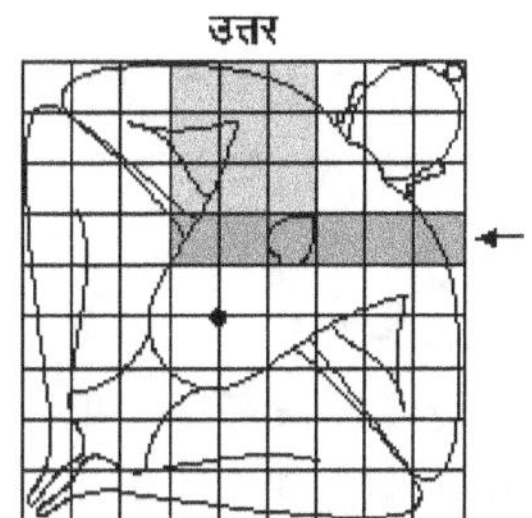

भल्लाटे धनदे यद्वा चरके पृथिवीधरे ।
ब्राह्मणस्य भवेद् वेश्म माहेन्द्रद्वारमुत्तमम् ।।

(स.सू.धा. श्लोक २,अ.३९)

भल्लाट, धनद (सोम), चरक व पृथिवीधर या उत्तरेच्या पदावर ब्राह्मणासाठी असलेल्या भवनासाठी माहेन्द्र द्वार (चौथा भाग) श्रेष्ठ समजावे.

विप्राणांप्राङ्मुखंवास्तु गृहंस्याद् दक्षिणामुखम्
वंति धनधान्येन पुत्रपौत्रश्च नित्यश: ।।

प्रवेशद्वार : घराचे हे एकप्रकारे ऊर्जेचे उगमस्थान आहे. त्यामुळे तिथे ज्या वस्तू असतील त्यांचा संस्कार ऊर्जेवर होतो. म्हणून तोरण, आंब्याची पाने, विड्याची पाने, अक्षदा, सुपारी, मंगल कलश, रांगोळी, स्वस्तिक यांची धारणा प्रवेशद्वारात केल्यास घरामध्ये या सर्व शुभ चिन्हांचा संस्कार झालेली ऊर्जा इतर दोषांपासून रक्षण करेल ! विड्याची पाने व सुपारी म्हणजे दिव्य शक्तींना आमंत्रण असून, वेगवेगळी तोरणे हीसुद्धा ग्रह, रंग, धातू यांचा विचार करून केल्यामुळे शुभ व क्षेमकर ठरतात. तांदळाच्या स्वस्तिकावरील मंगलकलश हा तर सर्व ऊर्जांचा व शुभदेवतांचा सहज आविष्कार असल्याने हिंदू संस्कृतीत यास अनन्यसाधारण महत्त्व आहे.

ब्राह्मणांची जमीन पूर्वाभिमुख आणि भवन दक्षिणाभिमुख असावे. त्यायोगे धनधान्य समृद्धी, पुत्रपौत्र यांची वृद्धी होते.

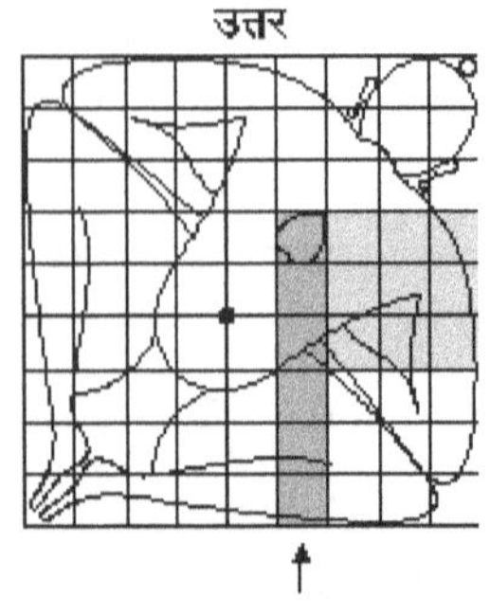

माहेन्द्रऽ कैंथ सत्ये वा आर्यकि वा निकेत्तनम्।
कार्यं गृहक्षतद्वारंक्षत्रियस्य शुभावहम् ।।

(स.सू.धा. श्लो. ३, अ. ३९)

माहेन्द्र, अर्क (रवी), सत्य आणि आर्यक (आर्यमा) या पूर्वेच्या पदांवर क्षत्रियांसाठी असलेल्या भवनासाठी दक्षिणेकडील गृहक्षत् पदावरील प्रवेशद्वार उत्तम/शुभप्रद ठरते.

दक्षिणाभिमुखंवास्तु भवनंपश्चिमामुखम्
क्षत्रियस्य धनंधान्यंविक्रमश्चेह वर्धते ।।

क्षत्रियांची जमीन दक्षिणाभिमुख आणि भवन पश्चिमाभिमुख असावे. ज्या योगे त्यांचे धनधान्य समृद्धी व पराक्रम वाढतो.

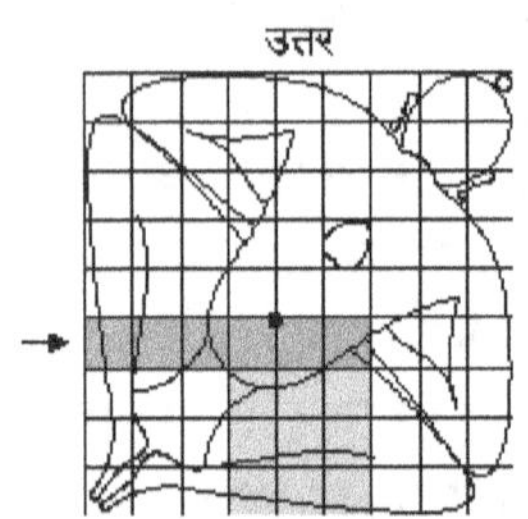

याम्ये वैवस्वते वापि गान्धर्वेऽथ गृहक्षते ।
वैश्यस्य भवनंकार्यं द्वारंपुष्पाहये शुभम् ।।

(स.सू.धा. श्लो. ४, अ. ३९)

गंधर्व, यम गृहक्षत आणि विवस्वान या दक्षिणेच्या पदांवर वैश्यासाठी असलेल्या भवनासाठी पुष्पदंत पदावरील प्रवेशद्वार शुभप्रद समजावे.

वास्तुन: पश्चिमंद्वारंभवनस्योत्तरामुखम्
तत्रैधते धनैर्धान्यैः पुत्रपश्वादिभिश्च विट् ।।

वैश्यांच्या जमिनीचे प्राङ्गण प्रवेशद्वार पश्चिमेस आणि भवनाचे द्वार उत्तरेस असल्यास त्या ठिकाणी धनधान्य तथा पुत्र आणि पशू इत्यादींची वाढ होते.

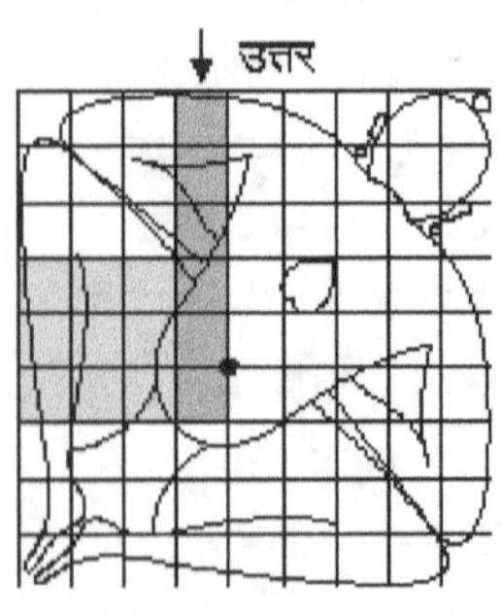

वारुणे पौष्पदन्ते वा यद्वा मैत्रेऽथवासुरे ।
शूद्रस्य सदनंकार्यं भल्लाटद्वारमुत्तमम् ।।

(स.सू.धा. श्लो. ५, अ. ३९)

पुष्पदंत, वरुण (जलेश्वर), असुर आणि मित्र या पश्चिम पदांवर शूद्रासाठी असलेल्या भवनासाठी भल्लाट

पदावरील द्वार उत्तम समजावे.

वास्तु स्यादुत्तरद्वारंगृहंपूर्वामुखंतथा

शुद्रस्य क्रर्मवृत्तिस्तु धनधान्यैर्विवर्धते ।।

जमीन उत्तराभिमुख आणि भवन पूर्वाभिमुख असल्यास ते शूद्रासाठी त्याची कार्यशक्ती धनधान्यासह वाढते.

उत्संगः पूर्णबाहुश्च हीनबाहुस्तथाप:

प्रत्यक्षाय इति प्रोक्तं प्रवेशानां चतुष्टयम् ।।२३।।

गृहस्य सम्मुखं यत्र द्वारं भवति वास्तुन: ।

उत्संग इति स प्रोक्त: पूर्णबाहु: प्रदक्षिण: ।।२६।।

वामतो हीनबाहु: स्यात् प्रत्यक्षो वास्तु पृष्ठत: ।

चतुर्थोऽयं समुद्दिष्ट: प्रवेशो वास्तुनो बुधै ।।२७।।

उत्संगाख्ये प्रवेशे स्यात् प्रजाहानि: कुटुम्बिन: ।

धनधान्यक्षयो वास्य मरणं वा ध्रुवं भवेत् ।।२८।।

पूर्णबाहौ पुत्रपौत्रा धनधान्यसुखानि च ।

भवंति वसतो नित्यं गृहिणस्तत्र वास्तुनि ।।२९।।

अल्पमित्रो गृही हीन बाहावत्यल्पबान्धव: ।

स्याद् वाल्पवित्तो जीयेत स्त्रीभि: पीड्येत वामयै: ।।३०।।

प्रत्यक्षाय प्रवेशस्तु विहितो यत्र वेश्मनि ।

तस्मिन् निवसतां पुंसां निश्चित: स्याद् धनक्षय: ।।३१।।

(समराङ्गण सूत्रधार, अध्याय ४८)

प्राङ्गण-प्रवेशद्वाराचे चार प्रकार आहेत.

(१) जिथे प्राङ्गण प्रवेश गृहसम्मुख असतो त्यास 'उत्संग' म्हणतात. कंपाऊंड वॉलमधील मेन-गेटला वास्तुशास्त्रीय भाषेत प्राङ्गण प्रवेश असे म्हणतात. 'उत्संग' प्रवेशामुळे कौटुंबिक हानी, पुत्रहानी, धनधान्यनाश किंवा मालकास मृत्यू संभवतो.

(२) प्राङ्गण प्रवेश केल्यावर गृह उजव्या बाजूस असल्यास गृहप्रवेश प्रदक्षिणा-मार्गाने आहे असे म्हणतात. यास 'पूर्ण बाहू' म्हणतात. अशा प्रवेशामुळे मालकास सुखसमृद्धी, विपुल धनधान्य आणि पुत्रपौत्रांचे सुख मिळते.

(३) प्रदक्षिणा मार्गाचे विपरीत गृहप्रवेशास 'हीन बाहू' प्रवेश म्हणतात. म्हणजेच थोडक्यात, प्राङ्गण प्रवेश केल्यावर गृह किंवा वास्तू डाव्या बाजूस असते. अशा प्रवेशामुळे घरमालकास अल्प मित्र, अत्यल्प बांधव, अनाचारी, रोगामुळे पीडित राहणारा संभवतो.

(४) गृहाचे मागील दाराने मुख्य प्रवेश ठेवलेला असतो तेव्हा त्यास 'प्रत्यक्षाय' नावाने संबोधतात. अशा प्रवेशामुळे गृहामध्ये राहणाऱ्या सर्वांना धननाशाचा निश्चित अनुभव येतो.

त्रिशाला - द्विशाला

प्राक्शालारहितं गृहत्रिकमथो सुक्षेत्रमृद्धिप्रदं
चुल्लीदक्षिणमन्दिरेण रहितं तद् वित्तहानिप्रदम् ।
ध्वंसः पश्चिमशालया विरहितं पुत्रक्षयारिप्रदं
सौम्योनं तु हिरण्यनाभमिति तद् वित्तप्रदं सर्वदा ।।

(मनुष्यालयचंद्रिका, सूत्र २८)

पूर्व मोकळी असणारी त्रिशाला धनधान्य समृद्धी देते व तिला 'सुखक्षेत्र'असे म्हणतात. दक्षिणेस मोकळी असणारी त्रिशाला धननाश करते व तिला 'दक्षिण-चुल्ली' म्हणतात. पश्चिमेस मोकळी असणारी त्रिशाला शत्रुत्व व सुतनाश देते, तिला 'ध्वंस' म्हणतात, उत्तरेस मोकळी असणारी त्रिशाला सर्व सुख देते व तिला 'हिरण्यनाभी' म्हणतात.

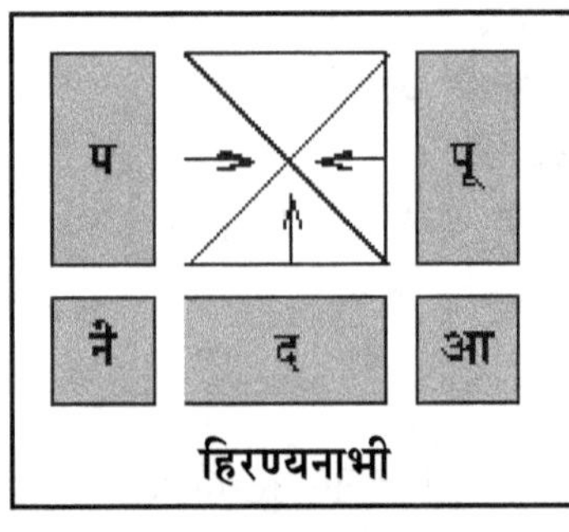

हिरण्यनाभी

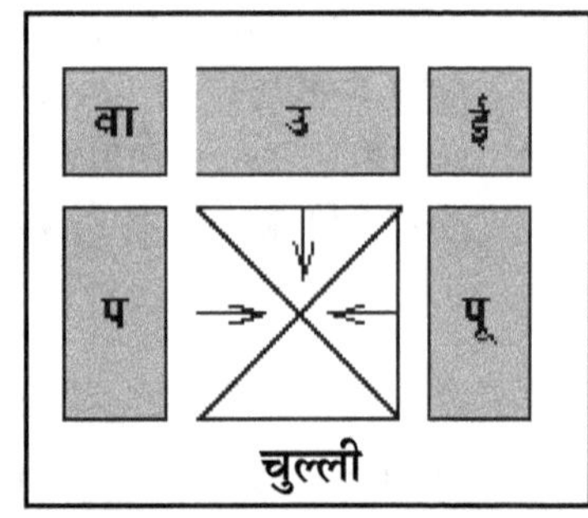

चुल्ली

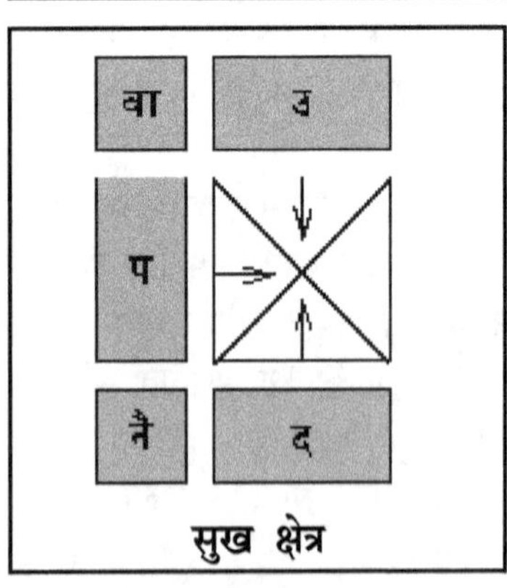

सुख क्षेत्र

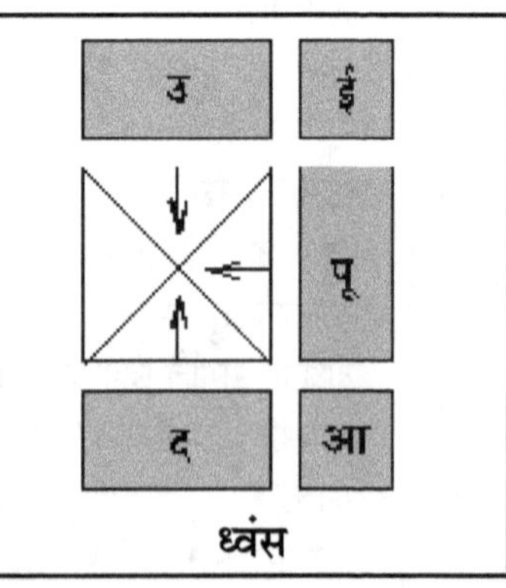

ध्वंस

।। त्रिशाला प्रकार ।।

त्रिशाला	नाव	परिणाम
पूर्व चुल्हा	सुख क्षेत्र	धनधान्य
दक्षिण चुल्हा	चुल्ली	धननाश
पश्चिम चुल्हा	ध्वंस	सुतक्षय वैरत्व
उत्तर चुल्हा	हिरण्यनाभी	सर्व सुखप्राप्ती

प्राक्पाश्चात्यविहीनके कलहमुद्वेगं च काचाभिधे
याम्योद्ग्रहितेऽर्थसिद्धि रुदिता सिद्धार्थकाख्ये द्विके ।
प्रागादिद्वितयोनिते क्रमवशान्मृत्युं भयं विक्रमं
चार्थापि प्रवद्त्यतः क्रमवशाद् याम्यादिकं कल्पयेत् ।।

(मनुष्यालयचंद्रिका, सूत्र २९)

पूर्व व पश्चिम सोडून फक्त उत्तर - दक्षिणेत दोन घरे बांधल्यास कलह व भय प्राप्त होते. त्यास 'काचा' घर म्हणतात. उत्तर आणि दक्षिण सोडून फक्त पूर्व व पश्चिमेत दोन घरे बांधल्यास धनधान्य संपत्ती प्राप्त होते. अशा घरास 'सिद्धार्थ' म्हणतात. दोन शेजारील दिशा धरून कोनात्मक बांधलेल्या घरास लांगल पद्धतीचे घर म्हणतात. पश्चिमोत्तर कोनात्मक घरास 'यमशूर्प' म्हणतात. पूर्वोत्तर कोनात्मक घरास 'दण्ड' म्हणतात. दक्षिण-पूर्व कोनात्मक घरास 'वात' म्हणतात व दक्षिण-पश्चिम कोनात्मक घरास 'सिद्धार्थ' म्हणतात.

।। द्विशाला प्रकार ।।

द्विशाला	नाव	परिणाम
उत्तर-दक्षिण	काचा	कलह, भय
पूर्व-पश्चिम	सिद्धार्थ	धनसंचय
पश्चिमोत्तर द्विकोन	यमशूर्प	मृत्यू
पूर्वोत्तर द्विकोन	दण्ड	भय, दैन्य
दक्षिण-पूर्व द्विकोन	वात	कलह
दक्षिण-पश्चिम द्विकोन	सिद्धार्थ	सर्व सुखे

पूर्वप्लवा वृद्धिकरी उत्तरा धनदा स्मृता ।
अर्थक्षयकरीं विद्यात् पश्चिमप्लवना ततः ॥
दक्षिणप्लवना पृथ्वी नराणां मृतिदा भवेत् ।
वारुणोच्चसमायुक्ता नीचमाहेन्द्रसंयुता ॥
सा गोवीथिरिति ज्ञेया ऐन्द्रोच्चा नीचवारुणा ।
जलवीथिरिति प्रोक्ता वास्तुज्ञानविशारदैः ॥

(बृहद्वास्तुमाला ४१,४२,४३)

पूर्वेस उतार असता धनधान्य वृद्धी, पश्चिमेस उतार असता अर्थहानी, उत्तरेस धनदायी तर दक्षिणेस उतार असता गृहस्वामीच्या मृत्यूस कारण होते.

पश्चिमेस उंच व पूर्वेस उतार असणाऱ्या जमिनीस गोविथी तर पूर्वेस उंच व पश्चिमेस उतार असणाऱ्या जमिनीस जलविथी म्हणतात.

सोमोच्चयमनीचा च यमवीथीति कथ्यते ।
यमोच्चसोमनीचाच गजवीथीति कथ्यते ॥

(बृहद्वास्तुमाला ४४)

उत्तरेस उंच व दक्षिणेस उतार असता अशा जमिनीस यमवीथी म्हणतात तर दक्षिणेस उंच व उत्तरेस उतार असता गजवीथी म्हणतात.

ईशोच्चं निर्ऋतौ नीचं भूतलं भूतवीथिकम् ।
आग्नेयोच्चं वायुनीचं नागवीथी प्रशस्यते ॥

(बृहद्वास्तुमाला ४५)

ईशान्येस उंच व नैर्ऋत्येस उतार असता भूतवीथी तर आग्नेय उंच व वायव्येस उतार असता अशा जमिनीस नागवीथी म्हणतात.

वायूच्चमग्निनीचं यद् वीथिं वैश्वानरीं विदुः ।
विनिर्ऋत्युच्चमीशनीचं धनवीथीत्युदाहृता ॥
इन्द्राग्न्यन्तरमुच्चं स्यान्नीचं वरुणवातयोः ।
वास्तु पैतामहं विद्यान्नराणां कुरुते शुभम् ॥

(बृहद्वास्तुमाला ४६, ४७)

वायव्येस उंच व आग्नेयेस उतार असता वैश्वानरी तर नैर्ऋत्येस उंच व ईशान्येस उतार असता अशा जमिनीस धनवीथी म्हणतात. मध्य आग्नेयेस उंच व मध्य पश्चिमेस उतार असता अशा वास्तूस पितामह म्हणतात. अशा वास्तूत सुख लाभते.

● ● ●

चलित ग्रह-वास्तुपद्धती

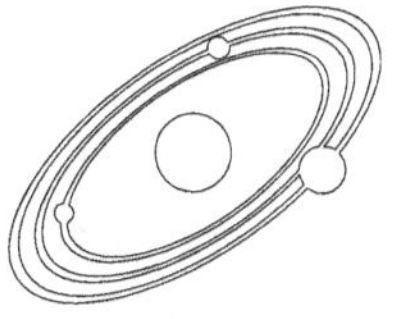

वास्तुशास्त्राचा दृष्टिकोन ग्रहगत व पंचमहाभूतात्मक आहे. घटनांचे पडसाद या दोन माध्यमांतूनच जाणवतात. दिशा व उपदिशांमधील त्यांच्या बलाबलाप्रमाणे घटनांची तीव्रता जाणवते. यादृष्टीने अगदी राशिगत पत्रिकेप्रमाणे पृथक्करण न करता दिशांप्रमाणे ग्रहांचे आकडे मांडून वास्तुकुंडली बनविण्याची नवीन पद्धती येथे देत आहे. ज्या दिवशी वास्तुशांत करतात त्या मुहूर्ताची कुंडली ही त्या वास्तूची कुंडली धरून, त्यावर दर वर्षाच्या दर महिन्याच्या ग्रहांचे आरेखन करून, त्यानुसार प्रत्येक दिशेत निर्माण होणाऱ्या गुणांचे व दोषांचे ज्ञान होईल! वास्तुकुंडलीशिवायही दिशांवरील ग्रहांच्या प्रभावानुसार व सिंहद्वार, खिडक्या, घराचा प्लॅन यांचा विचार करून त्या त्या वर्षाचे फलीत वर्तविणे शक्य आहे. उदाहरणार्थ, ज्या घरात वाढीव नैर्ऋत्य प्रभाग असेल अशा वेळी नैर्ऋत्य दिशेत गुरू, मंगळ, राहू, शनी यांचे विचित्र संदर्भ ग्रहगत होत असल्यास चलित वास्तू पद्धतीत नैर्ऋत्य दिशेस गुणोत्कर्ष करून या विचित्र ग्रहपद्धतीपासून रक्षण करणे शक्य आहे. नवीन प्रकारच्या बांधकामात जेव्हा शास्त्रानुसार घरे बांधणे होत नाही, अशा वेळी अशाप्रकारे वास्तुकुंडलीनुसार दरवर्षीचे फळ दिशांप्रमाणे वाचून त्यानुसार त्या दिशांना गुणोत्कर्ष करून, ऊर्जावलयातील मंडलाकार प्रवाहातून ग्रहयोगावर मात करणे शक्य आहे. कुठलीही घटना घडताना तिची बीजे दिशा व काळ या दोन माध्यमांतून वृद्धिगत होतात. म्हणून 'दिक्काळ' असा जोडशब्दच आपल्या परंपरेत वापरला जातो. वास्तुशास्त्राचा विकास दिशेच्या अंगाने झाला आहे. तर ज्योतिषशास्त्राचा विकास काळाच्या अंगाने झाला आहे. ऊर्जा एकच, प्रतिकेही एकच, फक्त एका शास्त्रात काळ तर एका शास्त्रात दिशा असे माध्यम आहे. प्रतिपदा, द्वितीया, तृतीया, चतुर्थी व पंचमी असा तिथींचा समूह नंदा, भद्रा, जया, रिक्ता व पूर्णा देवता नामाने ज्योतिषशास्त्रात सिद्ध होतो व काळाचे एक आवर्तन पूर्ण होते. प्रत्येक तिथीचे महत्त्व व काळसंदर्भ ज्योतिषशास्त्रात वर्णिला आहे. वास्तुशास्त्रात आग्नेय, नैर्ऋत्य, वायव्य, ईशान्य व वास्तुब्रह्म असा नंदा, भद्रा, जया, रिक्ता व पूर्णा याच देवतानामाने प्रदक्षिणाकार ऊर्जा-जडत्वाचा संदर्भ स्पष्ट होतो. काळाचे एक आवर्तन आणि दिशांचे एक स्पंदन अशाप्रकारे पूर्ण होत असल्याने माणसाच्या जीवनात घटनांचे पडसाद एकप्रकारे याच देवतांशी संबंधित आहेत.

चलित ग्रहांची स्थिती व त्यांचा आरूढ तिथीचा संबंध हा ज्योतिषातील भाग तर वास्तूतील ऊर्जाजडत्वाची स्थिती व त्यांचा आरूढ दैवतांचा संबंध या दुहेरी माध्यमातून 'चलित ग्रह वास्तुपद्धती'चा पाया रचला आहे. घराशी निगडित असणारे ऊर्जावलय हा दुहेरी परिणाम आहे. **जर घर शास्त्रानुसार बांधलेले असेल तर ग्रहांचा परिणाम व्यक्तीवर सौम्य प्रमाणात होईल - या सिद्धांतानुसार जर ग्रहांचा तीव्र परिणामाचा काळ चालू असेल अशावेळी काही विशेष उपायांचे योगे घराचे वास्तुतेज वाढवू शकल्यास ही तीव्रता सौम्य करणे शक्य आहे. हा चलित ग्रह वास्तुपद्धतीचा पाया आहे.**

फेंगशुई शास्त्रातील 'फ्लाईंगस्टार' पद्धतीत फक्त 'यीन' तत्त्वाचा ऱ्हास या एका तत्त्वानेच वास्तूतील विविध उपायांची योजना करतात. या चलित पद्धतीत मात्र पंचमहाभूतात्मक व ग्रहगत असा दुहेरी विचार केल्याने यानुसार केलेल्या उपायांचे अधिक चांगले व सूक्ष्म फळ मिळेल.

या नवीन पद्धतीत पुढील दृष्टिकोनांचे योगे विपरीत वास्तू व ग्रहयोगावर मात करणे शक्य आहे.

(१) नैसर्गिक कुंडली हाच पाया मानून दिशांनुसार ग्रहांची मांडणी करावी. ही ग्रहांची मांडणी राशिगत जेव्हा असते तेव्हा ती जन्मकुंडली होते तर दिशागत जेव्हा असते तेव्हा ती वास्तुकुंडली होते.

(२) विपरीत ग्रहांची जोडणी एखाद्या दिशेत होत असल्यास घरात त्या दिशेत काही विशेष सुधारणा त्या काळापुरती करून मूळ वास्तूंचा संदर्भ सुधारणे महत्त्वाचे आहे.

(३) विपरीत ग्रहधारणा ज्या दिशेत असेल त्याच दिशेत जर विपरीत वास्तुदोष असेल तर त्या घरात निश्चितच विपरीत घटनेचा अनुभव येईल.

(४) घटनेची तीव्रता ही वास्तू व ग्रह या दोन्हींतील दोषांच्या तीव्रतेवर अवलंबून आहे. अशा प्रसंगी जातकाच्या कुंडलीतही याचे प्रतिबिंब दिसून येईल; पण उपाय मात्र फक्त उपासना व वास्तुमाध्यमातूनच होत असल्याने वास्तुशास्त्रास अनन्यसाधारण महत्त्व आहे.

(५) उदाहरणार्थ, साडेसातीच्या काळात चंद्रावरून होणारे शनीचे भ्रमण दिशासंदर्भात उत्तर दिशेचा लोप दाखविते. अशावेळी उत्तर दिशेतील चंद्र व जलतत्त्वाचा संदर्भ जर अधिक संशुद्धक व तीव्र करता आल्यास शनीचे परिणामात घट होईल ! एकप्रकारे शनीचा वास्तूशी विपरीत होणारा संबंध पश्चिम दिशेत सुधारणा करूनही सुधारता येणे शक्य आहे.

(६) उदाहरणार्थ, आग्नेय प्रभागात वास्तुदोष असल्यास या दिशेतून होणारे राहू मंगळाचे भ्रमण विपरीत घटना दाखविते. अशावेळी आग्नेय प्रभागात

पिरॅमिड्सचा उपयोग करून हा दोष नियंत्रित करणे शक्य आहे.

(७) सर्व प्रकारच्या विपरीत ग्रहकिरणांचे विसर्जन अधिक पृथ्वितत्त्वात सहज होते. त्यामुळे आग्नेय, दक्षिण, नैर्ऋत्य व पश्चिम या अस्त दिशांमध्ये पृथ्वितत्त्वाची अधिक मात्रा वापरून वास्तुविकास करणे शक्य आहे.

(८) विपरीत ग्रहस्थितीमध्ये व्यक्तीचे तेजोवलयात दोष निर्माण होत असल्याने अशा काळात श्रेष्ठ दर्जाची वास्तू व श्रेष्ठ योगसाधनेचे द्वारे ऊर्जा-प्रकाश, ध्वनी माध्यमातून संरक्षण करणे हा शास्त्रांचा पाया आहे.

(९) आपल्याच घरातील दूषित भागातील वापर कमी करून विशेषत: कमी दूषित प्रभागात शयनकक्ष त्या काळात हलवून स्वत:चे रक्षण करण्याची पद्धती फेंगशुई शास्त्रात आहे.

(१०) उदकशांती, वास्तुशांती, ग्रहशुद्धी अशा विविध प्रकारे वास्तुतेजोवलय प्रकाशमान करणे हाही एक उपाय आहे.

(११) संख्या व ग्रह : वास्तुकुंडलीत संख्या ही ग्रहदर्शक असून, दिशा व ग्रह यांची जोडणी नैसर्गिक कुंडलीचे माध्यमातून केली आहे.

संख्या	१	२	३	४	५	६	७	८	९	१०	११
ग्रह	रवि	चंद्र	गुरू	हर्षल	बुध	शुक्र	नेपच्यून	शनि	मंगळ	केतू	राहू

उदा. मकरेस शनी असल्यास अशा वेळी हा शनी '८' या संख्येने दक्षिण दिशेत मांडावा. मिथुन राशीत गुरू असता ईशान्य दिशेत '३' संख्या मांडावी. वृश्चिक राशीत हर्षल असता नैर्ऋत्य दिशेत '४' संख्या मांडावी.

(१२) उदाहरणार्थ, आग्नेय दिशेत शनी-मंगळ युती होत असताना ज्या भवनात आग्नेय दिशेत विशेष दोष असतील अशाच वास्तूत विपरीत घटनांचे पडसाद जाणवतील. आग्नेय दिशेतील युती ही कुंभ व मीन राशीतील युती होय!

सोदाहरण स्पष्टीकरण

उदाहरण १

एका श्रीमंत मारवाडी कुटुंबातील गृहस्वामीस ५ डिसेंबर २००१ला एक्स्प्रेस हायवेवर अपघात होऊन प्रस्तुत व्यक्ती व त्यांची पत्नी दोघांनाही अनेक ठिकाणी फ्रॅक्चर व जखमा झाल्या. त्यांच्या घराचा प्लॅन व वास्तुकुंडली आकृती क्र. १५.१ मध्ये दिली आहे. प्रस्तुत परिवार मोठे एकत्र कुटुंब असून, यांच्या वाट्यास असणाऱ्या चार खोल्यांना आग्नेय प्रवेशद्वार आहे. दक्षिण, पश्चिम, उत्तर बंद असून फक्त ईशान्य दिशेस खिडकी व बाल्कनी आहे.

आकृती क्र. १५.१ मध्ये दाखविल्याप्रमाणे फ्लॅटवजा चार खोल्यांना ईशान्येची बाल्कनी व खिडकी हा एकमेव ऊर्जास्त्रोत असून, याच दिशाप्रभागात गुरू, शनी, राहू आल्यामुळे ही दिशा जडत्वाने भारली आहे. शनी, राहू या ग्रहांमुळे संकोच तर गुरू ग्रहामुळे जडत्व अशी दुहेरी हानी दिसून येते. आग्नेय प्रभागात कुंभेत आलेला मंगळ दाहदायक असून, याच घरात आग्नेयेस महादोष असल्याने दुर्घटनेचा तो प्रेरक ठरला. या घरात याआधीही चार अपघात झाले असून, सर्व अपघात डिसेंबर, जानेवारीत झाले आहेत. पश्चिम, नैर्ऋत्य खंडातील रवी जेव्हा अस्तदिशा प्रवाही करतो तेव्हा इतर विपरीत ग्रहस्थिती व वास्तुस्थितीनुरूप अपघातांची मालिका सिद्ध होते.

।। चलित-ग्रहस्थिती वास्तु-कुंडली ।।   **आकृती क्र. (१५.१)**
(५-१२-२००१)

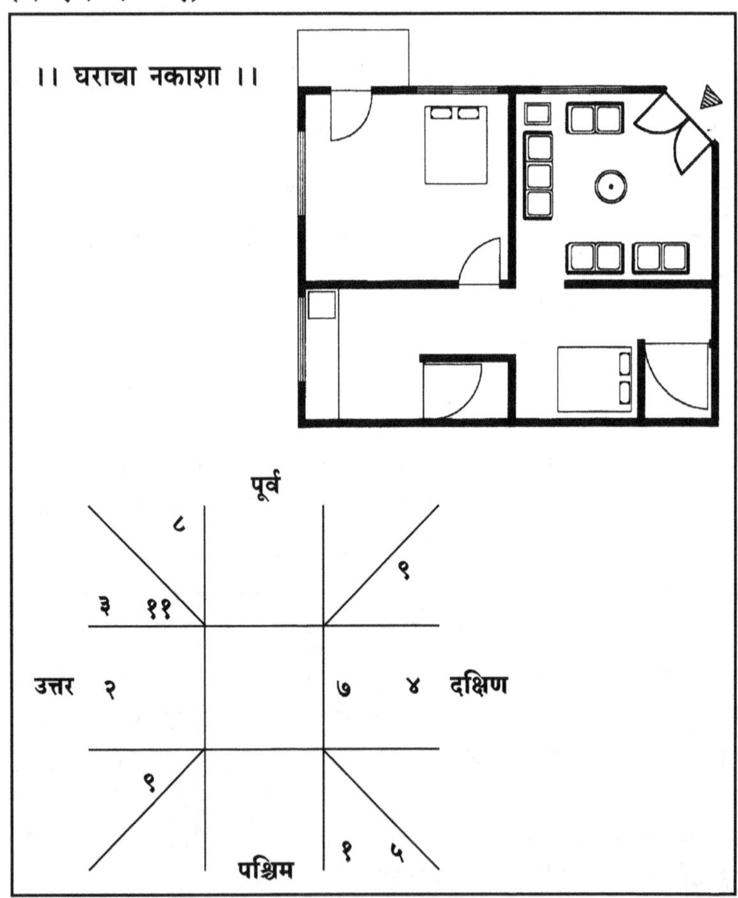

प्रस्तुत भवनाचे प्रांगणास आग्नेय प्रवेश असून, वरील चार अपघातांनंतर या प्रवेशद्वारावर पिरॅमिडचे कवच घातले असून, वाढीव नैर्ऋत्य प्रभागात प्रचंड उर्ध्वगुरुत्वाचे लँडस्केप केले आहे. एकप्रकारे या दोन उपायांनंतर झालेल्या या अपघातात मात्र 'सर सलामत तो पगडी पचास' असा आश्चर्यकारक 'प्राण वाचल्याचा' अनुभव जातकास आला. आधीच्या चारही अपघातांत प्राणहानीचा दारुण अनुभव आला आहे.

रत्नाध्याय, वृक्षाध्याय, वास्तुनाभी शंकू आणि धातुअध्याय अशा चारही प्रकारे जर उपाय केले असते तर जातकास निश्चितच याहूनही सौम्य परिणाम भोगावा लागला असता.

उदाहरण २

एका श्रीमंत पारशी व्यावसायिकाच्या मुलाचा १ जानेवारी १९८६ला मोटार अपघातात दारुण मृत्यू झाला. १ जानेवारी १९८६चे ग्रह व घराचा नकाशा यांचा एकत्रित विचार आकृती क्र. १५.२ मधील वास्तुकुंडलीत दिला आहे. या एकत्र कुटुंबातील या व्यक्तीचे तीन खोल्यांचा नकाशा आकृतीत दिला आहे. प्रस्तुत भवनात ईशान्येस मुख्य प्रवेश असून, ईशान्य कट अशी धारणा आहे. हे घर म्हणजे एकप्रकारे उत्तर - पश्चिम द्विशाला आहे ज्यात नंदा म्हणजे प्रथमेष्टिकाच अस्तित्वात नाही. त्यामुळे पूर्णेचे ब्रह्मचैतन्य घरात उदयास येऊ शकत नाही. संपूर्ण घरात दक्षिण व पश्चिमेच्या उजेडाचे राज्य आहे. तर उत्तर व पूर्व या ऊर्जेच्या उगम दिशा बंद आहेत.

पूर्व दिशेतील राहूमुळे या दिशेतील चैतन्याचा ऱ्हास झाला आहे. रत्नाध्यायानुसार वायव्येस राहूचे गोमेद किंवा शनीचे नीलम हे रत्न पुरून त्या दिशेची चंचलता कमी करतात; पण याच प्रभागातील दूषित चंद्रामुळे घटनेस वेग आला. पश्चिमेतील मंगळ केतूही विपरीतता दाखवितात. नैर्ऋत्य दिशेतील रवी, शुक्र व बुध आणि दक्षिण दिशेतील गुरू अस्तदिशांना प्रवाही करतात. त्यामुळे मुळात दक्षिण - पश्चिम प्रवाही घरात याचा परिणाम अधिक दिसून आला.

पूर्वेतील राहूबरोबरच रवी, चंद्र या उत्तर - पूर्वेचे कारक ग्रहात दोष आल्याने घटनेस विपरीत गती मिळाली. अस्तदिशांचे प्रवाही होणे व उगम दिशांचा संकोच हा विपरीत वास्तू व दुर्घटना यांचा पाया आहे.

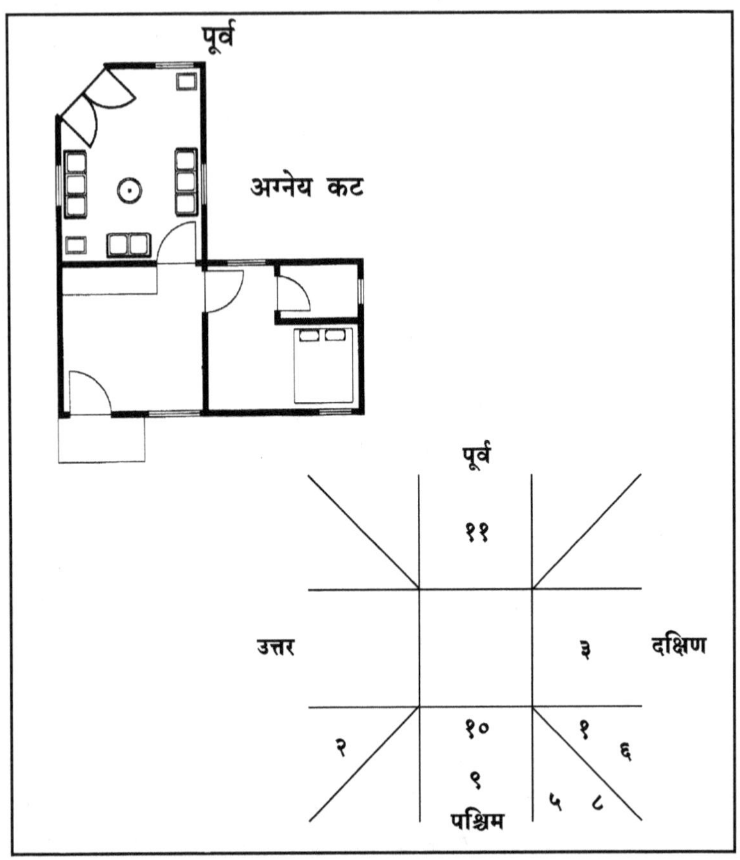

उदाहरण ३

३१ ऑक्टोबर १९८४ या दिवशीचे ग्रह जर इंदिराजींच्या'१ सफदरजंग' या वास्तूवर एकत्रित अभ्यासल्यास खालील निष्कर्ष दिसून येतात.

प्रस्तुत आकृती क्र. १५.३ मधील नकाशात ईशान्य व वायव्य याच दिशांमध्ये शुभ प्रभाव असून, एकप्रकारे संपूर्ण वास्तूचे श्वसन या दोन दिशांतील चूल्हा आकारामुळेच टिकून होते. चलित ग्रह पद्धतीप्रमाणे पाहता ईशान्येत राहू व वायव्येस अतिसंवेहन निर्माण करणारे शुक्र, चंद्र मंगळासह आहेत. वायव्येस रत्नाध्यायानुसार गोमेद किंवा नीलमचा उपयोग करतात. या पार्श्वभूमीवर शुक्र, चंद्र,

मंगळ ही एक विपरीतता आहे. रवीमुळे पश्चिम प्रवाही झाली असून, नैर्ऋत्य प्रभागातील गुरूसुद्धा नैर्ऋत्य प्रवाही करतो. शुभ दिशांचे स्पंदन बिघडले असून, अशुभ दूषित दिशाही प्रवाही झाल्याने वास्तूचे कवच दुभंगले असे म्हणता येईल. मूळ नैर्ऋत्य - आग्नेय चूल्हा प्रकाराने दूषित असता अशा ग्रहस्थितीत त्याचा विपर्यास होतो - असे म्हणता येईल!

।। चलित-ग्रहस्थिती वास्तू-कुंडली ।। आकृती क्र. (१५.३)
(३१ ऑक्टोबर १९८४)

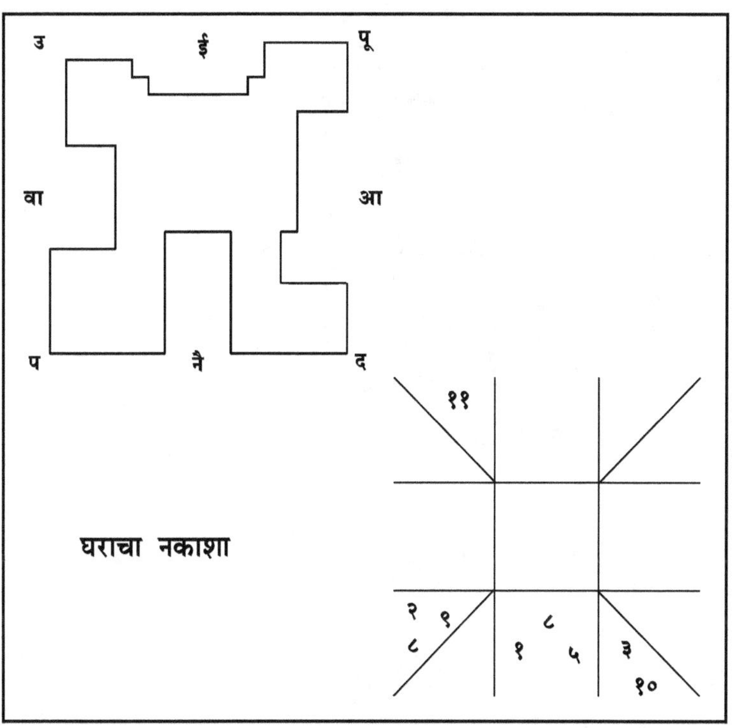

उदाहरण ४

एका गुजराथी व्यावसायिकाचे नवीन घरात राहायला गेल्यावर चार महिन्यांत अकाली वयाच्या ४५व्या वर्षी निधन झाले. या घराची व त्या दिवसाच्या ग्रहांची स्थिती आकृती क्र. १५.४ मध्ये दिली आहे.

मूळ घरातील दोष पाहता पूर्वेस असणाऱ्या शेजारील घरामुळे पूर्वेचा लोप

झाला आहे. उत्तरेस असणाऱ्या दुसऱ्या घरामुळे उत्तरही पूर्ण बंद आहे. ईशान्येस जिना असल्याने जडत्व आहे तर सर्वांत वर टेरेसवर निरीक्षण करता ईशान्य वर तर नैर्ऋत्य खाली अशी धारणा आहे.

|| चलित-ग्रहस्थिती वास्तू-कुंडली || आकृती क्र. (१५.४)
(३१ डिसेंबर २०००)

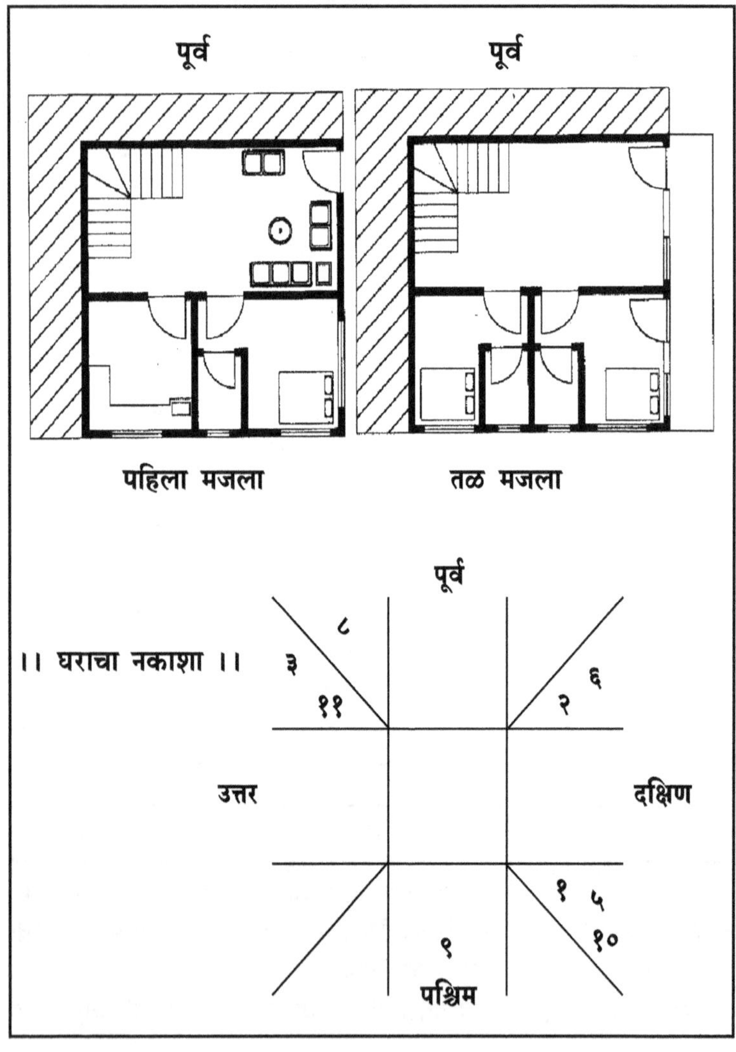

संपूर्ण घरावर दक्षिणेच्या अस्त दिशेचे राज्य असून, दक्षिणेस असणाऱ्या बाल्कनी, मोकळे अंगण व छपराचा उतार या तीनही गोष्टींनी दक्षिण दोष प्रभावी झाला आहे. घटनेच्या दिवशीच्या ग्रहांची स्थिती पाहता ईशान्येचा शनी राहूमुळे पूर्ण संकोच झाला असून, ईशान्येस गुरूमुळे जडत्व गुरुत्व आले आहे. गुरूचे पुष्कराज रत्न आग्नेय व नैर्ऋत्येस पुरतात, या दृष्टीने ही विपरीतता आहे. पश्चिमेतील मंगळ व नैर्ऋत्येतील रवी, बुध, केतू अस्त दिशांना प्रवाही करतात.

वास्तूतील विपरीतता ही वास्तुशास्त्रातून ध्वनित होते; पण घटनांचे पडसाद कधी जाणवतील यासाठी चलित ग्रहांचा विचार करण्याची ही पद्धती आहे.

उदाहरण ५

'पुण्यातील प्रख्यात बांधकामतज्ज्ञ' (संदर्भ - प्रकरण १३, उदाहरण ६) या

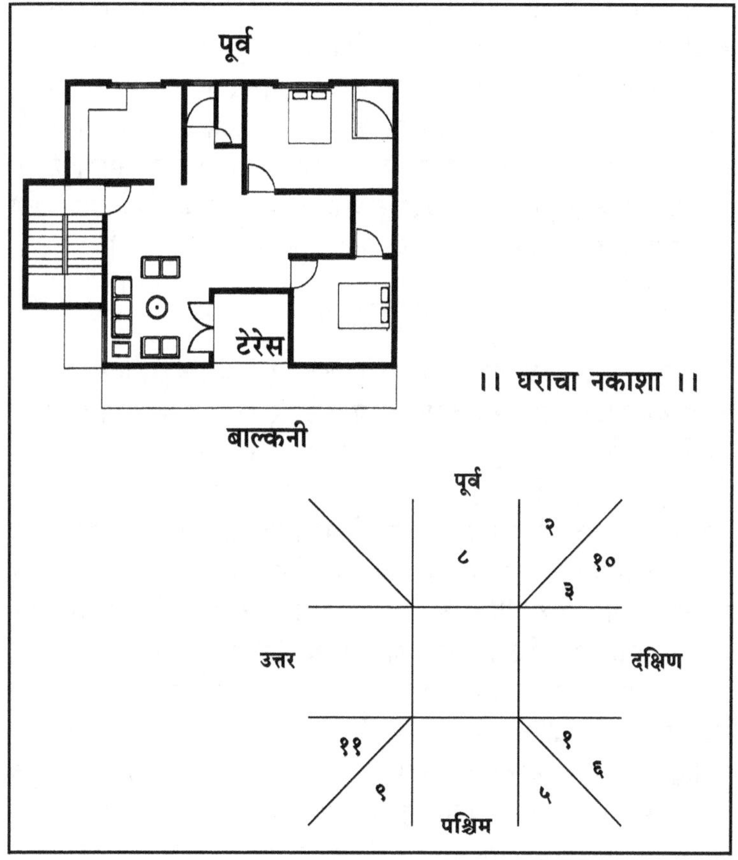

उदाहरणातील ग्रह व वास्तुदोषांचा पडताळा पाहण्यासारखा आहे.

।। चलित-ग्रहस्थिती वास्तू-कुंडली ।। आकृती क्र. (१५.५)

(२७-१२-९८)

सर्वसाधारणपणे ज्या घरात व फ्लॅटला नैर्ऋत्य दिशेत महादोष असतो अशा ठिकाणी धनु राशीतील रविकाळात विपरीत घटना घडताना दिसून येतात. वास्तुनियमानुसार नैर्ऋत्य महादोष रवी या प्रकाशमान प्रवाही ग्रहाने अधिक कार्यान्वित होऊन घटना घडताना दिसते. पूर्व दिशेतील शनीने आदित्य प्रवाहांचा लोप होऊन पूर्वेतील टॉयलेट या दोषास अधिक तीव्रता आणली आहे. आग्नेय दिशेतील चंद्राने मूळ बिघडलेल्या आग्नेयेचे संदर्भ अधिक बिघडवले आहेत. वायव्य दिशेतील मंगळ रत्नाध्यायानुसार विपरीत स्थिती दाखवितो.

एकाच प्रकारच्या ग्रहस्थितीत दिशांगत तयार होणारे ग्रहांचे संदर्भ सर्व घरांवर कार्यान्वित होत असतात; परंतु ज्या घरांचे त्या दिशांनुरूप दोष असतात त्या घरातच विपरीत घटना घडतात. जेवढ्या प्रमाणात दोषांमध्ये तीव्रता असते तेवढ्या प्रमाणात घटनाही विषमय विपरीत घडतात. नैसर्गिक कुंडलीनुसार एकूणच समष्टीत मेषेचा शनी राहू, वृश्चिकेचा रवी, मकरेचा मंगळ वातावरणाचा ऱ्हास करीत असतात आणि अशा ग्रहांचा एकत्रित परिणाम हा पण वातावरणात अधिक प्रदूषण निर्माण करतो. त्यामुळे नैसर्गिक कुंडलीनुसार ज्या दिशांत घरात व समष्टीत एकाचवेळी दोष निर्माण होतो तेव्हाच विपरीत घटना घडण्याची सर्वांत अधिक शक्यता असते.

उदाहरण ६

प्रकरण १३, उदाहरण ४ नुसार सिंधी व्यावसायिकाच्या घरावर घटनेच्या दिवशीच्या ग्रहांचा परिणाम पाहण्यासारखा आहे. २०-६-२००१ ला ही घटना घडली. प्रस्तुत घरात (आकृती क्र.१५.६) मुळात ईशान्य दिशा जिन्यामुळे दूषित असून, नैसर्गिक कुंडलीत जेव्हा ईशान्येत शनी राहूसारखे अस्त स्वभावाचे ग्रह आले व गुरुसमान जडत्व, गुरुत्वाचा ग्रह आला तेव्हा पूर्णपणे ईशान्य दूषित होऊन तिने विपरीत घटनेस हात लावला, असे म्हणता येईल. त्याच वेळी १८० डिग्रीवर नैर्ऋत्य दिशेत केतू व मंगळ प्लुटोसमान स्फोटक ग्रह आल्याने मूळच्या दूषित नैर्ऋत्यभावास उधाण येऊन, पूर्ण विनाशाची विपरीत घटना घडली.

पुन्हा एकदा याही उदाहरणात वास्तू आणि समष्टी या दोन्हींतील वातावरण जेव्हा एकाचवेळी प्रदूषित असते तेव्हा विपरीत घटनेचा झटका अनुभवायला लागतो- हे सिद्ध होते; परंतु मूळ वास्तूत नियमानुसार कवच धारण केलेले असल्यास मात्र विपरीत समष्टीपासून अशी वास्तू उत्तम संरक्षण करते, असे म्हणावे लागेल.

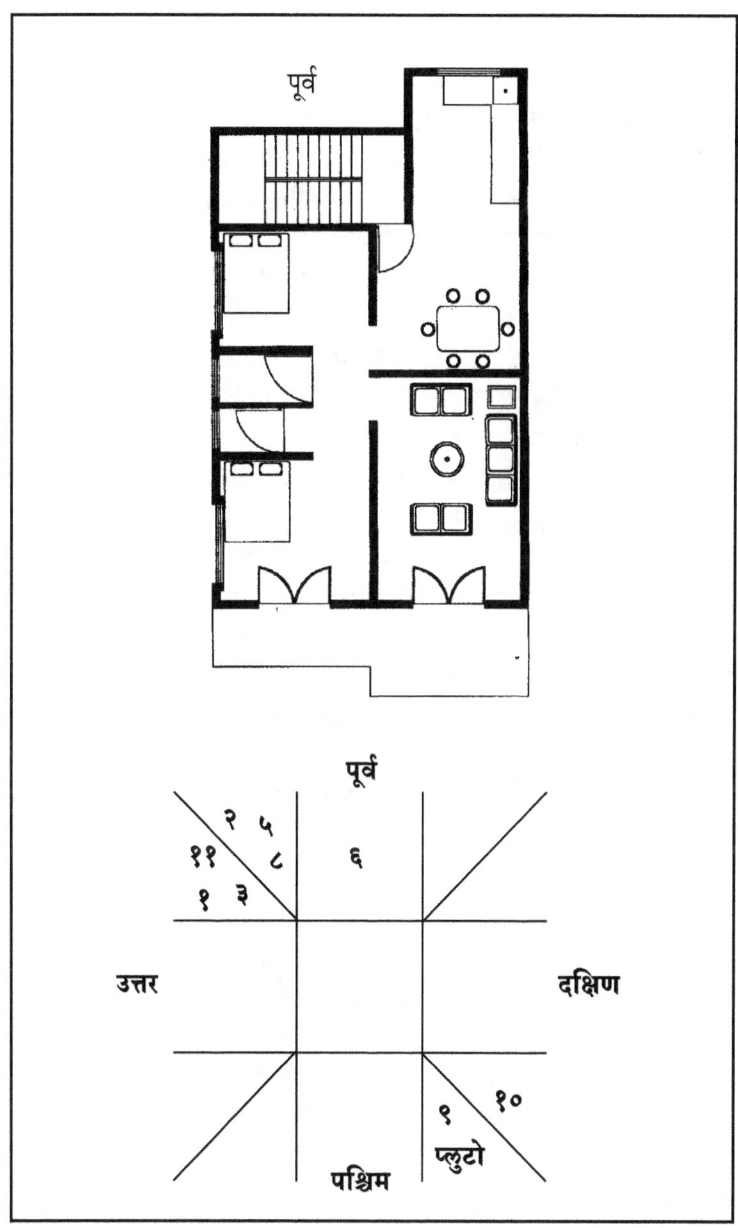
पूर्व
पूर्व
२ ५
११
८ ६
१ ३
उत्तर
दक्षिण
१० ९
प्लुटो
पश्चिम

गुजरातचा भूकंप - २६ जानेवारी २००१

हे उदाहरण समजावून घेण्यासाठी भारताच्या वास्तूवरील दोषांचे नीट आकलन होणे आवश्यक आहे. या घटनेचे पडसाद भारताच्या व गुजरातच्या अशा दोन्ही वास्तूंचा अभ्यास करून गुजरातेतच भूकंप का, याचे निदान ग्रहमाध्यमातून पाहण्यासारखे आहे. 'भारताची गत ५० वर्षे व आगामी ५० वर्षे' या लेखात पृष्ठ क्रमांक १४२वर सांगितल्याप्रमाणे सध्या भारताचा पश्चिम होरा चालू असून, त्यावर शनी या ग्रहाचा अंमल आहे. साधारणपणे २००० ते २०१४ हा पश्चिम काळ मानून, शनिसत्ता मानावी लागेल. गुजरात हा पश्चिम प्रभागाचेच नेतृत्व करतो. पाकिस्तानही पश्चिम प्रभागातच आहे. मुंबई आदी किनारपट्टी ही पश्चिम प्रभागातच येते. भारताची पश्चिम दूषित जलमय उतरती असून, हा काळ 'शनीचा समय' भारतास साडेसातीसमान आहे. पूर्वसद्परंपरांचा आशीर्वाद म्हणून ज्याच्या लग्नी तुळेचा उच्च शनी आहे, असा साक्षेपी पंतप्रधान या काळात भारतास लाभला आहे. २६ जानेवारी २००१ च्या ग्रहांची स्थिती पाहता पश्चिम दिशेत तुळेचा मंगळ व नैर्ऋत्येत स्फोटक प्लुटो आहेत. मंगळ भूमिपुत्र असून, तूळ राशी 'उदर' अवयव दाखविते. भूकंपच का ? याचे उत्तर या स्थितीत दिसून येते. वास्तु-निकषात पश्चिम उदरात शनीचे स्थान असून, याचा रत्नाध्यायात उलगडा केला आहे. भारताची ईशान्य वर चढलेली, नैर्ऋत्येस उतरत जाणारी दूषित आहे व या भागात गुरूसमान जडत्वाचा, शनिसमान अस्त गुणाचा व राहूसमान क्रूर ग्रह आल्याने मूळ ईशान्य दोषास यामुळे अधिक उधाण आल्याने, दक्षिण दिशेतील नैसर्गिक कुंडलीत मकरेच्या रवी, चंद्रामुळे दक्षिण ही अस्त दिशा अधिक प्रवाही होऊन त्यामुळे घटनेस विषमय विपरीतता आली. पश्चिम दिशेचा कारक ग्रह शनी हा मंगळाच्या आठव्या दृष्टीत असून, मंगळ, प्लुटोही पश्चिम - दक्षिणेतच असल्याने घटनेस तीव्रता आली व घटना पश्चिम प्रभागात घडली.

ग्रहांचे गुण, वास्तूतील दोष, समष्टीतील स्थिती यांचा एकत्रित विचार केल्यास या पद्धतीने भावी घटनांचा प्रदेश, विपरीतता, काळ व पंचमहाभूतात्मक कोप यांचा अदमास बांधता येणे शक्य आहे. शनीचे चक्र ३० वर्षांचे आहे. जेव्हा जेव्हा हा शनी ईशान्य प्रभागात म्हणजे वृषभ मिथुनेस येईल व त्याचवेळी गुरूचे गुरुत्वाने, जडत्वाने पूर्व वा उत्तर भारली जाईल व राहूच्या विषमय संचाराने उगम दिशांना बाधा होईल तेव्हा तेव्हा भारतावर संकट काळ येईल, असे म्हणता येईल. विशेषत: भारताची नैर्ऋत्य व आग्नेय महादोषाने प्रदूषित आहे व या प्रभागात जेव्हा मंगळ, रवी यांचे भ्रमण होईल तेव्हा त्या महिन्यात वरील विपरीत घटनेचा झटका

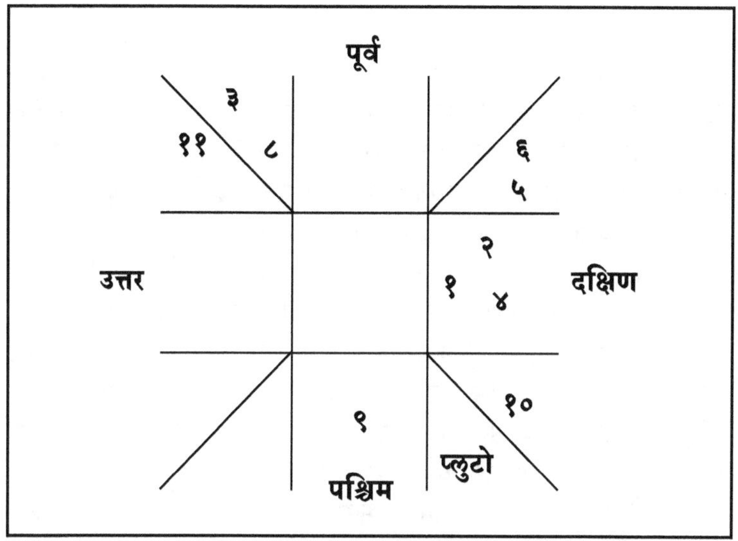

जाणवेल, असे अनुमान काढता येईल. या दृष्टीने वृश्चिक आणि धनु राशीतील नैर्ऋत्येतील प्लुटोचे भ्रमण भारतास क्रांतिकारक ठरणारे आहे.

● ● ●

वास्तुशास्त्र सर्वांसाठी

ऊ जेशी नवसंजीवक नाते जोडणे म्हणजे वास्तुशास्त्र ! दृश्य ऊर्जांच्या पलीकडील सूक्ष्मातिसूक्ष्म प्राणशक्तीचा वरदहस्त मिळविणे म्हणजे वास्तुशास्त्र! पंचमहाभूतांच्या सहाय्याने प्रारब्ध संचित क्रियमाणावर *'धियोऽयोनः प्रचोदयात्।'* या विजिगीषू वृत्तीने मात करणे म्हणजे वास्तुशास्त्र होय.

लहान, थोर, मध्यम, वयस्कर स्त्री-पुरुष अशा प्रत्येकाची ऊर्जेची गरज वेगवेगळी असते. या गरजा साध्य करण्यासाठी घरातील दिशांचा उपयोग करून घेऊन त्यानुसार पंचमहाभूतानुरूप घराची आखणी करणे म्हणजे वास्तुशास्त्र होय ! व्यक्ती आणि समष्टी यांना जोडणारा सेतू म्हणजे वास्तुशास्त्र होय ! निसर्गाच्या अपार ऊर्जेतून, प्रकृतीच्या दिव्य संकाशातून व्यक्तीच्या गरजा, महत्त्वाकांक्षा, आशा, स्वप्ने यांना पूर्तीचा किनारा या शास्त्राधारे प्राप्त होतो. म्हणूनच आयुर्वेदाने कायाकल्प, योगशास्त्राने मनकल्प तर वास्तुशास्त्राने भाग्यकल्प होतो, असा शास्त्राधार आहे.

वृक्षवल्ली, स्फटिक, पिरॅमिड्स, धातू, आरसे, यंत्रे, रत्न, रंग या सा‍च्या माध्यमांचा व्यक्तीच्या नक्षत्रानुरूप असणारा गूढ संकेत या शास्त्राचे आधारे योजला जातो व त्या व्यक्तीचे निसर्गाशी एक मैत्रीचे जीव-संजीवक सौहार्द निर्माण होते व येथेच भाग्यकल्पाची नांदी जन्म पावते.

व्यक्तीच्या शरीरांतर्गत, अंतःकरण चतष्ट्यांतील पोकळ्या योगशास्त्राने प्रवाही अशा प्राणशक्तीने भारल्या जातात. व्यक्तीचा समष्टीशी असणारा पूर्वसंस्कारमय संबंध ज्योतिषशास्त्राधारे स्पष्ट होतो, तर भाग्यकल्पाची सूत्रे वास्तुशास्त्रात सामावलेली आहेत. तेव्हा घरातील कोणतेही बदल करण्यापूर्वी काही ना काही ग्रहगत साधना केल्याशिवाय बदल केल्याने पूर्ण भाग्यकल्पाचे फळ पदरात पडणार नाही. अष्टदिशांचा संदर्भ नवग्रहांशी आहे. नवग्रहांचा संबंध व्यक्तीच्या सुख-दुःखाशी जोडलेला आहे. म्हणूनच असे म्हटले जाते की योग, वास्तू, ज्योतिष, संगीत व आयुर्वेद या पाचही दर्शनशास्त्रांच्या उपांगांचा हेतू *'सर्वेऽपि सुखिनः सन्तु।'* या एकमेव धारणेचा आहे.

ज्याप्रमाणे झाडास माती, पाणी, उजेड, वारा यथायोग्य मिळाल्यावर ते झाड उत्तम फळते, उत्तम फुलते, त्याचप्रमाणे ज्या व्यक्तीस पृथ्वी, आप, वायू, तेज व आकाश नैसर्गिक स्वभावानुसार मिळते त्याचे भाग्य उदयास येते. या पाचही उपांगांचे मर्म 'निसर्गोपचार'चं आहे असे म्हटले तरी चालेल !

(१) वास्तुशास्त्र - विद्यार्थ्यांसाठी (विशेषतः बारावीच्या)

रोज सकाळी पूर्वाभिमुख बसून तीन मिनिटे भस्त्रिका करावी. त्यानंतर अकरावेळा प्रणवाचा ओंकाराचा मोठ्या आवाजात स्वर लांबवून उच्चार करावा.

अभ्यासास उत्तराभिमुख वा पूर्वाभिमुख बसावे. विशेषकरून दिवसा पूर्वाभिमुख तर सूर्योदयापूर्वी व सूर्यास्तानंतर उत्तराभिमुख बसावे. डाव्या हातात स्फटिक ठेवावा. टेबल लाकडाचे विशेषतः देवदार लाकडाचे असावे किंवा संगमरवराचा टॉप असणारे टेबलसुद्धा चालेल. टेबलाचा आकार सुवर्णांक म्हणजे लांबी-रुंदीचे प्रमाण १:१.५ असावे. म्हणजे रुंदी २'-६'' असता लांबी ३'-९'' असावी. हातात रवीचे बोटात पंचमेशाचे रत्न वापरावे.

झोपताना डोके पूर्वेस तर पाय पश्चिमेस करावेत. पूर्वेच्या भिंतीवर एक क्रिस्टल टांगावा. पश्चिमेच्या भिंतीवर चांदीची छोटी डिश टांगावी. पूर्व भिंतीस देवदार लाकडाचे पॅनेलिंग करावे.

ईशान्य प्रभागात तांब्याच्या घंगाळ्यात पाणी, स्फटिक, चांदीची नाणी, श्वेत संगमरवराची गणेशमूर्ती ठेवावी.

वरील सर्व प्रकारचे उपचार जरी करता आले नाही तरी किमान त्यांपैकी दोन-चार उपायांची योजनाही निश्चितच उत्तम यश मिळवून देईल.

(२) वास्तुशास्त्र - उपवर मुलींसाठी

रोज सकाळी २१ उज्जायी श्वासांचा वा मुद्रा प्राणायामाचा सराव वायव्य भागात करावा. त्यामुळे ऋतुचक्र नियमित होऊन त्वचेस विशेष कांती प्राप्त

पृथ्वीते आप विरवी । आपाते तेजु जिरवी ।
तेजाते पवनु हरवी । हृदयामाजी

।। श्री ज्ञानदेव ।।

या ओवीत ज्ञानेश्वरांनी तत्त्वसंकोच, चक्रजागृती व कुंडलिनी ऊर्जाविकास असा आध्यात्मिक क्रम दिला आहे. याउलट वास्तुशास्त्रात मात्र सुखाचा सगुण प्रत्यय अपेक्षित असल्याने तत्त्वांचा उदय, ऊर्जेचा विलास आणि चक्राकार विकास असा क्रम आहे. म्हणूनच योगाची गती उलटी विपरीत मानली आहे. विपरीत करणी हा सर्वश्रेष्ठ योग मानला आहे. आध्यात्मिक निर्गुण निराकाराकडे प्रवास आहे तर सर्व शास्त्रांचे उद्दिष्ट मात्र सगुण साकाराकडे प्रवास आहे. मूलतत्त्वे तीच पण दिशा वेगळी असा खेळ आहे.

होते. वायव्य प्रभागात किचन असू नये. ते तत्काळ आग्नेय प्रभागात हलवावे. घराच्या वायव्य कोपऱ्यात एका सोमवारी सकाळी १० ग्रॅम चांदी पुरावी. चांदीचे स्वस्तिक पुरल्यास उत्तम ! वायव्य प्रभागात डोके पूर्वेस करून शयनव्यवस्था असावी. पश्चिमेच्या खिडकीत सहा नील स्फटिक व सहा धातूच्या नळ्यांची चाईम लावावी. विवाहासाठी गुरुबळ महत्त्वाचे असल्याने गुरुवारी सकाळी गाईला हरभरा डाळ भिजवून गुळात कालवून चारावी. 'लाल किताब' या गूढ ग्रंथात हा उपाय 'गुरुबळ' देण्यासाठी प्रभावी असल्याचे लिहिले आहे. सारस्वत संस्कृतीत शुक्राचे हिरा हे रत्न स्त्रियांसाठी प्रभावी मानले आहे. झोपताना पलंगावर अंथरूण- पांघरूण चंदेरी, श्वेत वा हलक्या निळ्या रंगाचे वापरावे. आराध्य वृक्षाच्या लाकडाच्या मण्यांची माळ गळ्यात घालावी. दक्षिण भिंतीवर भौम यंत्र व तांब्याच्या पट्ट्यांची योजना करावी.

वरील उपायांची बीजे ही वास्तू, योग व ज्योतिष शास्त्राच्या ज्ञानातून आलेली असल्याने त्यांचा एकत्रित उपयोग प्रभावशाली गुण देईल.

(३) वास्तुशास्त्र - महिलांसाठी

ज्योतिष शास्त्रात चतुर्थ स्थान हे कर्त्या स्त्रीचे, मातृत्वाचे आहे व ते उत्तर दिशा दाखविते. वास्तुशास्त्रात उत्तरेस असणारे जलतत्त्वही 'स्त्री'चे द्योतक आहे. योगशास्त्रात चंद्रनाडीचा उत्तरेशी असणारा संबंधही स्त्रीकारकत्व दाखवतो. त्यामुळे सरसकट महिलांनी विपश्यना वा सोहम् साधना शिकून सराव केल्यास त्यांचे निसर्गाच्या स्वाभाविक स्पंदनाशी मैत्र जडेल व ५० टक्के समस्या येथेच संपतील. स्वयंपाकघर आग्नेय प्रभागात असावे. किमान ओटा पूर्वाभिमुख असावा. पूर्वेस मोठी खिडकी असल्यास संपूर्ण स्वयंपाकघराची शुद्धी प्राणिक प्रवाहांनी होईल.

दक्षिण दिशेस खिडकी असल्यास तेथे तांब्याची थाळी ठेवावी. किचन ओटा वा स्वयंपाकघरात लाल रंगाचा वापर बिल्कुल करू नये. लाल रंगाची फरशी वा ग्रॅनाईट वापरू नये. स्वच्छ पाण्याची व्यवस्था ईशान्येस करावी. गॅस शेगडी मध्य पूर्व भागात असावी. जड कपाटे, फ्रिझ दक्षिण-पश्चिम भागात असावीत. ओव्हन, मायक्रोव्हेव आग्नेयेस असावीत. ईशान्य - पूर्वेस एखादी बाल्कनी असावी. मसाल्याचे पदार्थ, लोणची वगैरे आग्नेय प्रभागात ठेवावी. धान्य वायव्य प्रभागात ठेवावे. सॉस, जॅम, च्यवनप्राशादी औषधे, हॉर्लिक्स आदी टॉनिक, फळे उत्तर - ईशान्य पूर्व भागात ठेवावी. शयनकक्ष (बेडरूम) दक्षिण-नैर्ऋत्य प्रभागात असावे. दक्षिणेकडे डोके व उत्तरेस पाय अशी पलंगाची योजना करावी. पश्चिमेच्या खिडकीस निळी काच लावावी. त्या भागात चांदीचे आर्टिकल ठेवावे.

४) वास्तुशास्त्र - कर्त्या पुरुषासाठी

ज्योतिषशास्त्रात दशम स्थान हे कर्त्या पुरुषाचे, पितृत्वाचे आहे व ते दक्षिण दिशा दाखविते. योगशास्त्रात पराक्रमाचे द्योतक असणारी सूर्यनाडी दक्षिणेशी नाते सांगते तर वास्तुशास्त्रातही कर्त्या पुरुषाची बेडरूम दक्षिण व दक्षिण - पश्चिम प्रभागातच राखली आहे. दक्षिण - नैर्ऋत्य प्रभागात दोष असल्यास त्याचा विपरीत परिणाम कर्त्या पुरुषावर होत असल्याने काळजी घेणे आवश्यक आहे. त्यासाठी आठमुखी रुद्राक्ष महामृत्युंजयाचा जप व रुद्राभिषेकाने अभिमंत्रित करून चांदीमध्ये डाव्या दंडात धारण करावा व बारामुखी रुद्राक्ष सौरसूक्त व सूर्यबीज-मंत्राने सिद्ध करून उजव्या दंडात सुवर्णात धारण करावा.

दक्षिण - पश्चिम प्रभागात सर्व जड वस्तू ठेवाव्यात. दक्षिणेत दोष असल्यास पूर्व - पश्चिम झोपावे. दक्षिण प्रभागात केतूचे वैडुर्य रत्न स्वस्तिकासह पुरावे तर नैर्ऋत्य प्रभागात स्फटिक व स्वस्तिकाची धारणा करावी. कर्त्या पुरुषासाठी सूर्योपासना सर्वश्रेष्ठ असून, ऱ्हां ऱ्हीं ऱ्हौं असा स्वर लांबवून जप करावा. संथा घेऊन हा जप करणे चांगले. दक्षिण दूषित नैर्ऋत्य दूषित वास्तू असता सुवर्णभस्म अश्वगंधारिष्ट, च्यवनप्राश नियमित घ्यावा. तांब्याच्या लोटीतील पाणी अंशपोटी प्यावे. सुदर्शन क्रिया नामक भवतारिणी योगक्रिया शिकून नियमित करावी.

(५) वास्तुशास्त्र - वृद्धांसाठी

ईशान्य उत्तर - पूर्व प्रभाग हे ऊर्जेचे उगम आहेत. त्यामुळे या भागातच बेडरूम असावी. ज्याप्रमाणे उगमापाशी नदी हळूवार व ग्राह्य असते त्याचप्रमाणे ईशान्य उत्तर - पूर्व प्रभागात ऊर्जेचे संस्करण सहज व नियमित होते. म्हणून वृद्धांसाठी, त्यांच्या औषधांसाठी उत्तर ईशान्य पूर्व प्रभाग फलदायी ठरतात. सहज, हळूवार, विनासायास असे छोटे छोटे प्राणायाम करावेत. श्वास आत घेताना पोट बाहेर तर सोडताना पोट आत जाईल - असा अखंड अभ्यास करावा. तोंडाच्या पोकळीत चक्राकार जीभ हलवून अधिकाधिक पाचकरस गिळावा.

(६) वास्तुशास्त्र - अष्टदिग्बंधन

निसर्गाच्या अपार ऊर्जेला सीमित करून आत्मकल्याणासाठी उपयोगात आणायचे शास्त्र म्हणजे वास्तुशास्त्र होय. जेथे नैसर्गिक ऊर्जांचा समतोल नांदतो तेथे जीवन फळते व फुलते. या दृष्टीने उत्तर व पूर्व या नैसर्गिक ऊर्जा शक्तींच्या उगम दिशा आहेत, तर दक्षिण व पश्चिम या ऊर्जाशक्तींच्या अस्त दिशा आहेत. ज्याला जीवन उगमशील हवे त्याने उत्तर - पूर्वेशी नाते जोडावे. ज्याला जीवनात अस्ताचा स्पर्श नको त्याने दक्षिण-पश्चिमेच्या अस्तगुणाचा त्याग करावा - इतके वास्तुशास्त्र सोपे आहे.

अर्वाचीन काळात आपल्या सर्व शास्त्रांना नावे ठेवण्याची फॅशन झाली आहे; पण हेच शास्त्र जेव्हा पाश्चात्त्यांकडून वाखाणले जाते तेव्हा मात्र आपण जागे होतो - हा दैवदुर्विलास आहे. 'मयमतम्' सारख्या महान ग्रंथाचे पहिले भाषांतर फ्रेंच भाषेत झाले, त्यानंतर आपल्याला जाग आली.

व्यक्तिमत्त्वाच्या शरीर, मन व आत्मा या तिन्ही स्तरांचा सर्वसमावेशक विचार करून शास्त्रांची मांडणी झाली आहे. त्यामुळे शास्त्रांना वैज्ञानिक, आधिभौतिक परिमाण लावणे हा खुळेपणा आहे. शास्त्रांची वैधता आधिभौतिक पद्धतीनेच मापण्याचा प्रयत्न करून स्वत:बरोबर समाजाचीही फसवणूक करून घेणाऱ्यांत **जयंत नारळीकरांसारखे** वैज्ञानिकही सामील आहेत हे पाहून, भागवत पुराणाच्या सत्यतेची ग्वाही मिळते व कलियुगाचा प्रभाव माणसाची बुद्धी भ्रष्ट करतो हे पटते. आपल्या प्राचीन शास्त्रांमध्ये दिशा व काल यांचा 'द्विक्काळ' असा जोडशब्दच प्रचारात होता. ज्याला काळावर मात करायची आहे त्याने दिशा बदलणे आवश्यक आहे व दिशांचा सखोल विचार करणारे, त्यांचा व्यक्तीशी असणारा संबंध स्पष्ट करणारे शास्त्र म्हणजेच वास्तुशास्त्र आहे.

कंपन, लहरी, ध्वनी व प्रकाश या चार माध्यमांचा उपयोग करून योग, वास्तू, ज्योतिष, संगीत व आयुर्वेद या पाचही उपांगांत जीवनात सुख व शांतीचा प्रसाद मिळविला जातो. या प्रसादाचे पहिले प्रतिबिंब त्या व्यक्तीच्या

अपवाद : चंदन लाकूड असून शीतलत्वाची साक्ष देते. कापूर श्वेत असूनही अग्निसमान आहे. चांदी धातू असूनही चंद्रगुणाची आहे. रत्ने पृथ्वितत्त्वाची असूनही प्रकाशाचे नाते सांगतात. ताम्र धातू असूनही मंगळमय म्हणजे अग्नितत्त्वाचे आहे. सुपारी फळ असूनही कठीणतेमुळे पृथ्वितत्त्वाची तर आकारामुळे वायुतत्त्वाची आहे. नारळात तर पाचही तत्त्वांचा श्रेष्ठ आविष्कार आहे. कोहळा रसमय असूनही प्राणतत्त्वाचा आहे. रुद्राक्ष शिवबीज असून अग्नितत्त्वाचा आहे; तर स्फटिक शुक्रबीज असूनही शीत-तत्त्वाचा आहे. कर्मकांडात व ब्रह्मकर्मांत पवित्र मानलेल्या सर्वच वस्तू या अपवाद धारणेमुळे चिद्वस्तू झाल्या आहेत. शंख, शाळीग्राम, पंचधातूची घंटा, कापूर, चंदन, स्फटिक, रुद्राक्ष, रत्ने, धातू यांचा हा दैवीगुण योग्य प्रकारे वास्तुभवनात जपल्यास कुठल्याही पाडापाडीशिवाय कंपने, लहरी, ध्वनी व प्रकाशाचे माध्यमांतून वास्तुभवनास चित्शक्तीचा स्पर्श होऊन अक्षयत्व प्राप्त होऊ शकते. परंतु योजकः तत्र दुर्लभः ।।

मन, चित्त व बुद्धीत पडते व त्याचाच विकास होऊन सुख, शांती व समृद्धी प्राप्त होते.

आपल्या ज्योतिषशास्त्रात 'अवकहडाचक्र' नावाचे एक दिव्य कोष्टक आहे. त्यात प्रत्येक व्यक्तीच्या जन्म-नक्षत्रानुसार कारक-धातू, कारक-रंग, कारक-वृक्ष, कारक-पंचमहाभूत, कारक-दिशा अशी विशेष माहिती दिलेली आहे. याचाही फार सुंदर उपयोग वास्तुशास्त्रात करून त्या व्यक्तीच्या अंतरंगात प्राणशक्तीचे संस्फुरण करता येते. आपल्या योगशास्त्रानुसार उत्तर व पूर्व दिशेवर चंद्र-ईडा नाडीचा अंमल असून ईडा-प्रवाहांपासून व्यक्तीस स्थैर्य, क्षेम, आयु, मांगल्य व कल्याण अशा पंचपरमेष्टीची प्राप्ती होते, तर दक्षिण व पश्चिम दिशेवर पिंगळा-सूर्य नाडीची सत्ता असून तिला क्रूर व कठीणकर्मा म्हटले जाते. दक्षिण - पश्चिम प्रवाहांमुळे विकार, विनाश, विलाप आणि विरोधाचा जन्म होतो. वास्तुशास्त्रामध्येही उत्तर, पूर्व, दक्षिण, पश्चिम या दिशांचे हेच संदर्भ आहेत.

उत्तर व पूर्व प्रवाही करण्यासाठी स्फटिक जलतत्त्व, शुभ्र रंग, मार्बल, मोती, पुष्कराज, आरसे, घंटा, चाईम्स, लाकूड, धातू यांचा उपयोग करता येतो. या योगे उत्तर व पूर्वेच्या चंद्रप्रवाहात वृद्धी होऊन त्या योगे शांती व सुख प्राप्त होते. हातातून निसटणाऱ्या संधी चालत येतात. निसर्गाची साथ व दैवाची कृपा यांचा अनुभव येतो. *'ज्ञानविज्ञान सहित'* असल्यास प्रयत्नांना परिसस्पर्श प्राप्त होतो. जीवनात साफल्याचा जन्म होतो. मनास परिपक्वता येऊन बुद्धीचे निर्णय संतुलित व प्रागतिक होतात.

दक्षिण व पश्चिम प्रवाहांना बंधन घालण्यासाठी, सीमित करण्यासाठी धातू, पिरॅमिड्स, रत्ने, यंत्रे, दगड, वृक्ष यांचा उपयोग करता येतो. या योगे पिंगला सूर्यप्रवाहात खंड पडून जीवनास सुख, भद्र, निरामयतेचा स्पर्श होतो. विकार, विनाश, विलाप व विरोध मावळतो. एका पिढीकडून अत्यंत सबळपणे पुढील पिढीत सद्गुणाचा वारसा प्रवाही होतो. एकप्रकारे मृत्युंजय शक्तीचे शांकरी वरदानच त्या वास्तूस प्राप्त होते. स्थैर्य व क्षेम या पृथ्वितत्त्वाचा परिसस्पर्श जीवनाचे सोने करतो.

आपल्या प्राचीन पुराणात तीन दुःखे महादुःखे मानली आहेत. ती म्हणजे लहानपणी आई-वडिलांचा मृत्यू, तरुणपणी पती किंवा पत्नीचा मृत्यू व वृद्धकाळी तरुण पुत्राचा मृत्यू ही होत.

'अकाल मृत्यूहरणम् । सर्व व्याधिविनाशनम् ।।' असे आपल्या शास्त्रांनी मानवास अभय बरदले आहे. *'विष्णुपादोदकं तीर्थम्'* म्हणजे प्राणशक्तीच्या मंडलाकार सुप्रवाहांचे योगे ही सिद्धी प्राप्त केली जाते. एकप्रकारे ऊर्जेच्या मंडलाकार प्रवाही करण्याच्या नियमांचे शास्त्र म्हणजेच वास्तुशास्त्र!

ज्योतिषशास्त्रात चतुर्थस्थान हे चंद्राचे स्वगृह आहे ते उत्तर दिशा दाखवते तर योगशास्त्रात उत्तरेकडून चंद्रप्रवाहाची प्राप्ती होते, असा संदर्भ आहे. वास्तुशास्त्रातही उत्तरेस जलतत्त्व व सोमदेवतेचे अधिष्ठान आहे. ज्योतिष, वास्तू व योगशास्त्रातून वाहणारा समान धागा पाहून आश्चर्य वाटते व या शास्त्रांची दिव्यता पटते.

● ● ●

घंटा : उपनिषदात प्रणवास चतुष्पाद म्हटले आहे. 'अ' हा ब्रह्मपाद, 'ऊ' हा विष्णुपाद, 'म' हा शिवपाद तर 'ईऽऽम्' ही सच्चित् स्थिती!

किंवा

'अ' म्हणजे जागृती, 'ऊ' म्हणजे स्वप्न, 'म' म्हणजे सुषुप्ती तर 'ईऽऽम्' म्हणजे तुरीया अवस्था ! घंटानादातून तुरीयेचे स्पंदन प्रसवते. म्हणून घंटेस मंदिरशास्त्रात अनन्यसाधारण महत्त्व आहे. कुठल्याही माध्यमाशिवाय जीवाशिवाचे सख्य घडविणारी तुरीया अवस्था लय- योग घंटानादातून प्राप्त होतो. घंटेतील पंचधातू पंचमहाभूतांचे दूत असून, नाद व लय अवकाशात स्वयंभू प्रणवाचे आवर्तनातून दिव्य स्पंदनाचा साक्षात्कारी आविष्कार घडवतात. घंटेचा आकार हा वायुतत्त्वाचा श्रेष्ठ पिरॅमिड असल्याने शांत डोळे मिटून घंटानाद ऐकल्यास डोळ्यांसमोर प्रकाशाचे ज्योतिस्वरूप तर कधी कधी इंद्रधनुष्य विलसते. कंपने, लहरी, ध्वनी व प्रकाशाच्या आवर्तनातून बाह्यसंकाश व अंतरावकाशाची संशुद्धी करणारे घंटा हे दिव्य माध्यम आहे. शांतपणे डोळे मिटून भ्रूमध्यात ध्यान लावून एकलय असा घंटानाद ऐकल्यास सहजसाधना होऊन जाते.

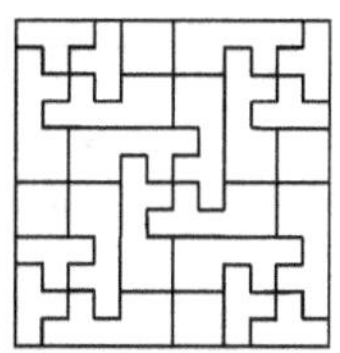

सारांश

(१) ज्या घरांना फक्त दक्षिण - पश्चिमेस आंगण असेल अशा घरात अत्यंत तीव्र विपरीत घटना घडू शकतात.

(२) ज्या घरांना दक्षिण - पश्चिमेस उतार असणारी छपरे असतात अशाही घरात तीव्र विपरीत घटना घडू शकतात.

(३) शेवटच्या मजल्यावरील फ्लॅटचे छप्पर मुळातच अधिक तापत असल्याने उत्तर - पूर्व बंद असता विपरीत अनुभव अशा वास्तूत हमखास येतो.

(४) आग्नेय, दक्षिण, नैर्ऋत्य व पश्चिम प्रभागात जर जमीन पातळीखाली पाण्याची टाकी असेल वा बोअरिंग, विहीर असेल तर अशा वास्तूत तीव्र दु:खद घटना घडू शकतात.

(५) दक्षिण - पश्चिम खाली व उत्तर - पूर्व वर अशी बांधकामाची धाटणी असता ऊर्जेची समीकरणे बिघडून दु:ख, दैन्याचे योग येतात.

(६) उत्तर पूर्वेस टेकडी, डोंगर, फ्लायओव्हर पूल, उंच बहुमजली इमारत असता चंद्रप्रवाहांना बंधन येऊन स्थैर्य, क्षेम, आयु, मांगल्य व कल्याण या पंचपरमेष्टीस वंचित व्हावे लागते.

(७) जे घर, जो प्लॉट चौकोनी वा आयताकृती नसतो अशा ठिकाणी विषमत्वाने पंचमहाभूतांचे गणित बिघडून दिशांनुरूप नैसर्गिक कुंडलीनुसार स्थानगत हानी होऊ शकते. बहुधा अशा जातकाच्या पत्रिकेतही तीच स्थाने व त्यांचे अधिपती बिघडलेले दिसून येतात.

(८) दिशांच्या उगम व अस्त गुणानुसार त्यांचे शुभाशुभत्व ठरते. त्यामुळे उत्तर, पूर्व ह्या उगम दिशा तर दक्षिण, पश्चिम ह्या अस्त दिशा अशा समीकरणांवर सर्व शास्त्र आधारलेले आहे.

(९) कंपने, लहरी, ध्वनी व प्रकाश या चार आयामांचा सुपरिणाम हा वास्तुगुणोत्कर्षाचा पाया आहे. त्यामुळे दिशांगत, ग्रहगत, प्रवाहगत असा तिहेरी विचार करून उपायांची मांडणी केल्यास निश्चित ईप्सित दान पाडणारे वास्तुशास्त्र हे दिव्य रसायन आहे.

(१०) व्यक्ती व समष्टी यांना जोडणारा सेतू म्हणजे भवन असल्याने व्यक्तीची गरज, आशा, आकांक्षा, सुख, उद्देश, ध्येय यांची समष्टीच्या अपार

ऊर्जेतून प्राप्ती व पूर्ती करणारे असे हे वास्तुशास्त्र विज्ञानाच्या आधिभौतिक पद्धतीत न मावणारे दिव्य व महान शास्त्र आहे.

(११) पंचमहाभूतात्मक विश्लेषण, द्विऊर्जापद्धती, ऊर्जाजडत्व समीकरण, दिशा उगम-अस्त विचार अशा विविध अंगांनी शास्त्राचा विचार करून निदान केल्यास ते सहसा चुकणार नाही.

(१२) वृक्ष, जल, प्रकाश, ध्वनी, स्फटिक, विशिष्ट फरशी, रंग, धातू, रत्ने, पिर्रमिड्स यंत्रे, मंत्रविधी, आकार-प्रकार, आरसे अशा विविध उपायांच्या माध्यमातून ऊर्जेचे मंडलाकार प्रणवाकार संवहन घडविणे हा शास्त्राचा प्रमुख उद्देश आहे. यासाठी ज्योतिष, योग व वास्तू या तीनही शास्त्रांचा एकत्रित विचार करणे आवश्यक आहे.

(१३) ढोबळमानाने उत्तर-ईशान्य-पूर्व प्रभागात श्वेत संगमरवर तर दक्षिण-नैर्ऋत्य-पश्चिम प्रभागात पृथ्वितत्त्वाच्या पिवळ्या जैसलमेर दगडाची फरशी लावली तरी शुभ गुण दिसायला लागतात.

(१४) ऑफिसमध्ये, केबिनमध्ये उत्तरेस चांदीची थाळी व दक्षिणेस तांब्याची थाळी वा मूर्ती लावल्यास शुभ घटनांचा अनुभव यायला लागतो.

(१५) वास्तुशास्त्र म्हणजे प्रवाहपद्धती असल्याने बऱ्याच वेळा वायव्येतील दोषांचे परिणाम आग्नेय प्रभागातून १८० अंशावर मिळू शकतात. तर पूर्वेचे दोष पश्चिम प्रभागातील फळ निर्देशासमान परिणाम घडवितात. त्यामुळे पश्चिमेतील दोष काढताना पूर्व प्रभागात काही विशेषत्व किंवा गुणात्मक प्रस्फुरण केल्यास एकूणच प्रवाह पद्धतीत गुणोत्कर्ष होतो. राहत्या घरात बऱ्याच वेळा एका दिशेतील दोष काढणे अशक्य असते. अशा वेळी १८० अंशावर दुसऱ्या दिशेत गुणोत्कर्ष केल्यास या दोषाचा परिणाम कमी होऊ शकतो.

(१६) उत्तरेकडील दोष हे चंद्रनाडीशी जोडलेले असून, दक्षिणेकडील दोष हे सूर्यनाडीशी जोडलेले आहेत. त्यामुळे उत्तरेकडील दोषांचा परिणाम प्रामुख्याने घरात राहणाऱ्या स्त्रियांवर प्रथम होतो तर दक्षिण दोषांचे परिणाम घरात राहणाऱ्या पुरुषांवर प्रथम होतो.

(१७) उत्तरेकडील व पूर्वेतील दोष उगम दिशेतील दोष असल्याने त्यांचा परिणाम हळूहळू होतो, तर दक्षिण, पश्चिमेतील दोष अस्त दिशेतील असल्याने त्यांचा परिणाम तत्काळ आणि झटका पद्धतीने तीव्र होतो. त्यामुळे दक्षिण, पश्चिमेतील दोष ताबडतोब काढणे आवश्यक आहे.

(१८) उपदिशांमध्ये जैविक व प्राणिक अशा दोन्ही ऊर्जा प्रवाहांची सत्ता असते.

त्याचबरोबर चंद्रनाडी व सूर्यनाडी अशा दोन्ही प्रवाहांचा अंमल असतो. त्यामुळे उपदिशांमधील दोषांचा परिणाम तीव्र विपरीत होतो. या उप-दिशांमधील दोषामुळे संपूर्ण ऊर्जेचे समीकरण बिघडू शकते. त्यामुळे विशेषत: आग्नेय व नैर्ऋत्य या दिशांमधील दोषांचे तत्काळ परिमार्जन करावे, विषाची परीक्षा घेऊ नये.

(१९) वास्तू म्हणजे प्लॉट तर भवन म्हणजे घर होय. प्लॉटवरील दोषाचा परिणाम ६० टक्के तर भवनातील दोषांचा परिणाम ४० टक्के सर्वसाधारणपणे होतो. ओनरशिप इमारतीत हाच परिणाम राहणाच्या सर्वांवर विभागला जातो. विशेषत: दक्षिण दोषांचा परिणाम त्या भागातील फ्लॅटवर अधिक होतो, त्यामानाने उत्तर भागात या दोषांचा परिणाम कमी तीव्रतेने होतो.

(२०) जेव्हा उत्तर दिशेत दोष असतो तेव्हा पत्रिकेत चतुर्थेश किंवा चंद्र बिघडलेला असतो.

(२१) रवी व चंद्र ज्या दिशाप्रभागात कुंडलीत असतात त्या दिशा वास्तू व भवनात अधिक प्रवाही असतात;

(२२) काळसर्पयोग विदिशा भवन व वास्तूचा निदर्शक आहे.

(२३) राहूच्या स्थानावरून टॉयलेटचा विचार करावा.

(२४) जलराशीतील ग्रह त्या दिशांचे प्रसरण म्हणजे वाढ दाखवितात.

(२५) केतू ज्या दिशाप्रभागात असतो त्याच दिशेत वास्तू वा भवना कटसदृश परिस्थिती असते.

(२६) विपरीत परिवर्तन योगात वास्तूतील महादोषांचे निदान करता येईल.

(२७) दिशांचा तत्त्वांशी असणारा संबंध व राशींचा तत्त्वांशी असणारा संबंध याचे समीकरण वास्तूतील वाढीव प्रभागांशी जोडल्यास वास्तूतील विपरीतता,

'अणोऽरणीयान् महतोऽमहीयान् ।' या सूत्रात प्रकृतीच्या अगम्य, अपार व अमोघ शक्तीचे वर्णन केले आहे. निसर्गाच्या स्वभावानुसार जर नियमांची बांधणी जीवनात केली तर प्रकृतीचा वरदहस्त लाभून सृष्टीत ईश्वरीय ऐश्वर्य प्रकटते. एकप्रकारे द्विऊर्जापद्धती, पंचमहाभूते, वातावरणशास्त्र यांचा सूक्ष्म विचार करून वास्तुशास्त्रात नियमांची उजळणी केल्याने वास्तुशास्त्र हा निसर्गोपचार आहे आणि वरील सूत्रानुसार सूक्ष्माहून सूक्ष्म, स्थूलाहून स्थूल अशा सर्व अवस्थांनी जोडून ऊर्जाजडतत्वाचे चैतन्यमयी आवरण व्यक्ती-भोवती करणारे ते एक निसर्गशास्त्र आहे - असे म्हणावेसे वाटते !

कट्स, वाढीव प्रभाग, विपरीत प्रवेश, टॉयलेट्सची जागा याचा अंदाज बांधता येतो.

(२८) शनी, राहू व केतू हे ग्रह दिशांवरील बंधनाचे निदर्शक असून, गुरू, चंद्र, रवी ग्रह त्या दिशांना प्रवाही करतात.

(२९) वास्तूतील विपरीतता व पत्रिकेतील ग्रहयोग यांचा साकल्याने विचार करून वास्तूत सुधारणा केल्यास श्रेष्ठ प्रकारचे भविष्य घडविणे शक्य आहे. यासाठी रंग, धातू, रत्ने, पिरॅमिड्स, वृक्ष, वनस्पती यांचा उपयोग करून वास्तुगुणोत्कर्ष करण्यासाठी वास्तुशास्त्रज्ञास ज्योतिषशास्त्राचे ज्ञान असणे आवश्यक आहे.

● ● ●

प्रवेश प्रभाग

(१) पूर्वेकडून प्रवेश असता प्रवेशाचे आजूबाजूस पांढरा संगमरवर व तांब्याची पट्टी वापरून शुभरचना करावी. एक छोटासा लाल रंगाचा पत्थर मध्यभागी ठेवून भोवताली मार्बल लावावा. चांदीचे स्वस्तिक स्फटिक वा हिरा त्याखाली शुक्राचे मंत्रार्चन करून पुरावे.

(२) पश्चिमेकडून प्रवेश असता प्रवेशाचे आजूबाजूस निळ्या रंगाची फरशी व चांदीची पट्टी वापरून शुभरचना करावी. मध्यभागी हिरव्या रंगाची टाईल लावून त्याखाली चांदीच्या स्वस्तिकावर बुधाचे पाचू रत्न समंत्र पुरावे.

(३) उत्तरेकडून प्रवेश असता पांढरा मार्बल व चांदीची पट्टी वापरून प्रवेशद्वाराच्या भोवतालचा भाग सजवावा. मध्यभागी छोटा पिवळा दगड लावून त्याखाली चांदीचे स्वस्तिक व चंद्राचे रत्न मोती समंत्र पुरावेत.

(४) दक्षिणेकडून प्रवेश असता पिवळा जैसलमेर पत्थर व चांदीची पट्टी वापरून शुभरचना करावी. मध्यभागी छोटासा पांढरा मार्बलचा तुकडा ठेवून त्याखाली चांदीच्या स्वस्तिकावर शनीचे नीलम रत्न समंत्र पुरावे.

संदर्भ सूची

१. वास्तु राज वल्लभ - अनुप मिश्रा
२. वास्तु मुक्तावली - पाण्डे राधारमण
३. वास्तु रत्नकोष - जय विजय मुनी
४. वास्तुशास्त्र भाग १ व २ - द्विजेंद्रनाथ शुक्ला
५. समरांगण सूत्रधार - भोजराज - गणपतीशास्त्री
६. मयमतम् - ब्रुनो डॅजेन्स
७. शिल्प रत्नकोष - बेटीना बौमर राजेंद्रप्रसाद दास
८. Studies in Indian Philosophy - Prof. R.D. Ranade
९. शिव वाणी - डॉ. शिवमुनी
१०. शिवस्वरोदय शास्त्र
११. नूतन होरा दीप - दत्तात्रय वामन जवखेडकर

सदर लेखकांची या विषयावरील प्रकाशित पुस्तके

१. वास्तु शिव विज्ञान
२. वास्तु महाविज्ञान
३. फेंग-शुई (उपाय, साधना, सिद्धी)
४. Secrets of Vastu-Shastra
५. Mystic Science of Vastu
६. Cosmic Science of Vastu
७. Vastu Compass
८. वास्तुरहस्य (हिंदी)

डॉ. रवींद्र महात्मे

संपर्कासाठी पत्ता -

पोस्ट बॉक्स नं. ८२९,

वांद्रे (पूर्व), मुंबई ४०० ०५१

E-mail : rdm@consultant.com

आपल्या मनात आपल्या राहत्या वास्तूसंबंधी शंकानिरसन

खालील पत्त्यावर प्लॅन्स व दिशा आखून पाठविल्यास
नाममात्र रु. ५०००/- शुल्क आकारून वास्तुसल्ला दिला जाईल.

डॉ. नरेंद्र हरी सहस्रबुद्धे

(वास्तुविद्या वाचस्पती)

एम. ई. (आय.आय.एस.सी.) एफ.आय.व्ही., पीएच.डी.

व्यंकटेश व्हिला, १२०२/२अ/१ आपटे रोड,

शिवाजीनगर, पुणे ४१११००५

दूरध्वनी : (ऑफिस) २५५३१९८९, (निवास) २५५३२७७८

E-mail : dr.nhs.vaastu@gmail.com

Web : www.vastumegaplanners.com